dấu khói tàn tro

Bản của

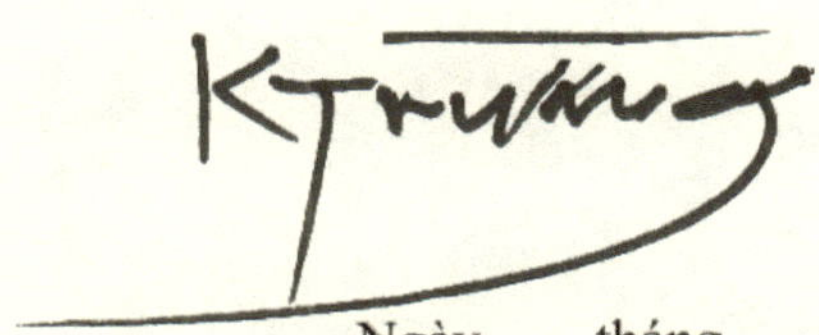

Ngày tháng năm

Marc Chagall - Birth Day

KHÁNH TRƯỜNG

dấu khói tàn tro

TIỂU THUYẾT

MỞ NGUỒN

Dấu Khói Tàn Tro
Tiểu thuyết Khánh Trường
Bìa tác giả
Phụ bản Lê Thánh Thư
Chân dung KT bìa sau bởi Đinh Cường
Sửa chính tả và hoàn chỉnh bản thảo Phạm Hiền Mây
Dàn trang Nguyễn Thành
ISBN: 9781989705971

KHÁNH TRƯỜNG

dấu khói tàn tro

tiểu thuyết

nghìn năm dấu khói tàn tro
sông ngang dòng trắng buồn xo bến bờ
mưa ru lá đá ôm lời
thương nhau câu hẹn vợi vời lối mây

PHẠM HIỀN MÂY

MỞ NGUỒN

Về tiểu thuyết *Dấu Khói Tàn Tro*

Nguyễn Vy Khanh

Nhà văn Khánh Trường trong lời Mở bản thảo *Dấu Khói Tàn Tro* đã cho biết: *"Tác phẩm hình thành hoàn toàn tình cờ, và tuyệt đối không chuyên chở bất cứ thông điệp nào, nếu thích, bạn đọc đến với Dấu Khói Tàn Tro trong tâm thái 'mua vui cũng được một vài trống canh'"*, đã khiến chúng tôi dễ dàng đọc một mạch tập tiểu thuyết này – không như thói quen hễ đọc là vừa ghi chép, đánh dấu. Nhưng hôm sau thì sáng tác mới của Khánh Trường vẫn như ám ảnh chưa rời, buộc chúng tôi không thể không ghi lại vài nhận-định.

Chuyện xảy ra ở nước Việt, xoay quanh nhân vật chính tên Toàn và nhiều bóng dáng người nữ đang sống và có liên hệ với Toàn, nhưng Thục Đoan, người chết, lại hiện diện từ đầu đến cuối. Hai người *"yêu nhau, thấu hiểu nhau trong từng niềm vui, nỗi buồn, sở thích, những ước mơ, hoài bão, dự phóng, không quá lời nếu Toàn khẳng định, Thục Đoan là một nửa của Toàn và ngược lại. Hai người không thể thiếu nhau trên hành trình dẫn về tương lai"*. Nhưng cuộc tình đứt đoạn với sự ra đi tức tưởi, bất ngờ vì ung thư phổi giai đoạn cuối; Thục Đoan vẫn trở về, xuất hiện mạnh mẽ và thường xuyên, trong tâm tưởng của Toàn. Những lúc buồn chán, tâm trạng bất an, Toàn thường ra nghĩa địa *"ngồi trên bậc thềm ngôi miếu, nhìn những rễ phụ đong đưa, nhìn những đốm sáng trên miếng sân con, lác đác những bụi cỏ dại, trên vách tường bám rêu, trên bệ thờ có khung phủ nhiễu điều đỏ bạc màu, nghe tiếng dế râm ran, tiếng vỗ cánh của loài dơi trên tán lá rậm, gió hiu hiu, Toàn thấy mình như lạc vào cõi khác, tịch mịch, phiêu diêu, không còn bon chen, khổ đau. Nhiều lúc Toàn nằm dài trên thềm, bên cạnh, Thục Đoan ngồi nhìn, mỉm cười bao dung...".* Toàn sống trọn cho tình yêu, cho nên đã không dễ yêu người khác sau Thục Đoan dù được thoả phần ái ân thân xác. Ở đây, cái Chết là một biểu tượng, là một chấm dứt trên nguyên tắc, nhưng vì không phải là mục-đích tự thân, cái Chết không phải là hết, là kết thúc một cuộc đời hay cái gì – tình yêu chẳng hạn, mà là một sự-sống-khác. Toàn từng biết một nhân vật trong Rừng Na-Uy đã xem *"cái chết không phải là sự đối nghịch mà nó chính là một phần của sự sống"*. Nhưng Toàn thì nhiều năm đã sống trong một tình cảnh tâm sinh lý bất toàn, vì bản ngã luôn giữa hai chọn lựa và sống trong một tình cảnh yêu đương như thiếu cân bằng, với những người nữ đến sau như Hạnh, Quyên! Thục Đoan đã có lần "trở về" nhắc nhở Toàn: *"Em như đống tàn tro, bây giờ còn vương sợi khói mỏng. Nhưng rồi tàn tro sẽ nguội lạnh, khói sẽ tắt. Thời gian sẽ xóa quên tất cả. Cái gì thuộc về dĩ vãng sẽ bị thời gian chôn lấp, không thể cưỡng, đó là quy luật vô thường bất biến. Anh cứ thế này, tuổi trẻ qua đi, mọi chuyện lỡ dở, muốn làm lại cũng không còn cơ hội và nhiệt huyết"*. Phải chờ đến chung cuộc, khi Toàn có con với Quyên, cô em, Thục Đoan mới nói được lời cuối: *"Chạy trời không khỏi nắng, em như đống tàn tro, để lại dấu khói sẽ quẩn theo anh suốt cuộc đời này. Thôi, em đi, vĩnh biệt anh yêu"*.

Dấu Khói Tàn Tro dụng đề tài tình yêu lãng mạn mà hiện thực, và kỹ thuật, diễn tả nước đôi thực-giả mờ ảo hoặc hoà tan; tưởng tượng, phi thực nhưng liên quan và bén rễ trong cuộc sống thực hữu của các nhân vật. Khánh Trường cho nhân vật Toàn thường trực sống cùng lúc hai cõi âm-dương trong cuộc tìm kiếm tình yêu, với những cảnh và tâm-trạng diễn tả khá ấn tượng, thật-giả giả-thật không biên giới!

Mời bạn đọc cùng dõi theo Dấu Khói Tàn Tro!

Nguyễn Vy Khanh
Toronto 28-3-2020

Mở

Tôi bắt gặp bốn từ "DẤU KHÓI TÀN TRO" trong một bài thơ của Phạm Hiền Mây. Người thơ nữ này có biệt tài tạo ra nhiều nhóm từ rất gợi mở.

Cùng lúc một người bạn đến chơi, anh kể chuyện ngày xưa còn trẻ hay đi nhậu, một lần tàn cuộc, về, ngang qua nghĩa trang, anh say quá, ngã chúi vào mái hiên ngôi miếu nhỏ dưới tán đa cổ thụ đong đưa những rễ phụ. Gió hú dài như vọng về từ một cõi nào. Anh bạn nằm vật ra thềm và... ngáy. Lúc tỉnh dậy, nhìn quanh, trăng lên cao, vằng vặc, tắm ánh sáng như hư như thực trên những bia mộ thấp cao chập chùng, đom đóm túa ra từ những bụi bờ, trôi nổi lập lòe. Đêm tịch mịch, tiếng dế tỉ tê... Anh sợ quá, tỉnh hẳn.

Chuyện người bạn kể và bốn chữ DẤU KHÓI TÀN TRO bỗng gợi hứng tôi muốn viết một truyện dài. Tôi liên lạc và được Phạm Hiềm Mây cho phép, tôi dùng bốn từ này đặt tựa cho tiểu thuyết sẽ viết.

Từ ngày làm văn, tôi thường thả rông ngòi bút, không tính trước, không chủ đề, không dự phóng, không mang sứ mệnh, nhất là những sứ mệnh đao to búa lớn kiểu cách mạng xã hội, phản kháng thời cuộc, khai phá cái mới...

Tôi để ý, thường những tác phẩm mang vác nhiều sứ mệnh nhất lại là những tác phẩm ít người đọc nhất và nhanh chóng đi vào hư vô nhất.

Ngày xưa, hồi còn trẻ, khi viết hoặc vẽ, để khỏi rơi vào sự tầm thường, tôi luôn "trăn trở", cố lên gân tìm kiếm cái... vĩ đại, những mong sản sinh được những kiệt tác!!! Kết quả, trôi tuồn tuột, biệt vô tăm tích!!! Nay đã ngoài 70, dần phát hiện ra mọi cái đều "chả ra cái đếch gì" (chữ của nhà văn Mai Thảo). Tất cả chỉ là trò bịp. Bịp mình, bịp người.

Qua khỏi tuổi "thất thập cổ lai hy", lại bệnh đầy mình, chuyện sống chết không là ám ảnh lớn đối với tôi. Đang ngồi gõ những dòng này, bất chợt ngã xuống và ra đi, bình thường thôi, chẳng đáng ngạc nhiên. Có đến phải có đi, quy luật thường hằng. Tôi đã đến, đã ngụ cư quá lâu trong cõi trần gian này, đã sống, đã làm nhiều việc, ích và vô ích, như bao kẻ khác, nên một lúc nào ra đi, nào còn gì phải băn khoăn?

Cũng từ nhiều năm rồi, để vượt qua trầm cảm (Depression) và bệnh mất trí nhớ của người già (Alzheimer), tôi cố gắng, còn thở, còn sống thì tôi không cho phép mình bi quan, buông trôi. Một cách nào đó, tôi phải làm việc. Bán thân bất toại, ngồi xe lăn, mỗi tuần ba ngày, từ 4 giờ sáng, xe cứu thương chở đến clinic Centerlọc máu (Analysis), mỗi ngày mười tám viên thuốc (cao máu, cao mỡ, di chứng ung thư, loét bao tử, tim lớn, hư thận, gout, mắt lưỡng thị (double vision), phát âm khó khăn, táo bón kinh niên...), tôi hoàn toàn vô dụng nếu phải làm việc bằng tay chân. May mắn, trí óc còn minh mẫn, tay còn gõ được chữ (dù chỉ bằng một ngón duy nhất của bàn tay phải, chữ được chữ mất).

Vậy thì phải hoạt động, chả được bằng thể xác thì bằng trí não, viết và vẽ chả hạn.

Viết và vẽ, không để lập thuyết, không để khai phá, cũng không để tìm kiếm danh lợi, những thứ này với một người trên bảy mươi, sắp biến vào hư vô bất cứ lúc nào, xem ra chả còn ý nghĩa nữa.

Tác phẩm hình thành hoàn toàn tình cờ, và tuyệt đối không chuyên chở bất cứ thông điệp nào, nếu thích, bạn đọc đến với DẤU KHÓI TÀN TRO trong tâm thái "mua vui cũng được một vài trống canh".

Khánh Trường.

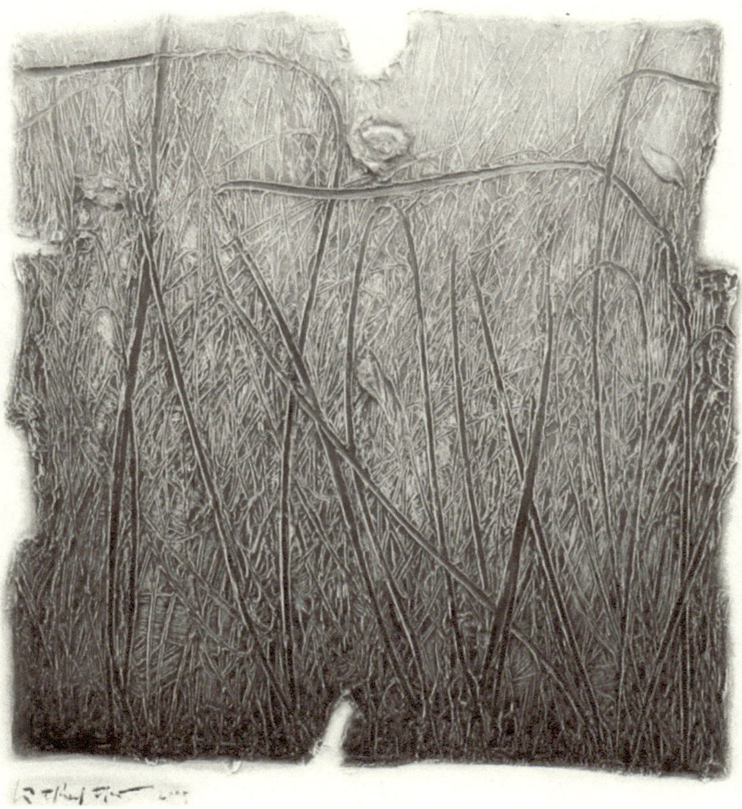

Lê Thánh Thư

I

Quán nhỏ, tọa lạc trong khu vườn rợp bóng mát, nhô ra từ bờ kinh trên những trụ xi măng chống đỡ mặt sàn gỗ vươn lên từ mặt nước đã bám rêu xanh đen. Nơi này Toàn vẫn đến mỗi chiều, thường ngồi một mình với chai bia và đĩa mồi, khi thịt bò xào chua, khi gà xé trộn rau răm đậu phộng rang, khi lòng lợn, khi chỉ vài con khô mực… . Quán không xa thành phố, yên tĩnh, mát. Dòng kinh không rộng, hai bên bờ cỏ ống và những nhánh bần lá xanh sẫm mọc tràn, chạy dài, trườn qua cánh đồng mênh mông trơ đất nứt nẻ. Mùa khô, vô số chân rạ vàng úa. Muốn đến quán, hoặc bằng đường chính, khá xa, hoặc gần hơn, bằng con lộ nhỏ băng qua nghĩa địa. Toàn thường chọn đường tắt khi trở về, đêm nay Toàn uống khá nhiều, nửa két bia. Toàn say. Cảnh vật u tịch, trăng mới ló dạng phía chân trời, Khắp nơi mộ chí chập chùng, những sinh phần bề thế vươn lên giữa nhấp nhô vô số nấm mộ thấp tè, có cái chỉ khiêm nhường bằng đất, cỏ dại che khuất các bia xi măng xiêu vẹo, thậm chí không có cả bia. Thế giới cõi âm này tuy gần thành phố nhưng vẫn hoang vu. Khi chạy xe ngang ngôi miếu nhỏ dưới gốc đa đầu nghĩa địa, Toàn thấy mình rất mệt, biết sẽ té ngã nếu còn cố đi. Toàn xuống xe vào ngồi nghỉ một lát trên thềm ngôi miếu nhưng cơn say khiến Toàn lảo đảo, ngã chúi. Thục Đoan nhìn Toàn cười,

"Anh say quá rồi."

Toàn nói,

"Có lẽ vậy."

"Say đứng không vững, có lẽ gì nữa."

Toàn gắng ngồi dậy, cảnh vật quay đảo, cố xua đuổi cơn váng vất ra khỏi cơ thể nhưng xem chừng không hiệu quả, ruột gan nhộn nhạo, muốn ói. Mặt trăng tròn ủng vừa trồi lên rặng cây phía xa một khoảng ngắn. Chân trời ửng sáng màu xám đục, gió nhẹ, mát lạnh. Toàn nói,

"Say, nhưng chưa lú lẫn, vẫn biết đang nói chuyện với em mà."

Thục Đoan cười thành tiếng,

"Em có bảo anh lú lẫn đâu."

Thục Đoan vẫn đẹp như bao giờ, khuôn mặt đầy đặn trắng mịn, vành môi dày, mũi thon cao, đôi mắt lấp lánh vui. Bộ quần áo lụa màu hồng đào phủ ngoài tấm thân nhỏ nhắn phản chiếu ánh trăng lấp lánh, mái tóc dài nhẹ bay trong gió. Thục Đoan dợm bước,

"Nhưng thôi, anh về đi, ở đây không tốt đâu."

Thoáng chốc Thục Đoan rời xa, sắp lẫn vào bóng tối nhập nhòa, Toàn hốt hoảng gọi lớn,

"Thục Đoan... Thục Đoan..."

Nhưng nàng đã ra khỏi tầm nhìn. Một cơn gió lớn lướt qua, Toàn rùng mình, hơi lạnh luồn vào da thịt rồi loang nhanh khắp cơ thể, lạnh lẽo từ nền xi măng thấm vào lưng tê buốt vẫn tồn tại dù Toàn đã ngồi dậy. Ánh sáng xuyên qua tán lá đa lốm đốm trải rộng, phủ kín khoảng sân nhỏ lác đác những bụi cỏ dại, vẽ chập chờn trên vách đã tróc lở, bám rêu. Ánh sáng chiếu vào cửa ngôi miếu liếm một phần bệ thờ với lư hương lớn đầy chân nhang đặt trước khung ảnh phủ nhiễu đỏ đã bạc màu, chẳng biết phía sau tấm nhiễu kia thờ gì. Nhiều rễ phụ thòng xuống từ các nhánh lớn nhẹ đong đưa, Tiếng dế lê thê. Thỉnh thoảng trong tàng lá rậm tiếng vỗ cánh của các sinh vật bay, có thể loài dơi. Toàn mở bừng mắt. Mặt trăng đã lên cao, rực sáng chói chang, ánh sáng vằng vặc dội xuống trên chập chùng mộ chí, nổi rõ những hàng chữ ghi tên tuổi người nằm dưới. Lạnh quá. Phải gắng về đến nhà, Toàn đủ tỉnh táo để nhớ, nếu ra khỏi nghĩa địa, rẽ trái chừng nửa cây số sẽ vào địa phận thành phố, từ đó đường về nhà không xa. Toàn lên xe chạy lảo đảo trên con lộ nhỏ, cổng nghĩa địa tuy rộng nhưng Toàn suýt va vào khi ngang qua. Ánh sáng vàng ủng từ cột đèn đường đầu tiên dẫn vào khu dân cư Toàn đã nhìn thấy. Thục Đoan nói,

"Ngày nào cũng say thế này, chả mấy chốc anh sẽ quỵ thôi."

"Anh buồn quá."

"Nhưng càng uống càng buồn, anh biết mà."

Thục Đoan đi bên cạnh. Ánh trăng vẫn phản chiếu lấp lánh trên nền vải lụa óng mượt phủ ngoài thân thể, mùi thơm dầu gội đầu từ mái tóc dài của Thục Đoan đầy ngập khứu giác. Toàn nói,

"Anh biết, nhưng anh không thể không uống."

"Nghiện rồi đấy."

"Nghiện, đã may. Anh biết thể tạng mình không thể nghiện bất cứ thứ gì. Bằng chứng anh đã hút thuốc từ năm mười sáu, có thời hai bao mỗi ngày. Thế mà đến lúc thấy phiền quá cho nhiều người chung quanh, anh bỏ nhẹ nhàng, không tơ tưởng mảy may."

Toàn cười buồn, tiếp,

"Chỉ có một thứ duy nhất khiến anh nghiện."

"Là gì?"

"Em."

Thục Đoan nhìn sâu vào mắt Toàn,

"Thực chứ?"

"Thực."

Khi Toàn về được đến nhà thì đêm đã sâu. Toàn ngã xuống giường, nhắm mắt. Cơn say giảm cường độ tuy vẫn rất choáng váng. Toàn với tay cầm chai nước trên bàn tu dài một hơi. Thục Đoan ngồi ở chiếc ghế cạnh bàn viết,

"Anh không làm vệ sinh, thay quần áo à? Khiếp, nực nồng mùi rượu."

"Mệt quá, anh muốn ngủ."

"Ngủ được thì tốt, chỉ sợ như mọi tối, cứ mở mắt thao láo nhìn trần nhà."

Thục Đoan nói đúng, để ngủ được không dễ chút nào. Ngoài cửa sổ, trăng đã lên đến đỉnh, sáng chói mắt. Những cao ốc thẫm màu vươn cao trên nền trời xám. Tĩnh lặng. Toàn ngồi dậy đến gần Thục Đoan,

"Anh yêu em."

Thục Đoan cười, hàm răng trắng đều phía sau đôi môi mịn, ngực phập phồng dưới lớp vải lụa. Ánh trăng từ ngoài dội vào tráng trên khuôn mặt Thục Đoan những vũng hư ảo. Toàn đến, ôm nàng, cảm nhận hơi ấm từ nàng chuyền sang. Thục Đoan quay lại, vòng hai tay vít đầu Toàn xuống, hôn sâu,

"Em sẽ mãi mãi bên anh." Nàng nói qua hơi thở.

"Anh cũng thế."

Toàn nhẹ hôn lên vầng trán phẳng, siết tấm thân hâm hấp nóng, mùi thơm da thịt nàng tựa men rượu vừa phải, lâng lâng say.

*

Nắng cao. Nắng leo qua cửa sổ, rơi một phần xuống sàn gạch căn phòng. Toàn nhìn đồng hồ treo tường, gần chín giờ. Tối hôm qua dự sinh nhật một người bạn, Toàn vui, quá chén. Không lái xe nổi, người bạn phải gọi taxi đưa Toàn về. Nằm nướng thêm mươi phút nữa cho tỉnh hẳn, Toàn trỗi dậy vào restroom, tắm, làm vệ sinh, thay quần áo, xuống đường gọi xe ôm đưa đến nhà thằng bạn lấy xe và tới địa chỉ quen thuộc. Quán cà phê có cô chủ tuy không còn trẻ nhưng nhan sắc trên trung bình, lại là mẹ đơn thân của một bé con mũm mĩm, đối tượng khá hấp dẫn của phần đông khách đến quán, uống cà phê chỉ phụ, được dịp tán tỉnh bà mẹ "mồ côi" mới là chuyện chính. Toàn không thuộc số này, chẳng phải thánh thiện gì, chỉ là Toàn không hứng thú với bất cứ người nữ nào nữa vào thời điểm hiện tại.

Cô chủ ngồi sau quầy khi Toàn đã an vị, vui vẻ hỏi,

"Hôm nay anh không đi làm?"

"Vâng, nhưng sao em biết?"

"Đã hơn chín giờ. Đi làm dĩ nhiên không thể đến em giờ này."

"À..."

Chú nhỏ chạy bàn nhanh chóng mang tách cà phê sữa nóng đến, dù Toàn chưa gọi. Quán quá quen, không hỏi chú nhỏ đã biết khách muốn uống gì. Bàn Toàn ngồi cạnh cửa sổ, sát vỉa hè. Dưới lòng đường xe cộ tấp nập. Tiếng động cơ và còi xe inh ỏi. Thành phố vẫn như mọi ngày, sinh động, no căng sức sống. Từ ngày đến đây, sáu năm, Toàn vẫn luôn đối diện với bối cảnh tất bật. Môi trường này như sân giác đấu, người ta tranh nhau sống. Toàn đến quầy trả tiền khi nhìn đồng hồ đã mười giờ. Cô chủ quán mắt có đuôi ướt tình, môi mọng, ngực vươn cao sau chiếc áo ba lỗ ngắn hở rốn, đổ xuống, tỏa ra vòng hông rộng và vùng đồi hây hẩy trong chiếc quần thun bó sát. Chết thật, thảo nào hàng tá cây si mọc rễ ở đây. Nhìn cô, Toàn không thể không nghĩ đến một miếng steak ướt bơ, thơm, béo ngậy.

"Trông anh có vẻ mỏi mệt."

"Tối qua say mềm, giờ chưa tỉnh."

"Hôm nào đi uống cho em theo với."

"Này, tha cho anh đi."

"Em nói thực, anh không tin?"

"Dĩ nhiên không."

Toàn đoán mỗi ngày ít nhất vài ba cây si mời mọc cô chủ, nhưng nào đã có ai được cái hân hạnh với nàng chén thù chén tạc? Cô thừa thông minh treo miếng mồi lửng lơ, nhấp nhấp, để anh nào cũng nuôi hy vọng sẽ được nàng ban phát đặc ân. Cách tiếp thị cũ rích nhưng hiệu quả cao, bằng chứng tuy quán nằm ở rìa nội thành vắng vẻ song không lúc nào thưa khách. Cô chủ hơi ngả người về phía trước, đưa tay vén tóc, cánh tay no tròn, bàn tay với những ngón thuôn, móng cắt sát không quét màu, chỉ một lớp sơn bóng. Toàn không thể không nhìn vùng trũng giữa hai gò ngực vun cao. Cô không mặc nịt vú, hai núm như muốn chọc thủng lớp vải mỏng, khiêu khích.

"Anh thiếu tự tin hay không thèm đi với em?"

Toàn cười,

"Anh không thiếu tự tin nhưng chẳng dại."

Cô chủ quán cũng cười,

"Sẽ có ngày anh bỏ cái định kiến này."

Toàn không trả lời. Cô chủ có vẻ ưu ái Toàn hơn các cây si vây quanh. Chủ quan chăng? Nhưng dẫu gì thì từ chỗ "ưu ái hơn", nếu đúng, đến mục đích cuối, hẳn còn xa. Huống hồ, hiện tại Toàn không còn lòng dạ nào nghĩ đến ai khác ngoài người nữ đang chống chọi với căn bệnh quái ác Toàn sắp gặp.

Toàn ra xe đến nhà Thục Đoan.

Ngôi nhà ngói nhỏ nằm giữa khu vườn rộng, cách trung tâm thành phố khoảng một giờ xe. Không khí ở đây trong lành, yên tĩnh. Từ quốc lộ dẫn vào nhà là con đường đất ngang qua những thửa ruộng ngập nước, Trước sân, Quyên đang dùng kéo cắt tỉa những khóm hồng dọc vách tường, quay nhìn khi Toàn tắt máy xe,

"Anh đến chơi."

"Hôm nay em không đến trường à?"

"Dạ không. Chị Thục Đoan chờ anh đấy."

Toàn bước lên mấy bậc cấp vào nhà. Phòng khách rộng, ánh sáng dịu và mát lạnh. Nhà chỉ có ba mẹ con. Bà mẹ, giờ này đã ra chợ, bà có một gian hàng tạp hóa ở chợ. Kinh tế gia đình khá thoải mái nhờ lợi tức từ chỗ kinh doanh nhỏ này, tuy không dồi dào nhưng cũng thừa sức trang trải mọi phí khoản thiết thân của ba mẹ con. Từ ngày Thục Đoan lâm bệnh, tiền thang thuốc khá tốn kém, cũng may là có tài sản để lại từ ộng bà nội, một cự phú ngày xưa, bà rút dần lo cho con. Quyên còn đến hai năm nữa mới ra trường. Cô bé học điện toán, một ngành đang rất thịnh hiện nay. Toàn băng qua phòng khách, rẽ vào căn phòng đầu tiên của Thục Đoan. Cửa mở, chiếc giường đơn cạnh cửa sổ, Thục Đoan nằm, mặt hướng ra khoảng vườn nhỏ. Nắng mai phủ trên tán lá rậm của cây mít cổ thụ góc vườn, tỏa bóng mát lên những khóm hồng dọc hàng rào gỗ ngăn chia địa giới nhà bên cạnh. Hình như nàng đang chăm chú theo dõi chú gà trống tìm cách ve vãn nàng gà mái đương lúc thúc tìm mồi quanh gốc mít, chiếc mào đỏ bầm dựng cao ngạo nghễ, đôi cánh thỉnh thoảng xòe rộng dương oai.

Nghe tiếng chân, Thục Đoan quay nhìn Toàn, mỉm cười,

"Anh."

Toàn đến cạnh nàng, cúi hôn vầng trán trắng xanh,

"Em khỏe hơn chứ?"

"Ngày khỏe ngày không."

Nàng vẫn giữ nụ cười trên đôi môi khô, tiếp,

"Hôm nay sẽ khỏe vì anh đến."

Toàn cầm tay Thục Đoan ve vuốt, lòng bồi hồi. Không còn lâu nữa Toàn sẽ vĩnh viễn mất nàng. Toàn không hình dung được sẽ thế nào nếu không còn gặp nàng, không nhìn thấy khuôn mặt, ánh mắt, nụ cười này. Toàn yêu Thục Đoan, tình yêu lún sâu vào tuyệt vọng, tỉ lệ thuận với bệnh của nàng nặng dần. Toàn đau đớn, bất lực nhìn Thục Đoan mỗi ngày mỗi mòn mỏi. Có phép lạ nào đưa Thục Đoan trở lại như xưa?

Như xưa. Những tháng năm êm đềm.

Toàn bồi hồi nhớ lại…

Khí hậu ở đây khác hẳn với thành phố Toàn bỏ đi bốn năm trước, dù mùa hè, vẫn không oi bức thái quá, đến độ đôi lúc Toàn có cảm tưởng đang bị hơ trên lò lửa. Như mọi cuối tuần khác, Toàn trốn vào đây, có khi ngồi suốt buổi sáng tại quán cà phê này, cốt tránh cái nóng thiêu đốt của đất trời. Ngoài kia, lòng đường hừng hực bốc hơi, tiếng động cơ ầm ĩ, khói xe mù mịt. Bàn Toàn ngồi, sát khung cửa lớn, chồm ra mặt sảnh. Ở vị trí này, Toàn có thể nhìn bao quát khu thương mại, từ hai dãy cửa tiệm hai bên đến thang cuốn cần mẫn chuyển động không ngừng từ lúc khu shopping mở cửa.Thiếu nữ bước xuống tiền sảnh rộng từ bậc thang cuối, tà áo dài màu hoa cà chấm sàn gạch hoa thướt tha, dáng nhỏ, mảnh khảnh, tóc phủ hai vai, bên cạnh một cô gái có vẻ năng động trong bộ trang phục trẻ trung, quần jean, áo pull, giày Nike. Cô gái nói với chị (tôi đoán họ là chị em),

"Trong này mát lạnh, thích thật."

"Em thấy đó, người ta vào đây đâu phải chỉ để mua sắm."

Một tên du thủ du thực từ phía sau hai chị em phóng tới và nhanh như chớp, giật chiếc bao đựng các vật dụng vừa mua khỏi tay thiếu nữ, chạy như biến về hướng bãi đậu xe. Thiếu nữ hốt hoảng la lớn,

"Cướp… Cướp…"

Toàn bật dậy, tên cướp vừa chạy tới, Toàn soãi chân ngáng, hắn ngã chúi, bọc hàng văng vào góc tường. Tiếng la của thiếu nữ lây lan, nhiều người phụ họa, tên cướp lồm cồm bò dậy, không kịp thu lại chiến lợi phẩm, chạy nhanh, biến mất ngoài phố.

Toàn nhặt bao hàng trao lại cho thiếu nữ,

"May quá…" Thiếu nữ nói, giọng run, mặt tái xanh. Cô em nhìn Toàn,

"Nếu không có anh…"

Toàn cười,

"Nó chạy ngang trước mặt, phản xạ thôi."

Toàn tình cờ gặp lại cô bé tại nhà một người bạn. Cô bé là bạn học của em gái người bạn,

"Anh còn nhớ em không?"

"Nhớ, mới nửa tháng, quên sao được."

Cô bé trẻ trung, nói cười luôn miệng, hồn nhiên và tràn đầy sức sống.

"Anh ở gần đây không?", cô bé hỏi.

"Hơn cây số thôi.", Toàn trả lời.

Cô bé tự giới thiệu đang học tại Đại học Bách Khoa, ngành điện toán, chung với em gái người bạn, năm thứ hai. Khi ra về, cô bé cho Toàn địa chỉ và mời đến nhà chơi,

":Chị em vẫn ân hận, bữa hổm sợ quá quên cảm ơn anh."

Lên xe khởi động máy, trước khi cho xe xuống lòng đường, cô bé còn nhìn Toàn ân cần,

"Anh đến chơi nhé, em sẽ nói với chị Thục Đoan. Em nghĩ, chỉ sẽ rất vui."

Thục Đoan. Đúng như tên gọi, khác hẳn cô em, từ tốn trong ăn nói, chừng mực trong cách đối đãi. Qua lần đầu tiếp xúc và nhiều lần nữa sau đó, Toàn cảm nhận ở Thục Đoan một tâm hồn phong phú, sâu sắc. Cô yêu thơ ca, thuộc rất nhiều thơ của hầu hết mọi thi sĩ đã thành danh, nhất là một thi sĩ gốc Quảng Nam, kiến thức uyên thâm, tài thơ xuất chúng, xem thơ như dưỡng khí. Khi đã thân tình, Toàn biết thêm Thục Đoan cũng làm thơ, phảng phất tố chất của vị tiền bối kia.

"Ông ấy sống với thơ, hô hấp bằng thơ. Ông ta và thơ là một. Nói không quá, cuộc đời ông ta là một bài thơ."

Toàn phụ họa,

"Đúng vậy, cuộc đời ông ta là một bài thơ. Người ta hay khen bài thơ này câu thơ nọ của ông, anh thì nghĩ, ông chỉ có một bài thơ duy nhất, đã làm, đang làm và chỉ kết thúc khi ông chết. Trong trường thi ấy có vô số những hạt kim cương nhưng không ít những viên sỏi. Điều này chẳng làm tổn thương bài trường thi bất hủ mang tên ông. Bởi lẽ, như em nhận xét, cuộc đời ông là một bài thơ."

Thục Đoan ngồi trên xích đu được thòng xuống từ một nhánh mít lớn trên cao. Chiếc xích đu Toàn đã làm khi mới quen gia đình này, Quyên, nàng và cả bà mẹ rất thích. Buổi trưa nắng nóng, im vắng, ngồi đong đưa dưới tàng lá rậm rợp bóng mát, còn gì bằng. Toàn đứng bên, nhẹ đẩy. Mái tóc dài của Thục Đoan vờn bay nhè nhẹ, hai cánh tay để trần, những sợi lông măng trên làn da trắng, mười ngón tay thuôn níu hai sợi dây thừng, nàng nói,

"Hồi nhỏ em mong sống trong thành phố, nhộn nhịp, nhưng bây giờ mới thấy sự yên tĩnh thoáng mát nơi này thật tuyệt vời. Nghĩ đến tiếng động, khói xe, nhà chung vách, không cửa sổ, quanh năm bị giam nhốt trong diện tích ba mét bề ngang, sâu hun hút, tối tăm… , chỉ tưởng tượng thôi, em đã muốn ngộp thở."

"Sống đâu quen đó. Anh sinh ra và lớn lên ở một tỉnh lỵ miền biển, phố xá luôn vắng lặng, nên thời gian đầu ở thành phố này anh cũng không chịu nổi cái xô bồ huyên náo gần như bất tận. Nhưng bây giờ nhiều tối khó ngủ, anh ra ngồi cạnh cửa nhìn xuống lòng đường ngược xuôi xe cộ, ầm ĩ tiếng động cơ, tiếng rao hàng, tiếng cãi vã, lại thấy vui. Tuần trước, nhận thư một người bạn bị chuyển công tác ra một thị trấn ở miền Bắc, hắn than, nhớ những quán nhậu, quán ăn mở cửa thâu đêm, nhớ những sinh hoạt liên tục không ngừng nghỉ. Chỗ hắn đang sống êm đềm đến hiu hắt, buồn não ruột."

"Người ta nói vùng đất này có hấp lực khó cưỡng, đã đến, đã sống, không dễ rời bỏ."

"Anh cũng thấy thế."

Thục Đoan bỗng lái suy nghĩ của mình sang hướng khác,

"Bản chất con người vốn bất nhất. Bạn anh khi ở đây, chắc chê môi trường này, nhưng đến một nơi yên bình lại nhớ cảnh bon chen chụp giựt. Đứng núi này trông núi nọ, đó là nguyên nhân mọi phiền não."

Tôi cười,

"Em nói giống mấy ông thầy tu."

Thục Đoan cũng cười,

"Không đúng sao?"

Hôm nay chủ nhật, bà mẹ vẫn ra chợ, Quyên đi với bạn, Toàn đến rủ Thục Đoan xuống phố dạo chơi, nhưng nàng bảo,

"Thôi anh ạ. Ở nhà, chỉ hai đứa mình, vui chán, đi đâu cho mệt."

Nàng nhích người chừa khoảng trống trên băng gỗ,

"Ngồi đây với em."

Toàn ngồi xuống. Thục Đoan ngã người vào lòng Toàn,

"Ôm em đi…"

Toàn quàng tay ôm tấm thân nhỏ bé, hôn lên đôi môi không thoa son mềm mịn và thơm. Thục Đoan nhắm mắt, hai hàng mi cong khép lại, Toàn nhớ một bức tranh trong bộ sưu tập tranh cổ điển thời Phục Hưng đã xem ở thư viện. Bức tranh vẽ Đức mẹ Maria cúi xuống, Chúa hài đồng nằm trong vòng tay của bà. Khuôn mặt thanh thoát, đôi hàng mi khép. Vẻ đẹp của Thục Đoan cũng như thế, không vướng chút dung tục.

"Anh à, yêu em nhiều không?" Thục Đoan ngước nhìn Toàn, hỏi.

"Nhiều."

"Bằng em không?"

"Chắc chắn hơn em."

Nàng cắn vai Toàn,

"Xạo xự, nhìn cái mặt, khó tin."

Vài sợi tóc của nàng vướng vào miệng, Toàn nói,

"Tóc em thơm."

"Sáng nay em mới gội."

"Không phải thơm mùi dầu gội đầu."

"Chứ mùi gì?"

"Mùi em."

"Lại xạo nữa…"

Đôi môi như vẽ thành nụ cười. Toàn biết Thục Đoan vui. Như tất cả mọi người nữ khác, được khen, không vui sao được. Nhìn môi nàng, Toàn lại nhớ đến khóe môi nàng Mona Lisa của Leonardo da Vinci. Toàn nói với Thục Đoan nhận xét này, nàng bảo,

"Anh có vẻ mê hội họa."

"Vâng, tiếc, anh không biết vẽ."

"Thử vẽ đi, biết đâu…"

Ngày nhỏ đi học, đến môn nhiệm ý, anh thường leo cửa sổ trốn ra ngoài, anh vẽ quá tệ, bài tập của anh chưa bao giờ được điểm cao. Vậy nhưng anh lại thích tranh nên thường vào thư viện tìm những sách tranh. Lớn hơn, xem các phim tài liệu quay những bích họa trên trần tòa thánh ở Vatican, anh tự hỏi, sao các ông họa sĩ này tài giỏi đến thế nhỉ. Anh ngưỡng mộ nhưng không mong được như họ. Bao nhiêu thế kỷ mới sản sinh được vài người khổng lồ như thế. Anh tự biết mình là ai."

Toàn nhìn Thục Đoan nằm bẹp dí trên giường, bộ xương bọc da dưới lớp chăn mỏng bất động, ngực tức nghẹn. Em yêu, phải chi anh chia được một phần nỗi đau em đang chịu đựng, Toàn nói thầm, cảm thấy mắt cay cay. Thục Đoan lại hướng mặt ra cửa sổ, theo tia mắt của nàng, Toàn thấy nắng chói chang, bầu trời cao, xanh nhạt không mây, một ngày đẹp. Toàn nhớ bãi cát dài và chân sóng lô xô bọt trắng, cuốn đập nhè nhẹ một nhịp đều bất tận, Thục Đoan trẻ trung, phơi phới trong bộ bikini hai mảnh, chạy đuổi những con chim biển dạn dĩ sà gần chân sóng. Những dấu chân trên cát, mái tóc dài bay trong gió, hai cánh tay nõn vung cao theo nhịp chân hối hả, ánh mắt lấp lánh, tiếng cười trong... Đó là ngày Thục Đoan và Toàn ở Vũng Tàu nhân ngày sinh nhật của nàng, cũng là ngày nàng trở thành đàn bà, với Toàn. Dấu mốc quan trọng gắn kết hai người thành một. Một năm yêu nhau, thấu hiểu nhau trong từng niềm vui, nỗi buồn, sở thích, những ước mơ, hoài bão, dự phóng, không quá lời nếu Toàn khẳng định, Thục Đoan là một nửa của Toàn và ngược lại. Hai người không thể thiếu nhau trên hành trình dẫn về tương lai. Buổi tối trước hôm về, Toàn xuống phố mua một chiếc nhẫn. Sáng, sắp ra xe, Toàn cầm tay nàng, lúng túng cầu hôn. Thục Đoan nhìn Toàn hồi lâu, rồi không nói, ôm chầm lấy Toàn, những giọt nước mắt lăn dài trên má,

"Em vui lắm. Cảm ơn anh."

Toàn hôn nàng. Có lẽ là nụ hôn nồng nàn nhất, bấy giờ và mãi về sau. Hai người quyết định thành vợ chồng.

Toàn về quê xin mẹ định ngày mang sính lễ đến nhà Thục Đoan. Toàn nôn nóng đợi chờ ngày trọng đại nhất trong đời. Sáng sáng Toàn vẫn vào sở, mong thời gian qua nhanh, để chiều xuống, tan sở, Toàn vội vã đến nhà nàng. Những bữa cơm gia đình ấm cúng, bà mẹ già tóc điểm sương, nụ cười hiền, cô em gái năng động, huyên thuyên luôn miệng,

"Sáng nay em vừa hành một cây si, đã quá."

Toàn nhìn Quyên,

"Hành, nghĩa là sao?"

"Nó mê em, lúc nào cũng bám theo, như đỉa, bực hết sức, nên em tìm cách hành cho bỏ ghét"

"Bằng cách nào?"

"Em nói với nó bỗng nhiên thèm ăn chè sương sa hột lựu nhưng ngại đến tiệm. Ước gì có một ly, ngồi ở đây, thoáng mát, rộng rãi, vừa ăn vừa ngắm nhìn thiên hạ, thích biết mấy."

"Ở đây là ở đâu?", Toàn hỏi.

"Sân trường em, cây cao, bóng mát, ghế đá, hoa cỏ, sinh viên nam nữ qua lại nói cười rôm rả, vui lắm."

Quyên gắp một con tôm lăn bột bỏ vào chén Toàn, tiếp,

"Anh ăn thử món này, em làm đấy."

" Cũng biết nấu ăn, giỏi thế kia à? Sao nữa, cây si của em?"

"Em vừa dứt lời, nó liền hùng hổ tình nguyện đi mua. Em nói, phiền anh quá, phải qua bốn ngã tư, đi về mất ít nhất hai mươi phút, thôi anh ạ. Nó bảo được phục vụ Quyên là một vinh hạnh, phiền gì, rồi đứng dậy nhanh nhẹn vào bãi, lấy xe phóng nhanh ra cổng. Lát sau, hắn mang về ly chè sương sa hạt lựu, em nhìn, mặt thiểu não, Quyên ghét chè này, lúc nãy Quyên bảo chè ba màu mà. Nó gãi đầu nói như xin lỗi, anh nghe lầm, để anh đi mua lại. Không đợi em nói, nó lại lên xe phóng như gió đến tiệm mua thứ chè em muốn. Cầm ly chè thứ hai, em lại sắm một khuôn mặt không dzui, sáng đi học sớm không kịp ăn sáng, lúc nãy, Quyên quên không nhờ anh mua luôn cái sandwich. Nó sốt sắng, vậy để anh đi mua. Em ra điều ái ngại, thôi, phiền anh quá nhưng nó rồ máy, nói lớn, ráng chờ tí, anh về ngay, haha… , cây si bị em hành tả tơi lại cứ tưởng bở."

Thục Đoan nói,

"Ác quá, bị quả báo đấy cô nương."

Quyên tiếp tục cười,

"Quả báo gì. Nó được em sai bảo, sướng mê ấy chứ."

Toàn cũng cười,

"Quyên nói đúng, cu cậu sướng mê."

Cơm nước xong, Toàn và Thục Đoan ra vườn sau. Trên chiếc xích đu, dưới tàng mít rậm lá, tỏa rộng bóng mát, hai người bàn kỹ những điều phải làm, sẽ làm trong ngày mẹToàn đến dạm hỏi, và ngày cưới, ở đâu, thế nào… . Toàn hạnh phúc quá, đêm đêm trong giấc ngủ, hình ảnh nàng luôn hiện diện. Nàng sẽ là của Toàn, mãi mãi, đến ngày chung cuộc.

Nhưng một hôm, bất ngờ nàng than khó thở, đi khám, bác sĩ thử máu, nghi ngờ nàng bị ung thư phổi. Cho làm sinh tiết, kết quả đúng như chẩn đoán, bệnh đã đến giai đoạn cuối. Sáu tháng hóa trị, Thục Đoan chỉ còn da bọc xương, tóc rụng, hai hố mắt sâu, khuôn ngực lép, đôi tay như hai que củi khô. Mỗi lần nhìn nàng, Toàn ứa nước mắt. Nàng thoi thóp với những cơn đau mỗi ngày mỗi tăng… . Cuối cùng, Thục Đoan ra đi.

Mất Thục Đoan, Toàn suy sụp tưởng không gượng nổi. Chiều nào tan sở Toàn cũng đến ngôi quán ngày xưa, lúc còn sống, Thục Đoan và Toàn thường đến, Quán nhô ra từ bờ kinh lộng gió, yên tĩnh và thơ mộng. Ban đầu chỉ một hai chai bia, dần dần tăng đô. Nay phải nửa két mới đủ say. Toàn muốn say, chỉ ngủ được nếu say, dù sáng ra đầu nặng như đeo chì, cổ họng khô đắng. Toàn cũng thường về đường tắt băng qua nghĩa địa những đêm có trăng. Toàn thích khung cảnh hoang vu, chập chờn hư thực, phù hợp với tâm trạng Toàn thời gian này. Ngồi trên bậc thềm ngôi miếu, nhìn những rễ phụ đong đưa, nhìn những đốm sáng trên miếng sân con, lác đác những bụi cỏ dại, trên vách tường bám rêu, trên bệ thờ có khung phủ nhiễu điều đỏ bạc màu, nghe tiếng dế râm ran, tiếng vỗ cánh của loài dơi trên tán lá rậm, gió hiu hiu, Toàn thấy mình như lạc vào cõi khác, tịch mịch, phiêu diêu, không còn bon chen, khổ đau. Nhiều lúc Toàn nằm dài trên thềm, bên cạnh, Thục Đoan ngồi nhìn, mỉm cười bao dung,

"Anh hư lắm, ngày nào cũng rượu chè."

Toàn ôm nàng,

"Nè em."

Thục Đoan nép sát đầu vào ngực Toàn, ngước mặt. Ánh trăng tắm đẫm khuôn mặt, đôi mắt long lanh, sóng mũi thẳng, vành môi dày mọng chín, hai má căng tròn, nàng ngon như miếng thạch ngọt.

"Gì anh?"

"Tháng sau anh nghỉ thường niên nửa tháng, mình lên Đà Lạt nhé?

"Dạ..."

Toàn cúi hôn, nghe vị ngọt của đôi môi nàng. Ánh trăng vằng vặc mỗi lúc một sáng hơn, chói chang, làm hình ảnh Thục Đoan tan nhòa trong màu vàng lung linh, óng ánh...

*

Cặp uyên ương chọn xe lửa để lên vùng cao này. Tuy chậm hơn máy bay nhưng bù lại, sẽ có cơ hội nhìn ngắm cảnh quang suốt lộ trình; những rừng dừa bạt ngàn; những mái tranh hiền lành khuất sau rặng tre xanh; những cánh đồng mênh mông; núi đá chất chồng, đường đèo lên cao, đổ xuống quanh co; đồi thông nhấp nhô trùng điệp, lũng sâu sương mù lãng đãng, đỉnh non mờ nhòa trong mây… , con đường gợi nhớ đèo Hải Vân. Ngày nay, Hải Vân đã có đường hầm xuyên núi, vừa rút ngắn lộ trình vừa an toàn, nhưng chắc chắn mất đi cảm giác thú vị, ngờm ngợp của những lần vượt đèo bằng xe đò. Núi cao, vực sâu, lộ hẹp... chỉ vừa đủ một xe ngược hoặc xuôi, quanh co hiểm trở, biển xanh bao la dưới thấp.

Đúng như tên gọi, thành phố sương mù.

Sương như sữa, phủ kín đất trời, núi đồi, nhà cửa. Sương làm cảnh vật trở nên huyền ảo như hư như thực

Tàu vào sân ga, xế chiều. Mùa hè nhưng không oi bức như dưới đồng bằng, Thục Đoan nói,

"Không khí dễ chịu quá anh nhỉ."

"Vâng, khác hẳn mùa đông, ẩm ướt và lạnh, buồn lắm."

"Nếu dư giả, mình mua một căn nhà trên này, mùa hè lên trốn nóng, tuyệt nhỉ?'

Toàn cười,

"Em hãy chăm chỉ mua vé số, biết đâu."

"Thôi, giàu nghèo sướng khổ trời đã định, không mua được đâu."

"Trời định em trúng số thì sao?"

"Lúc ấy trời khiến, tự nhiên em muốn mua, bây giờ thì không."

Họ vào một Hotel lưng chừng con đường lớn, trên đồi, nhìn sang mặt hồ rộng im sóng, sương mù dày đặc không nhìn thấy bờ bên kia. Sau khi nhận phòng, hai người xuống restaurant của Hotel dùng bữa. Toàn gọi hai phần steak, cơm chiên và chai rượu đỏ hiệu Bordeaux Roc Saint Andre nổi tiếng của Pháp. Phòng rộng, những chiếc bàn tròn phủ khăn trắng, ghế da lưng tựa cao. Trên bục gỗ thấp, một nhạc công đang độc tấu piano, tiếng đàn nhẹ trôi. Những chùm đèn trên trần cao phủ khắp phòng một màu sáng vàng dịu.

Người bồi rót rượu vào hai chiếc cốc chân cao, màu rượu nâu đỏ phản chiếu ánh sáng óng ánh, Thục Đoan nâng cốc cụng với Toàn, chiêu một ngụm nhỏ, đặt cốc lại vị trí cũ, nói,

"Làm sao chúng ta uống hết chai này."

"Không sao, mình mang về phòng, lai rai."

Đêm đã xuống hẳn. Những trụ đèn đường hai bên con lộ, qua khung kính như không có chân vì sương đục phủ dày trên mặt đất. Đường vắng, thỉnh thoảng một chiếc xe hơi trôi qua trong biển sương, tiếng động cơ bị chặn lại bên ngoài, sau lớp kính dày. Tiếp theo tấu khúc quen thuộc Fur Elise của Beethoven vừa chấm dứt, nhạc công chơi một nhạc phẩm của Lê Uyên Phương, người nhạc sĩ xuất thân từ vùng đất này. Toàn hỏi Thục Đoan,

"Em thích nhạc LUP không?"

"Thích."

"Tại sao?"

"Sự đam mê của tác giả cuốn người nghe vào khí hậu do ông ta tạo ra."

"Theo anh, LUP là người đầu tiên đẩy tình dục vào âm nhạc Việt. Đưa em xuống phố trưa nay, đang còn ngất ngất cơn say… , không phải say men rượu, đó là thứ men còn ngất ngất sau một trận tình. Anh nhớ mãi hình ảnh cặp vợ chồng này trên sân khấu vũ trường Đêm Màu Hồng. Phương tóc dài, mặt xương, râu mép đen nhánh, mắt nhắm, ôm đàn ngồi trên ghế cao, Lê Uyên áo dài tà ngắn, mắt xếch to tròn, tóc xõa, vươn cao cổ hát, giọng khàn đục, say đắm. Đèn mờ, sân khấu tối. Hình ảnh đẹp, nhuốm chút liêu trai. Tuổi trẻ, tình yêu, và những rung động của tâm hồn, những đắm say của thân xác cộng với tài năng đã làm nên những ca khúc, những âm điệu dị biệt, những ngôn ngữ mê đắm, ghi vào lòng giới trẻ một dấu ấn đậm sâu."

"Anh có vẻ yêu LUP."

"Anh may mắn quen biết cặp vợ chồng này, anh rất mến mộ Lộc, tên thật của Phương."

"Ngoài đời, anh ấy thế nào?"

"Trầm tĩnh, nhỏ nhẹ, dễ thương, hơi cô độc, ít bè bạn. Nhưng bên trong dáng vẻ ấy là những con sóng ngầm lúc nào cũng chực vùng thoát."

Họ ăn chậm, Thục Đoan chỉ uống một ly, rượu nhuộm hồng đôi má và khiến mắt nàng long lanh sáng.

"Em dễ thương quá.". Toàn âu yếm nói.

Thục Đoan bóp nhẹ tay Toàn đang đặt trên bàn,

"Mình về phòng đi anh, em hơi choáng váng."

"Chỉ một ly đã say rồi à?

"Em không uống được rượu, anh biết mà."

Toàn gọi người phục vụ tính tiền và dặn,

TẬP NHẠC · 1967-1969
LÊ UYÊN PHƯƠNG · KHI LOÀI THÚ XA NHAU

"Anh mang chai rượu này và hai chiếc cốc lên phòng tôi, phòng số..."

Họ về phòng bằng thang máy. Thục Đoan vào restroom tắm, thay đồ ngủ. Toàn ra đứng cạnh cửa sổ nhìn xuống khoảnh sân mù trong sương. Ngọn thông xanh gần mặt kính động nhẹ. Bên ngoài, hẳn có gió và lạnh. Người phục vụ bê khay nhôm có chai rượu uống dở và hai chiếc cốc lên, anh ta đặt khay lên bàn.

"Ông bà cần gì thêm?"

"Được rồi, cần, tôi sẽ gọi."

Toàn móc ví đưa anh ta ít tiền tip. Người phục vụ nói cảm ơn và rời khỏi phòng, khép cửa. Thục Đoan từ restroom bước ra, váy ngủ ngắn, ngực vun cao với hai đỉnh nhọn sau lớp vải mỏng, đôi chân trắng. Trông nàng ngon như ly kem dâu. Toàn đến nâng khuôn mặt nàng lên, nhìn sâu vào mắt,

"Anh yêu em.'"

"Anh..."

Toàn hôn Thục Đoan. Nụ hôn sâu. Nàng nói nhỏ,

"Anh tắm đi, nực nồng mùi rượu."

Toàn vào restroom. Mở nước đứng dưới vòi sen. Nước ấm làm Toàn tỉnh hẳn. Trở ra đến bàn vừa rót rượu vào ly vừa hỏi nàng,

"Em uống nữa không?"

"Thôi anh."

Toàn nhìn quanh. Phòng rộng vừa phải, bày biện nhẹ nhàng, mỹ thuật, hai ghế da màu mỡ gà nhỏ, lẳng hoa hồng trên mặt bàn thấp, tủ lạnh, tủ quần áo âm trong tường, trên đầu giường bức sơn dầu tĩnh vật vẽ theo phong cách cổ điển. Giường rộng, nệm dày phủ ra trắng. Toàn tắt chùm đèn trần, bật ngọn đèn ngủ sáng dịu trên bàn đêm, máy điều hòa chạy rì rào.

Màu rượu nâu đỏ trong ly mời gọi, Toàn ngửa cổ chiêu một ngụm nhỏ. Rượu ngon có khác, chát dịu. Dư vị đọng lâu trong miệng. Toàn nhìn Thục Đoan nằm thoải mái trên mặt nệm, chân co chân duỗi, váy ngủ tốc cao. Toàn đặt ly lên bàn, sà xuống nằm đè lên nàng, Thục Đoan vòng hai tay ôm Toàn, mùi thơm từ nàng làm Toàn ngây ngất. Vừa hôn Toàn vừa cởi chậm váy nàng, mở khăn tắm quấn quanh người vất sang bên, họ hoàn toàn khỏa thân. Thục Đoan đẹp quá, hai trái vú vừa phải, vun cao săn cứng, bụng phẳng, lỗ rốn sâu, hông nở, âm hộ vồng cao lông đen phơn phớt. Toàn rót vào tai nàng,

"Anh muốn uống rượu trên thân thể em."

"Là sao?"

"Là thế này."

Toàn với tay cầm chai rượu trên bàn, dùng ngón tay cái bịt miệng chai, nghiêng cho nhỏ giọt trên ngực Thục Đoan. Nàng dẩy nẩy,

"Á… chơi gì kỳ…"

Toàn cúi xuống liếm sạch lượng rượu chảy loang khắp hai gò ngực. Thục Đoan oằn người,

"Anh…."

Toàn tiếp tục rải rượu xuống bụng và liếm, xuống sâu hơn, trên vùng cao, ướt lông, liếm. Sâu hơn nữa… . Toàn miệt mài, Thục Đoan không ngừng giật nẩy, quằn quại, hai tay vò rối tóc Toàn, miệng rối rít,

"Anh ơi… Chết em…"

Chai rượu gần cạn, Toàn đặt trở lại bàn. Trườn lên, đi sâu vào nàng, ấm nóng, Toàn chuyển động đều nhịp.

"Thích không em?", tôi hỏi.

Nàng cắn mạnh vai tôi,

"Còn hỏi..."

Sau cuộc ân ái nồng cháy, Thục Đoan nằm gối đầu trên cánh tay Toàn thủ thỉ,

"Chúng mình sẽ mãi mãi bên nhau nghe anh."

"Nhất định thế."

Nàng nói bắt đầu tháng này nàng sẽ giới hạn tiêu pha, trích một phần ba lương tháng dành dụm để tương lai lo đám cưới. Nàng tiếp,

"Anh cũng thế, bớt nhậu nhẹt đi, vừa hại sức khỏe, vừa phí tiền."

Toàn ra điều thiểu não,

"Chưa gì em đã phong tỏa kỹ, khi làm vợ thực sự, chắc anh hết thở!"

Hình như Toàn đã ngủ được một giấc dài. Thục Đoan vẫn ngồi bên cạnh, nàng cười khi Toàn mở mắt, những hạt răng sáng ngời dưới ánh trăng, ngấn cổ cao chạy xuống hai vai trong lớp vải lụa óng mượt, mái tóc dài nhẹ bay, nàng ôm đầu Toàn ghì vào ngực,

"Anh ngủ như chết."

"Khuya lắm phải không em?"

"Khuya gì nữa, gần sáng."

"Anh ngủ lâu đến thế kia à?"

Thục Đoan hôn lên môi Toàn, nụ hôn mang hơi lạnh của sương đêm,

"Lạnh không?"

"Không, em ôm, ấm vô cùng."

"Đang mùa hè, nào phải nhờ em…"

"Có thể, nhưng anh vẫn muốn nghĩ, do em."

"Thôi đi cưng, giỏi nịnh."

Thục Đoan lại cúi xuống, nàng nhìn sâu vào mắt Toàn, tia nhìn khuất chìm trong màu trăng hư ảo. Một phần khuôn mặt Thục Đoan bị che khuất trong mái tóc dài phủ xuống, vành môi dày mọng ướt và đỉnh nhọn của một bầu ngực tắm màu trăng, dù được che bởi lớp vải áo nhưng Toàn như thấy màu nâu nhạt của núm vú vênh vểnh mời gọi. Toànghì siết tấm thân nhỏ nhắn,

"Yêu anh mãi nhé?"

"Dạ… . Nhưng thôi, anh về đi, trăng sắp lặn, không thấy đường đi đâu."

Toàn ngồi dậy, trăng khuyết sắp bị những cao ốc che lấp, không lâu nữa, bóng tối sẽ phủ trùm khu nghĩa địa, con đường đất dẫn vào thành phố cũng sẽ chìm trong đêm, muốn ra khỏi nơi này sẽ rất khó khăn, nhất là men rượu vẫn còn trong người. Thục Đoan lặp lại,

"Anh về nhé… Em đi đây…"

Nàng nhanh chóng nhạt nhòa trong màn sương. Vầng trăng khuất hẳn.

Toàn nhìn quanh, bóng tối dày đặc, chỉ nghe mơ hồ tiếng rì rào của tán lá trên cao. Một cánh dơi sà xuống, chao một vòng rộng trước khi chìm vào bóng tối, tiếng đập cánh, tiếng eng ét như tiếng lợn kêu xa dần, mất hút. Toàn lết vào phía trong tránh gió, ngả lưng tựa bệ thờ chờ đợi rạng đông. Chỉ lát nữa thôi, đêm sẽ rút, ngày sẽ lên. Toàn không muốn chạy xe trong địa hình mồ mả nhấp nhô khi đêm vẫn còn làm chủ, nhất định sẽ va đụng, té ngã, Toàn còn đủ tỉnh táo hiểu thế. Đang mùa hè, lạnh, nhưng cái lạnh chỉ se se, dễ chịu, Toàn nhắm mắt, mong ngủ thêm tí nữa.

Khi Toàn về đến nhà thì bóng tối đã lui hẳn. Toàn mở cửa, ánh sáng ùa vào. Như hầu hết mọi căn phòng của bọn đàn ông độc thân, giường ngủ đơn, tủ lạnh, bàn viết, vài chiếc ghế, tủ thấp, trên kệ tivi nhỏ. Phòng ở tầng sáu của cao ốc, nhìn xuống lòng đường không ngơi xe cộ và người. Từ ngày Thục Đoan ra đi, căn phòng trở nên lạnh lẽo. Khi thuê chỗ trọ này, Toàn đã tính trước, chỉ cách nơi làm việc một ngã tư, trưa Toàn về nghỉ, tiện. Toàn không thể quên trên chiếc giường kia Thục Đoan đã nằm, cánh tay Toàn thay gối, lọn tóc đen mềm che nửa khuôn mặt, đôi mắt khép, hơi thở đều. Nàng ngủ, tấm chăn mỏng phủ nửa phần thân thể. Sở làm của Thục Đoan cũng chỉ cách nơi này mươi phút xe, vì thế thay vì ở lại sở buổi trưa, chờ giờ làm buổi chiều như trước kia, nàng về, tranh thủ ngủ một giấc ngắn hoặc cùng Toàn tâm sự, nếu hứng, sinh hoạt ái tình. Tuy chưa cưới nhưng hai người đã xem nhau như vợ chồng. Tâm tư, quan điểm, sở thích, cả chuyện gối chăn, nhất nhất đều hòa hợp. Có vẻ như cặp uyên ương có mặt trên trần gian này để là của nhau. Họ yêu nhau, một tình yêu, cả hai đều nghĩ, sẽ không ai thay thế và lụn tàn. Thế mà nàng đã ra đi, Toàn hoàn toàn không ngờ. Thục Đoan ra đi, để lại một khoảng trống khó lấp đầy. Toàn sợ về căn phòng của mình nếu không đủ say để ngủ vùi. Toàn sợ khoảng trống bên cạnh trên chiếc giường quen. Toàn sợ giữa đêm thức giấc phải đối mặt với sự cô quạnh.

Toàn vào restroom, nhìn mặt mình trong gương, khuôn mặt xanh xao, hốc hác. Từ ngày mất Thục Đoan, Toàn bê tha, đêm nào cũng chìm trong men rượu. Đánh răng, rửa mặt, trở ra định thay đồ đi làm, nhưng thấy chóng mặt, Toàn ngã người xuống giường, mệt quá. Toàn nhấn phone gọi quản lý, xin nghỉ, lý do bệnh đột xuất.

"Tháng này chú nghỉ năm ngày rồi, lần này là lần cuối, nghỉ nữa, nghỉ luôn nhé."

Toàn nói "Vâng, tôi hiểu", và cúp máy, tự nhủ, nghỉ luôn cũng được, Toàn không tha thiết gì công việc hiện tại.

Toàn nằm, nghĩ nhiều chuyện, chủ yếu vẫn Thục Đoan, nhớ khuôn mặt, nụ cười, những lần ân ái mặn nồng… và, rơi vào giấc ngủ lúc nào không biết. Mấy hôm uống li bì, thêm thiếu ngủ, cơ thể đòi hỏi bù đắp có lẽ.

Toàn thức dậy trời đã xế chiều, ngồi một lúc cho tỉnh hẳn rồi thay quần áo xuống phố chạy lang thang, đói, ghé quán quen ăn qua quýt. Đi đâu bây giờ nhỉ? Thành phố lớn, nơi tiêu khiển, giải trí cũng nhiều, vũ trường, quán nhậu, phim ảnh, kịch nghệ… nhưng Toàn không thấy hứng thú bất cứ thứ gì. Toàn lại chạy xe vô định. Chả lẽ đến quán nhậu ven đê? Cơn say hôm qua chưa tan hẳn, Toàn mệt. Chợt nhớ quán cà phê của thiếu phụ, Toàn đến, lựa bàn trong góc, gọi ly cà phê đá. Cô chủ quán, vẫn trang phục khiêu khích, áo pull ngắn tay hở rốn, quần thun bó sát, vồng cao nơi nhạy cảm, mắt ướt tình, môi dày thoa son bóng, ngực vươn ra phía trước chọc vào mắt người nhìn. Quả thực cô chủ quán như miếng steak tươm mỡ thơm ngậy,

"Lạ nhỉ, sao hôm nay anh uống cà phê buổi chiều?"

"Hôm nay nghỉ làm."

"Không đi nhậu à?"

"Nhậu một mình không hứng."

Cô chủ quán ỡm ờ,

"Mời em đi."

"Đi chứ?"

"Đi."

"Vậy anh mời."

Cô chủ quán gọi cậu nhỏ căn dặn ra nhà sau bảo mẹ cô ta ra trông coi quán, cô đi công việc.

Bất ngờ. Đến quán này lâu, Toàn biết cô chủ quán chưa từng đi với ai, dù với ai cô cũng đẩy đưa nói cười đầy ẩn ý làm hầu hết đều nuôi hy vọng. Thế mà Toàn được chấm, dù chưa bao giờ Toàn tán tỉnh cô ta. Thánh nhân đãi kẻ khù khờ? Họ đến quán ven đê. Suốt đường đi, cô chủ quán ôm, ép người vào lưng Toàn, không khác những cặp tình nhân trẻ vẫn thường thấy. Toàn hỏi,

"Sao em bằng lòng đi nhậu với anh dễ dàng?'

"Vì anh không tán em."

"Lạ đấy nhé."

"Có người thích bún bò, có kẻ thích nem nướng… , khẩu vị mà, có gì lạ?"

"Em có lối so sánh không giống ai."

"Còn nhiều cái không giống ai nữa… ."

"Ví dụ?"

"Từ từ anh sẽ thấy."

Cô chủ quán uống bạo, nửa két ba mươi ba hai người đốn cạn. Hai má ửng hồng, mắt thêm long lanh, cô hỏi Toàn,

"Uống nữa chứ?"

"Chơi luôn."

"Chầu này em bao."

Họ tiếp tục. Càng uống, cô chủ quán càng tỏ lộ một nhân cách rất tay chơi, hào sảng, mạnh mẽ, lịch duyệt và… trí thức, điều này làm Toàn ngạc nhiên. Và khi nghe cô thao thao về tiểu thuyết Rừng Na Uy của nhà văn Nhật hiện đại Marakami Haruki, Toàn sửng sốt. Tiểu thuyết này Toàn đã đọc, báo chí, truyền thông không ngớt lời ca tụng kể từ khi sách ra đời, một ngàn chín trăm tám mươi bảy đến nay, là một trong mười cuốn sách được giới trẻ Nhật Bản và Hàn Quốc tìm đọc nhiều nhất với bốn triệu ấn bản đã được bán ra, và theo thống kê cứ bảy người Nhật thì có một người đã đọc Rừng Na Uy [(1)].

Toàn hỏi cô chủ quán nghĩ thế nào về cuốn sách, cô trả lời,

"Tác phẩm đề cập đến tình dục của giới trẻ một cách tự nhiên, như nhu cầu dinh dưỡng, đói ăn khát uống, và sự cùng quẫn, phi lý của đời sống khiến nhiều người trẻ tìm đến cái chết, một sự phản kháng lại sự xơ cứng máy móc của xã hội. Cuốn sách đã bộc lộ phần sâu kín của giới trẻ Nhật Bản nói riêng, Á Châu nói chung."

"Em có vẻ rành về văn chương."

"Em từng tốt nghiệp Đại học, khoa Văn."

"Ô!"

"Ngạc nhiên à?"

"Ngạc nhiên thật."

"Em tốp nghiệp Đại học, ra trường, lên Lâm Đồng dạy học, gặp và yêu một nhà văn. Lấy nhau được ba năm, có một con gái, bỗng anh ta bỏ em theo một học trò, anh ta cũng dạy học cùng trường với em. Đau, hận, bỏ dạy, em mang con về lại Sài Gòn, mở quán cà phê."

"Ông ta giờ thế nào? Em còn yêu?"

"Vẫn ở Lâm Đồng, nghe nói đã có con với cô học trò. Thời gian đầu em buồn lắm. Nhưng giờ thì hết rồi."

"Thật chứ?."

"Thời gian là liều thuốc hiệu nghiệm nhất để xóa quên. Người ta nói đúng. Vả, em dần nhận ra, anh ta chả ghê gớm như em tưởng. Ngày ấy em còn trẻ, tâm hồn còn ướt sũng mộng mơ."

Tuồng như cô chủ quán đã lâu không tâm sự, hôm nay được men rượu tạo hưng phấn, và Toàn, có lẽ trong mắt cô, phần nào được ưu ái, nên không giữ gìn, cô trút hết mọi chất chứa trong sâu thẳm tâm hồn.

Uống đến chai cuối cùng, Toàn đưa cô chủ quán về. Quán đã đóng cửa. Toàn cầm tay cô chủ quán, nói,

"Cảm ơn em."

"Sao lại cảm ơn?"

"Không nhờ em, anh chẳng biết phải làm gì cho hết tối nay."

Cô chủ quán vui vẻ,

"Vậy hôm nào như hôm nay, rủ em đi nhậu, em đáp ứng ngay."

Toàn lên xe, không quên nhắn nhủ,

"Vâng, anh sẽ nhớ lời em."

Về đến phòng, căn phòng lạnh lẽo nhưng Toàn đã say nên ngủ ngay.

(1) Tóm tắt nội dung Rừng Na Uy:

Watanabe Tōru, một chàng thanh niên ba mươi bảy tuổi vừa mới đặt chân tới Hamburg, Đức, bất chợt nghe được bài hát "Norwegian Wood" của Beatles, anh bỗng hồi tưởng lại mối tình đầu của mình với Naoko. Ký ức mang anh trở lại với những năm của thập kỷ một nghìn chín trăm sáu mươi, khi có quá nhiều sự việc xảy ra với cuộc sống của anh khi đó.

Tōru cùng với người bạn cùng lớp Kizuki, và bạn gái của Kizuki - Naoko là những người bạn thân thiết. Kizuki với Naoko là một đôi với nhau còn Tōru dường như rất hạnh phúc và ủng hộ cho mối tình của họ. Tình bạn này đã bị đứt gãy khi vụ tự tử của Kizuki xảy ra vào ngày sinh nhật lần thứ mười bảy của anh. Cái chết của Kizuki đã ảnh hưởng sâu đậm tới hai người bạn còn lại; Tōru luôn cảm thấy ảnh hưởng của cái chết ở mọi nơi còn Naoko thì thấy dường như mất một phần con người mình. Hai người sau này đã tìm đến nhau và cố gắng an ủi nhau, họ đã ngày càng thân nhau hơn và giữa họ đã nảy sinh tình cảm đôi lứa. Trong buổi tối ngày sinh nhật lần thứ hai mươi của Naoko, Cô đã cảm thấy bị thương tổn ghê gớm và rất cần sự an ủi, chia sẻ. Họ đã quan hệ tình dục với nhau tối hôm đó, và đây cũng là lần đầu của Naoko. Kể từ sau buổi tối đó, Naoko đã để lại cho Tōru một bức thư nói rằng cô cần phải đi xa một thời gian và cũng nghỉ học ở trường để tới nhà nghỉ Ami - một nơi ở kết hợp nơi điều trị thần kinh. Cô đã có một số vấn đề thần kinh không bình thường.

Tōru sau này đã kết bạn với Kobayashi Midori, một cô bạn cùng lớp. Cô có mọi thứ mà Naoko không có - sự cởi mở, tự tin, tràn đầy sức sống. Mặc dù anh vẫn yêu Naoko, Tōru vẫn bị Midori hấp dẫn và ngược lại, Midori cũng rất yêu quý Tōru, và tình bạn của họ ngày càng phát triển trong thời gian Naoko vắng mặt.

Tōru đã đến thăm Naoko tại nơi điều trị gần Kyoto. Ở đó, anh đã gặp Ishida Reiko, một bệnh nhân khác và là người theo dõi, chăm sóc Naoko. Trong chuyến thăm này và một vài chuyến thăm khác nữa, Reiko cùng với Naoko đã hé lộ thêm vài việc trong quá khứ của mình: Reiko nói về sự tìm kiếm của cô để xác nhận những vấn đề về giới tính còn Naoko nói về việc tự tử không báo trước của chị gái mình vài năm trước.

Tōru, khi quay trở lại Tokyo, vẫn tiếp tục mối quan hệ với Midori và vẫn không quên Naoko. Anh viết một bức thư cho Reiko, xin lời khuyên của cô về việc lựa chọn nên phát triển quan hệ tình cảm lâu dài với Naoko hay Midori. Anh không muốn làm tổn thương Naoko, nhưng anh cũng không muốn để tuột mất Midori. Reiko khuyên anh rằng, nếu bị Midori thu hút mạnh đến thế thì nên yêu hết mình cho dù tình yêu đó có thể phát triển tốt hoặc không, còn đừng nên nói chuyện đó với Naoko vì Tōru vẫn là nguồn sức mạnh lớn lao cho Naoko để cô an tâm chữa bệnh.

Sau này, Tōru đã nhận được một lá thư báo rằng Naoko đã tự kết liễu cuộc đời mình. Kết cục của điều đó là việc Tōru đi lang thang phiêu bạt khắp nước Nhật mà chẳng có mục đích nào cả, trong lòng luôn nhớ đến những kỷ niệm xưa giữa hai người, trong khi đó Midori không nhận được liên hệ nào với anh và không hiểu chuyện gì đã xảy ra. Một thời gian sau, khi đã nhận ra rằng, cái chết không phải là sự đối nghịch mà nó chính là một phần của sự sống, anh quay trở lại Tokyo, và khi đó Reiko tới thăm anh. Trước đây, sau cái chết của Naoko, Reiko đã viết rất nhiều bức thư nói với anh rằng cái chết đó không phải do lỗi của Tōru, không phải lỗi của ai cả, cũng giống như trời mưa không phải do ai. Với sự ủng hộ của chị, anh đã nhận ra rằng, giờ đây Midori là người quan trọng nhất trong cuộc đời anh. Tōru đã nói chuyện tình cảm của mình với Midori. Chuyện gì đã xảy ra tiếp theo tác phẩm không đề cập tới mà đã để một cái kết mở cho người đọc….

Lê Thánh Thư

Kể từ lần đầu cùng Toàn đi nhậu, Hạnh, tên cô chủ quán cà phê, trở thành bạn nhậu tâm đầu của Toàn. Hào sảng, lịch duyệt, có cá tính và am tường văn chương thi phú, Toàn thích nàng. Thích, như một người bạn, hơn thế, một người bạn có thể bày tỏ và chia sẻ nhiều chuyện, kể cả chuyện… gối chăn! Nghe có vẻ lạ nhưng đó là sự thật. Nhiều đêm hai đứa say ngất, Hạnh về phòng Toàn và quan hệ tình dục, sáng ra, vẫn giới hạn trong giao tình bạn bè. Bỗng một bữa, Hạnh hỏi Toàn,

"Hồi hôm đang trong cuộc, sao anh chảy nước mắt?"

Toàn nói với Hạnh,

"Anh cảm thấy có lỗi với Thục Đoan."

"Lỗi?"

"Lẽ ra anh không nên thế này, Thục Đoan mới mất chưa đầy ba tháng."

"Em bắt đầu yêu anh."

"Xạo quá cô nương."

"Em nói thật, em yêu anh."

Hai người vẫn bên nhau trên giường dù trời đã sáng. Hạnh chồm lên người Toàn, hai trái vú thỏng xuống cạ trên ngực mềm nhột, Hạnh ôm má Toàn,

"Nhìn thẳng vào mắt em đi."

Toàn nhìn, Hạnh cúi hôn. Áp chặt môi nàng lên môi Toàn, mùi rượu tối qua còn phảng phất. Nụ hôn kéo dài, một lúc nàng ngẩng lên, nhỏ giọng, dứt khoát,

"Em yêu anh."

Hạnh thả người sang bên,

"Nhưng anh đừng lo, em biết đâu là giới hạn, sẽ tuyệt đối không can thiệp vào đời tư của anh bây giờ và mãi mãi về sau."

Toàn xoay qua ôm Hạnh,

"Cảm ơn em, anh chưa thể yêu ai."

"Em biết."

Hạnh kéo tấm chăn sang bên, thân thể nàng phơi lộ trọn vẹn trên mặt nệm,

"Yêu em lần nữa đi, rồi mình đi ăn sáng, đến quán em mở cửa, uống cà phê."

Toàn nhìn thân thể không mảnh vải che của thiếu phụ phơi trên mặt nệm, hai trái vú mềm mịn, bụng phẳng, âm hộ no tròn, rậm lông, đẫm ướt, "miếng steak ngậy bơ", Toàn lại thoáng nghĩ. Khi sắp ra, Toàn hỏi nàng,

"Em có uống thuốc ngừa thai chứ?'

"Đừng lo. Em biết mà."

Toàn đưa Hạnh đến quán, Hạnh mở cửa, cậu nhỏ chạy bàn cũng vừa tới, xuống pha cà phê cho Toàn. Uống hết ly cà phê, Toàn đứng lên, nói với Hạnh ngồi sau quầy,

"Anh đi làm nhé."

"Dạ."

Chiều về, Toàn ghé quán rủ Hạnh đi ăn và lại đến quán nhậu ven đê, một thói quen trở thành quán tính.

Toàn và Hạnh chọn chiếc bàn ngoài cùng nhìn ra cánh đồng mênh mông. Đêm dần lên, trăng cũng ló dạng phía chân trời, trăng thượng tuần. Hạnh nói ăn mãi các món nhậu ớn quá, nàng gọi đĩa hạt điều. Hạnh kể về những năm sống ở Lâm Đồng, thị trấn nhỏ, thưa dân, êm đềm. Thời gian đầu, cuộc sống của Hạnh thật hạnh phúc, càng hạnh phúc hơn khi đứa con gái chào đời. Nhưng tai họa đến cùng sự xuất hiện của cô học trò, chồng cô nhanh chóng rơi vào vòng tay con bé, u mê, đắm đuối. Hạnh đau đớn, khổ sở, cố kéo chồng về lại nhưng vô ích. Cuối cùng, Hạnh hiểu ra, cái gì đã mất sẽ vĩnh viễn mất, không thể tìm lại, để cứu mình, phải can đảm, dứt khoát. Hạnh bế con trở lại thành phố. Mọi chuyện rồi cũng êm, khổ đau cũng nhạt nhòa, Hạnh dần biến thành con người khác, mạnh mẽ hơn, tự tại hơn và Hạnh ngộ ra, đừng đặt trọn niềm tin vào bất cứ đối tượng nào, bởi lẽ không bao giờ có sự tuyệt đối trên cõi trần này. Toàn nói với Hạnh về Thục Đoan, về tình yêu Toàn dành cho nàng, về căn bệnh quái ác đã đẩy nàng đi xa, đã để lại trong tim Toàn vết sẹo vô phương tẩy xóa.

Khuya, cả hai đã ngà say, Hạnh leo lên ngồi sau, ngả đầu vào lưng Toàn, ôm chặt. Toàn nói,

"Anh đưa em đến chỗ này."

"Chỗ nào?"

"Đến, sẽ biết."

Trăng thượng tuần đã lên tới đỉnh, vằng vặc. Toàn chạy xe vào con đường đất lồi lõm giữa chập chùng bia mộ, đến ngôi miếu, Toàn tắt máy xuống xe,

"Vào đây với anh."

Hạnh nhìn quanh, kêu lên thảng thốt,

"Trời, anh điên à. Đây là nghĩa địa."

"Thì nghĩa địa, đã sao?"

Thục Đoan vẫn mặc chiếc áo lụa phản chiếu ánh sáng lấp lánh, ngấn cổ dài, vùng ngực vừa phải vồng cao, nàng nhìn Hạnh, nói với Toàn,

"Cô ấy sợ."

Toàn cầm tay Thục Đoan, bàn tay lạnh như nước đá,

"Em có buồn anh không?"

"Anh hỏi lạ. Tại sao buồn?"

"Anh với Hạnh."

Thục Đoan vuốt má tôi, nàng cười, nụ cười bao dung,

"Em hiểu mà, anh còn trẻ, có nhu cầu. Em tự trách mình đã không thể, Hạnh thay em, lẽ ra em phải cảm ơn cô ấy."

Tiếng dơi đập cánh trên tàng lá rậm, ánh trăng soi rõ khung thờ phủ nhiễu đỏ trong lòng ngôi miếu. Hạnh ôm chặt Toàn, run giọng,

"Về đi anh…"

Trăng dần khuất vào dải mây, bóng tối loang nhanh. Gió mạnh, tàng lá rộng chuyển động xào xạc, những sợi rễ phụ đong đưa. Ngoài nghĩa địa những đốm sáng từ vài ngôi mộ bay lên, chập chờn. Tiếng chuột đuổi nhau trong ngôi miếu chí chóe, Hạnh càng ôm tôi chặt hơn,

"Anh… , về đi…", Hạnh nói như muốn khóc.

Thục Đoan bảo,

"Thôi, anh đưa cô ấy về đi…"

"Nhưng anh muốn trò chuyện với em, anh nhớ em…"

"Hôm khác… , anh xem, cô ấy tái xanh… , tội nghiệp, em đi đây…"

Thục Đoan nhanh chóng rời xa, thoáng chốc, nàng đã nhòa trong bóng đêm. Trăng ra khỏi dải mây, những đốm sáng xuyên qua tàng lá nhẹ chuyển dịch trên bậc thềm của ngôi miếu.

"Mình về nhé?"

Toàn khởi động máy, tiếng nổ nhẹ. Ánh sáng đèn phía

trước quét xuyên bóng tối, rơi trên những bia mộ thấp cao, Hạnh vội vã leo lên xe.

Tôi ra khỏi nghĩa địa, vào thành phố. Đêm đã khuya nhưng sự nhộn nhịp vẫn ở cường độ cao, tôi dừng xe trước ngã tư đèn đỏ, hỏi Hạnh,

"Em đói không. Mình xuống Đinh Tiên Hoàng ăn bún chả nhé?"

"Thôi về nhà đi, em không đói."

Đường phố vẫn nhộn nhịp nhưng xe cộ đã thưa, hai người về đến nhà chỉ mất ba mươi phút, nếu cũng lộ trình này mà nhằm giờ cao điểm, đi nhanh lắm cũng phải trên dưới một tiếng. Toàn mở cửa, bật đèn, nhìn đồng hồ treo tường, kém năm phút là mười hai giờ. Những hôm có Hạnh, căn phòng trở nên ấm cúng, có sinh khí, song nàng chỉ thỉnh thoảng đến với Toàn, như đêm nay, nàng còn mẹ và đứa con gái. Vả, ngay từ đầu, họ có chung thỏa ước, không xâm phạm vào đời tư của nhau. Hạnh đã qua một cuộc hôn nhân không như ý, nàng hiểu cái đổi màu của tình chồng nghĩa vợ, nàng quan niệm, để tránh khổ đau, cách tốt nhất là sống và hành xử độc lập, đừng để mình lệ thuộc và bị chi phối, chỉ huy bởi ai. Phần Toàn, hình ảnh của Thục Đoan còn quá sâu đậm, Toàn không thể yêu người nào nữa, ít nhất trong thời điểm này. Hạnh gọi điện thoại về nhà nói đêm nay sẽ không về cũng như thăm hỏi đứa con gái. "Con xin lỗi đã đánh thức mẹ giờ này." Hạnh nói câu cuối cùng trước khi đặt chiếc điện thoại lên bàn. Nàng quang sang Toàn,

"Em đi tắm."

Hạnh vào resrtoom. Toàn cũng theo nàng,

"Anh tắm với."

Nước mát lạnh xua phần nào men rượu khỏi cơ thể. Toàn

ra trước. Hạnh còn phải sấy tóc, thoa kem dưỡng da, cạo lông chân… , những việc linh tinh của đàn bà. Toàn mở nhẹ máy lạnh, chùi người dưới tấm chăn mỏng, nằm ngửa nhìn trần nhà. Thục Đoan lại trở về, nhớ có lần nàng nói,

"Quê em ven sông, mùa nước nổi nước dâng cao ngập vườn có khi cả nửa thước. Cá linh theo nước tràn vào, tha hồ vớt."

"Thích nhỉ."

"Em chỉ nghe nói."

"Em chưa về quê lần nào à?"

"Chưa. Thuở em còn nhỏ, năm nào ba mẹ cũng về, mang lên khi trái cây, khi khô mắm. Em lên sáu, ba cùng vợ bé vượt biên. Từ đó đến nay mẹ không về quê nữa, trừ một lần duy nhất, bà ngoại em mất."

"Ba em liên lạc với gia đình thường xuyên chứ?"

Giọng Thục Đoan buồn,

"Có, nhưng ít. Thường, mỗi năm chỉ một lần ngày cận Tết, ông gửi ít tiền cho em và Quyên sắm tết."

Toàn lãng sang chuyện khác, đó là vết thương sâu của mẹ con nàng. Toàn nhìn xuống đường, buổi trưa, nắng nóng, mùi xăng, mùi khói và tiếng động đinh tai. Toàn nói,

"Đã sống nhiều năm trong môi trường này anh vẫn muốn ngộp thở, mệt quá."

Thục Đoan nói không thích cái xô bồ bon chen của thành phố, nàng mơ có một ngôi nhà nhỏ giữa khu vườn đầy hoa hồng nhìn ra mặt hồ mù sương im sóng ở Đà Lạt, và Toàn cùng những đứa con. Toàn bẹo má nàng,

"Em bị sách vở đầu độc rồi, kiểu lãng mạng này các ông

văn sĩ thường vẽ ra."

"Chuyện bình thường mà."

"Nhưng không thực tế."

"Cho nên em mới mơ."

Hạnh từ phòng tắm đi ra, khăn lông trắng quấn quanh người, tóc vấn cao. Hạnh mở khăn rồi vắt nó lên thành giường, phô tấm thân mượt mà dưới ánh sáng dịu của ngọn đèn ngủ. Ngựcto nhưng săn cứng, mông nở, âm hộ no tròn, lông đen rậm cắt tỉa gọn ghẽ, Toànlại nghĩ đến lát steak tươm mỡ. Hạnh chuồi người vào chăn,

"Tắm xong khỏe hẳn ra."

"Hết say rồi chứ?"

"Hết ngay lúc còn trong nghĩa địa. Khiếp."

"Cái gì khiếp?"

"Thì cái nghĩa địa của anh…"

Hạnh xoay qua hỏi,

"Anh không sợ à?"

"Nhảm, sợ gì? Anh thích nhất chỗ ấy."

"Đầu óc anh có vấn đề rồi…"

Toàn cười thành tiếng, vén lọn tóc che vầng trán rộng của Hạnh, hít sâu mùi thơm của kem dưỡng da,

"Nơi nào trong cái thành phố rộng lớn này cũng ồn ào, xô bồ, chỉ nơi ấy là yên tĩnh. Anh cảm thấy rất thư giãn mỗi khi vào đó, nhất là đêm khuya, tuyệt vời."

Tất nhiên, Toàn không nói chỉ trong môi trường ấy Toàn mới dễ dàng gặp Thục Đoan, trò chuyện, âu yếm, ôm ấp nàng. Chỉ trong môi trường ấy, Toàn mới có dịp sống lại, với Thục

Đoan, những ngày tháng hạnh phúc mà mãi mãi sau này, Toàn biết, sẽ không thể nào có được nữa. Hạnh hỏi Toàn,

"Anh có tin còn một thế giới nữa, của những người đã chết?"

"Chưa bao giờ anh tự hỏi có hay không cái thế giới đó."

"Nếu tin anh sẽ sợ."

"Sợ gì? Giả dụ có một thế giới bên kia như em tin thì tại sao phải sợ?"

"Anh không nghe người ta nói…"

Toàn bật cười,

"Chuyện ma quỷ chứ gì. Anh hỏi em, từ ngàn xưa đến nay đã có ai thực sự nhìn thấy chưa hay chỉ nghe kể lại? Bây giờ ai cũng có phone với máy chụp hình độ phân giải cao, dễ dàng chụp ban đêm không cần đèn, sao không kẻ nào chụp một con ma phô ra cho thiên hạ xẹm chơi?"

Hạnh im lặng, đuối lý. Toàn quay nghiêng ôm nàng, hít sâu mùi sữa tắm quyện lẫn mùi da thịt, đùa,

"Thôi quên đi những con ma ngoài nghĩa địa, lạnh tanh, chả hứng thú tí nào, con ma này hấp dẫn hơn."

Hạnh lậtToàn nằm ngửa, leo lên ngồi xổm trên mặt,

"Hấp dẫn thì ăn đi."

Toàn nhìn lên, những vùng tối từ đèn ngủ làm khuôn mặt Thục Đoan hư hư thực thực, thân thể nàng như tráng đều một lớp sữa, hai trái vú săn, khoang bụng phẳng, Toàn đặt bàn tay lên vùng nhạy cảm, nàng dạng rộng chân cho Toàn thoải mái vuốt ve rồi vùi mười ngón tay vào tóc Toàn, kéo rịt,

"Ăn đi anh…"

Ngày đã lên cao, không kịp cùng đi ăn sáng, Toàn vội vã đưa Hạnh về. Đến quán, Toàn nói,

"Anh đi làm, trễ quá rồi."

Vòng xe lại, Toàn phóng nhanh đến sở. Thể nào gã quản lý cũng tặng Toàn một vài món điểm tâm, "Cậu nhìn đồng hồ xem, mấy giờ rồi.". "Dạ… xin lỗi, tôi bị kẹt xe…". "Còn lý do nào khác không, xài mãi lý do này cậu không thấy nhàm sao?". "Dạ… kẹt xe thật mà…". "Thôi đi, tôi rành quá cái thật của cậu."

Nhưng lần này không như Toàn tưởng, gã quản lý nhìn Toàn, mặt lạnh,

"Cậu lên văn phòng nhận lương tháng này và từ nay khỏi đến nữa. Tôi vừa báo với ban hành chánh, họ đã chuẩn bị."

"Thưa…"

Gã quản lý đưa tay ngăn lời Toàn sắp nói, xoay người đi nhanh. Toàn nhìn gã từ phía sau, chân ngắn, bụng mỡ, đầu hói, dáng đi chữ bát, gã mang hình ảnh một con cá thòi lòi. Toàn bật cười, dù vừa bị gã đấm một quả sái quai hàm!

Toàn lấy xe ra khỏi cổng sau khi lên văn phòng nhận cọc tiền cuối cùng. Toàn đã làm việc tại đây ngót ba năm, công việc tuy nhẹ nhàng nhưng không hợp khả năng, gây nhàm chán. Nhiều lần Toàn định nghỉ, một vài cơ sở hứa sẽ nhận chừng nào Toàn thôi nơi này. Lần lửa mãi Toàn vẫn chưa thực hiện ý định. Nhược điểm lớn nhất của Toàn là tính thiếu quyết đoán, nguyên nhân đưa đến bao nhiêu phiền hà trong suốt cuộc đời. Toàn quay nhìn lại nơi đã sáng sáng đến, ngồi suốt tám tiếng trên chiếc bàn rộng với mớ giấy tờ, chữ nghĩa vô cảm, trong căn phòng âm âm tiếng máy điều hòa, lòng Toàn không khỏi gợn lên một cảm giác chưa hẳn bùi ngùi nhưng cũng chưa hẳn dửng dưng. Dẫu gì cũng ba năm! Ba năm, không ít buồn vui. Cô đồng nghiệp cùng phòng vẫn bị Toàn "quấy rối tình dục" bằng những lời ỡm ờ đầy hậu ý, nhưng cô không lấy đó làm phiền, trái lại, có vẻ rất thích! Nếu nhan sắc của cô ta đừng khiêm nhường thái quá, có lẽ Toàn không… tha! Anh chàng phòng kế mặt đầy mụn, răng gập ghềnh như đường lên sơn cước, thấy gái là lấm lét, nói năng lắp bắp, phát tội. Ông kế toán già mắt luôn hấp háy sau hai vòng kiếng cận dày như hai đít chai. Chị lao công quét dọn chân thọt, có dáng đi mà một nhà văn, trong một truyện ngắn, từng đặt tên, "kiểu đi chấm phẩy". Cây kiền kiền cổ thụ bên ngoài cửa sổ phòng Toàn kia nữa, thỉnh thoảng lại rơi xuống những con sâu xanh to bằng ngón tay khiến những nữ đồng nghiệp thét lên kinh hoàng mỗi lần nhìn thấy… . Toàn định đến quán cho Hạnh biết sự cố rồi về phòng đánh một giấc. Quần quật suốt đêm qua, Toàn thèm ngủ. Chợt nhớ lâu quá không ghé thăm gia đình Thục Đoan. Toàn gọi điện thoại cho Quyên,

"Em đang ở đâu?"

"Dạ… Ở nhà. Lâu quá không gặp anh"

"Anh đến được chứ?"

"Tuyệt, mẹ em chắc vui lắm."

"Bác không ra chợ?"

"Đã, nhưng em sẽ báo, mẹ về ngay."

Ngoại ô không ngừng thay đổi. Con lộ dẫn đến nhà Thục Đoan như hẹp lại, nhiều ngôi nhà cao hai ba tầng đã mọc lên trên những bãi đất chỉ ba tháng trước còn um tùm cỏ dại. Cây ngô đồng chỗ ngã ba mùa này rậm lá, phủ rợp bóng râm một vòng rộng, che trọn ngôi quán nhỏ của bà chủ sồn sồn ốm tong teo. Quán bán tạp nham đủ thứ, nước ngọt, rượu đế, bia, thuốc lá, bánh kẹo, trái cây theo mùa, khô mực, lạc rang… Trước quán, năm ba chiếc ghế, hai bàn gỗ thấp lúc nào cũng có vài khách hàng lớn tuổi từ xóm gần đó ra ngồi tán dóc, nhâm nhi xị rượu với con khô mực hoặc đĩa lạc rang.

Quyên đứng ngoài mái hiên chạy nhanh đến khi Toàn vừa đậu xe, tắt máy. Cô bé dang rộng hai tay ôm Toàn, nói như reo,

"Em vui quá."

Toàn chưa kịp trả lời Quyên đã vù ra cổng, vừa đi như chạy vừa nói với lại,

"Anh trông nhà, em ra chợ cho mẹ hay, và mua ít thịt heo để trưa nay làm món anh thích."

"Món anh thích" là thịt ba rọi luộc cuốn bánh đa ướt với bún, rau thơm, chuối chát, khế và mắm tôm chua. Lâu nay cơm hàng cháo chợ, được một bữa khoái khẩu, Toàn chén quên thôi. Bà mẹ cười hiền,

"Phải chi bác ở gần, lo được cái ăn cái uống cho cháu."

Quyên nói,

"Mẹ khéo lo, dưới phố không thiếu thứ gì."

"Nhưng làm sao có không khí gia đình, ăn uống đâu chỉ duy nhất khẩu vị."

"Bác nói đúng, chẳng thích thú gì khi ngồi ăn một mình trong quán."

Toàn nhìn bà mẹ, nhận thấy so với lúc Thục Đoan còn sống, bà già hẳn, dù chỉ mới ba tháng. Tóc bạc hơn, má hóp, lưng còng, đi đứng chậm chạp. Mất mát quá lớn, bà suy sụp nhanh chóng. Người đàn bà này số phận luôn gắn liền với mọi bất ưng. Chồng bỏ theo vợ bé, một mình tần tảo nuôi con, để rồi khi trưởng thành nó cũng bỏ bà ra đi vĩnh viễn. Cầu mong đừng khổ đau nào nữa đến với bà trong tương lai, đôi vai gầy yếu kia làm sao gánh thêm những bất hạnh.

Quyên phụ mẹ thu dọn chén bát.

Toàn lại bàn thờ Thục Đoan thắp nén hương, nhìn chân dung nàng, Toàn không thể không rưng rưng. Trông nàng trẻ trung, phơi phới thế kia ai ngờ sẽ có ngày đành đoạn từ bỏ trần gian. Toàn nhớ lại ba tháng trước, cả tuần sau khi đưa Thục Đoan ra nghĩa trang, Toàn vẫn chưa tin nàng đã chết. Nhiều đêm trong giấc ngủ, Toàn quàng tay qua ôm nàng và choàng thức khi cánh tay rơi vào khoảng trống. Mãi hồi lâu, lúc hiểu nàng đã thực sự đã ra người thiên cổ, Toàn nằm bất động nhìn trần nhà, nước mắt ứa, lòng quặn thắt.

Bà mẹ nói,

"Trong nhà nóng, cháu ra sau vườn cho mát."

Toàn theo lời bà, đến ngồi đong đưa trên xích đu. Gió nhẹ, buổi trưa yên tĩnh không một tiếng động, những đóa hồng dọc hàng rào rực đỏ trong nắng trưa. Toàn nghĩ đến căn nhà ước mơ của Thục Đoan trên Đà Lạt, có hàng rào gỗ thấp sơn trắng vây quanh, có những đóa hồng mãn khai khoe sắc trong nắng mai, có đôi vợ chồng trẻ mỗi chiều ngồi trên xích đu sau vườn nhìn mặt trời khuất dần trong sương, bên kia rừng thông xanh thẳm lún dần, đẩy bóng tối lên. Và chắc chắn, cũng sẽ có những buổi sáng cùng thức dậy, ôm nhau nằm nướng trên giường, cùng nhìn qua khung kính mờ hơi nước, chia nhau công việc sẽ làm trong ngày. Chồng, cắt cỏ sân trước đã cao, trồng thêm bụi thanh long góc vườn, thay bóng đèn ngoài cổng. Vợ, đi chợ mua sườn non, móng heo, giò sống… nấu bánh canh. Căn nhà mơ ước, hạnh phúc viên mãn, Toàn nhắm mắt, Thục Đoan đến, nàng đặt bàn tay lên vai, âu yếm,

"Nhích sang bên, em ngồi với."

Tóc Thục Đoan bay, vướng vào má, hương thơm từ nàng đầy ngập khứu giác. Đôi mắt thăm thẳm, sóng mũi thẳng, môi dày mọng chín, hai đỉnh ngực nhọn rung rung sau lớp vải lụa, nàng không mặc nịt vú. Tôi cầm cánh tay no tròn phơn phớt lông tơ lên hôn. Nụ hôn di chuyển đến vòng cổ dài, xuống sâu. Toàn mở cúc áo, Thục Đoan ôm đầu tôi giữ lại,

"Anh…, mẹ về bây giờ…"

"Làm gì mẹ về giờ này… , cho anh hôn…"

"Thôi… anh…"

Tuy "thôi" nhưng nàng để yên cho tôi hành động. Chiếc cúc cuối cùng đã mở, nửa thân trên phơi trần, hai trái vú no tròn, núm hồng thẩm. Tôi cúi xuống ngậm một đầu vú, mềm ấm, tay xoa bóp vú còn lại, Thục Đoan thở hắt,

"Anh… đau em… nhẹ thôi…"

Nàng vò rối tóc Toàn, mặt ngước cao, hai mắt nhắm, môi hé mở.

"Anh Toàn ơi…"

Thục Đoan đẩy Toàn ra, nói nhỏ,

"Quyên gọi anh kìa… thôi… em đi"

Nàng kéo mặt Toàn vào sát, hôn lên môi, nụ hôn kéo dài. Toàn nhắm mắt. Một lúc lâu, khi mở bừng mắt ra, nàng đã đi.

"Anh Toàn ơi… , em nhờ tí…"

Tiếng Quyên từ trong nhà lại vọng ra, cảm giác mềm ngọt vẫn còn đọng trên môi, Toàn rời xích đu, đứng dậy,

"Gì thế Quyên?"

"Lấy giúp em cây chổi lông gà trên đầu tủ, cao quá em với không tới."

Toàn vào, với tay lấy cây chổi trao cho Quyên. Bà mẹ từ nhà trên đi xuống, hỏi Toàn,

"Cháu ở lại ăn cơm chiều chứ?"

"Cháu về bác ạ. Đường xa, trời tối…"

Quyên chiêu dụ,

"Ở lại đi, thưởng thức món thịt kho Tàu với dưa chua, canh thì là chả cá thác lác, ngon hết biết."

"Nghe em trộ anh đã ứa nước bọt… nhưng đành phụ lòng em."

Gần tắt nắng Toàn chào bà mẹ, ôm hôn lên trán cô bé, khởi động máy xe, trở lại thành phố. Toàn vào địa phận nội đô, đèn đường và các cửa hiệu đã sáng. Sự xô bồ, nhộn nhịp với hàng trăm tiếng động vẫn như mọi lúc, bất tận. Quán cà phê của Hạnh còn mở cửa. Hạnh ngồi sau quầy, thấy Toàn bước vào, nàng đứng dậy,

"Hôm nay muộn thế?"

"Mới từ nhà Thục Đoan về, anh ở đấy từ sáng, bị đuổi việc rồi."

"Thật chứ?"

"Thật."

Hạnh trở lại ghế ngồi,

"Nghĩ cho cùng cũng đúng thôi, nghỉ làm tùy tiện, lại đi trễ liên tục, hãng xưởng nào chịu cho thấu. Anh định thế nào?"

"Đi xin việc làm mới chứ sao."

Một trung niên vào quán, cao to, áo sơ mi trắng bỏ ngoài quần, tóc muối tiêu, ra dáng một doanh gia. Ông ta tía lia,

"Chào em, cà phê đen đá, bao ba con năm… , tối rồi vẫn còn nóng như thiêu… , cô em, sao không gắn máy lạnh?"

Người đàn ông chọn bàn góc quán, ngồi xuống, đưa tay mở cúc áo trên cùng,

"Nóng chịu không thấu."

Khách quen. Hạnh cười vui,

"Anh cho mượn tiền đi."

"Rẻ rề, cần gì mượn, cô em."

"Đâu chỉ mua cái máy lạnh là xong, phải chỉnh trang phòng ốc, lắp đặt cửa kính. Giá chót cũng vài chục "chai", em làm gì có nhiều tiền thế."

Người đàn ông nâng ly cà phê cậu chạy bàn vừa mang ra, uống một hơi dài gần cạn, nhìn Hạnh cười lẳng lơ,

"Anh sẽ cho mượn với điều kiện."

"Nói đi."

"Bằng lòng làm vợ anh. Khỏi mượn, anh sẽ sang cho em một cửa hàng ở trung tâm thành phố, sang trọng, bề thế."

"Ha... ha... , rồi anh nhanh chóng đứng đường, ngủ gầm cầu, vì hiền nội sẽ tống cổ anh ra khỏi cửa cấp kỳ."

Hai người đấu hót rôm rả. Hạnh thường nói với Toàn, chiều khách, lời qua tiếng lại vui vẻ cũng là cách khuyến mãi hiệu quả. Mất gì đâu, mình cứ thả thính nhử nhử, con mồi nào cũng muốn đớp. Khách đến uống cà phê thực chất là muốn thư giãn, gặp phải chủ quán lúc nào cũng khó đăm đăm, chán, đến một lần, cạch, một đi không trở lại, quán ế, dẹp tiệm.

"Em kinh nghiệm có thừa nhỉ..."

"Nghề dạy nghề mà anh."

Toàn uống cạn ly chanh đường, đứng dậy,

"Anh thăng đây."

"Lại nhậu?"

"Em đi không?"

"Mới tối qua, đi nữa, bà già cạo đầu bôi vôi."

Toàn cười,

"Thế thì bữa khác, gặp lại sau."

Toàn đến quán ven đê, mới đầu đêm nhưng đã đông khách. Tiếng ly tách chạm đụng, tiếng nói cười ồn ào. Rất may chỗ ngồi của Toàn vẫn còn trống. Toàn gọi chai bia và dĩa cơm phần. Dùng hết suất cơm, Toàn kêu thêm bia và đĩa mồi, thịt bò xào cần tây. Toàn uống chậm, cảm nhận vị ngọt của men bia qua thực quản chảy vào bao tử. Trước kia Toàn vẫn uống, nhưng uống vì vui bạn vui bè, vì thói quen thích không khí hàng quán, vì mê đấu hót linh tinh mọi chuyện trên trời dưới đất, Toàn không lưu tâm đến chất lượng rượu. Từ ba tháng nay Toàn chỉ uống một mình, uống chậm nên cảm được cái ngon, cũng có nghĩa Toàn bắt đầu... ghiền. Thật nguy. Toàn sợ ghiền bất cứ thứ gì, ghiền là tiền đề dẫn đến lệ thuộc, là đầu mối của khổ lụy. Nói theo kiểu nhà Phật, phải vô nhiễm, không yêu, không ghét, không ham muốn, không phụ rẫy, không thèm khát, không chán chê, không thương nhớ, không hận thù… . Hãy như đá, mặc mưa gió, nóng lạnh, vẫn trơ lì, sừng sững với ngoại cảnh và thời gian. Toàn phóng tầm mắt ra xa, cánh đồng chìm trong bóng tối, chỉ lờ mờ rặng cây bên trái dưới ánh sao trên bầu trời thăm thẳm. Bên phải, cao ốc thấp cao, vô số cửa sổ sáng đèn. Gần hơn, những hoa loa kèn trắng muốt trong vùng sáng của những bóng điện vây quanh quán, vươn ra từ bờ kinh, cạnh các chân cừ, nhẹ đưa trong gió cùng những trái bần xanh thẫm lấp ló giữa đám lá rậm.

Tuy uống chậm nhưng do ngồi lâu nên chai bia thứ bảy

cũng đã cạn. Đồng hồ gần mười hai giờ khuya, Toàn trả tiền, ra khỏi quán. Đêm nay không trăng nhưng Toàn muốn vào khu nghĩa địa. Toàn nhớ Thục Đoan, chỉ trong môi trường đó, Toàn mới dễ dàng gặp nàng. Toàn chạy xe vào con đường đất, mồ mả nhấp nhô lờ mờ, những rặng cây tối đen xào xạc, gió lớn. Buổi sáng nghe đài báo, bảy mươi phần trăm đêm sẽ có mưa. Vài năm trở lại đây, thời tiết thay đổi bất ngờ, người ta nói do ảnh hưởng ấm nóng của khí hậu toàn cầu, hậu quả đến từ khí thải công nghiệp. Đom đóm cũng nhiều hơn mọi hôm, khắp nơi trong nghĩa địa hàng nghìn đốm sáng lập lòe xa, gần, cao, thấp. Sẽ mưa, mặc. Có lẽ men rượu tạo thêm hưng phấn để Toàn không cưỡng nổi ước muốn gặp Thục Đoan. Đến ngôi miếu, Toàn dừng xe, tắt máy rồi vào ngồi trên thềm mái hiên, Thục Đoan đến ngay. Nàng mặc chiếc áo pull trắng cổ rộng, váy ngắn, mang giày Nike, trông nàng trẻ trung như thiếu nữ vừa vào tuổi dậy thì.

Toàn giang tay ôm Thục Đoan,

"Em đẹp quá."

"Bao giờ mà em chẳng đẹp."

"Đồng ý, nhưng hôm nay đẹp hơn và trẻ ra dễ chừng mười tuổi."

Nàng cười, tiếng cười vang xa,

"Nịnh quá đi cưng…"

Gió lớn hơn, tán lá rộng và rậm vật vã trên cao.Trời bỗng chùng thấp rồi mưa đổ xuống, Toàn thốt kêu,

"Chết thật…"

Thục Đoan theo Toàn chạy nhanh vào lòng miếu.

Một tiếng nổ thật lớn cùng lúc với tia chớp xé rách bầu trời, ánh sáng lóe lên soi tận bên trong ngôi miếu, gió tạt tấm nhiễu đỏ phủ khung thờ vén cao nhưng trở lại vị trí cũ ngay, Toàn không kịp thấy gì. Bóng tối lại phủ trùm, Thục Đoan ôm chầm lấy Toàn,

"Anh..."

Hơi lạnh từ nàng chuyền qua làm Toàn ngây ngây. Cổ áo rộng trễ xuống, vùng ngực mềm mịn. Không đừng được, Toàn dụi mặt vào khoảng trũng giữa hai trái vú, hít thật sâu mùi hương quyến rũ, Thục Đoan ôm đầu Toàn, thở mạnh,

"Anh... "

Toàn hối hả đẩy nàng nằm dài trước bệ thờ, kéo cổ áo xuống, hôn cuống quít khắp hai gò ngực, ngậm nút núm vú sưng mọng, môi Toàn bò xuống sâu hơn... sâu hơn... , Thục Đoan hổn hển,

"Anh ơi... Anh ơi..."

Mưa rào rào trên mái tôn, càng lúc càng nặng hạt. Những tiếng nổ và tia chớp thỉnh thoảng dội sáng thân thể Thục Đoan giờ gần như trần truồng trước trang thờ với bát lớn cắm đầy chân nhang và khung thờ phủ nhiễu đỏ. Khuôn mặt Thục Đoan trắng nhờ, đôi mắt thẳm sâu, mũi dọc dừa, môi dày. Sân trước bắt đầu ngập nước, nhưng Toàn biết sẽ không tràn được vào miếu vì bực thềm cao. Toàn vùi mặt vào vùng nhạy cảm, rà môi tìm hạt nốt ruồi quen thuộc, trong đầu Toàn vang vang hai câu thơ của Trần Mạnh Hảo đọc đã lâu, xin cho một chấm trong trời đất/để vịn qua đời anh với em. Hình như hai câu thơ này ông làm tặng người tình có nốt ruồi duyên trên mặt. Thục Đoan cũng có một nốt ruồi, nhưng trên vùng nhạy cảm, Toàn vẫn rà tìm và hôn mỗi lần cùng nàng ân ái. Toàn muốn làm tình với Thục Đoan đêm nay, khi đất trời mưa gió vật vã, trong ngôi miếu nhỏ, giữa lòng nghĩa địa... .

Dễ chừng đêm đã ngả hẳn về sáng, mưa cũng từ từ nhẹ hạt và dừng hẳn. Toàn đỡ Thục Đoan ngồi dậy, hai người tựa lưng vào trang thờ, hướng mắt ra bên ngoài. Những rễ phụ của tàng cổ thụ đong đưa, đom đóm lại túa ra từ những bụi cây chen giữa những ngôi mộ, Thục Đoan nói,

"Anh về đi, sắp sáng rồi."

"Anh không muốn xa em."

"Em luôn ở bên anh mà."

"Cho anh ngồi với em thêm tí nữa, về sẽ ngủ bù, anh không đi làm từ hôm nay."

Toàn nói với Thục Đoan đã bị đuổi việc, nhưng chưa muốn xin việc mới ngay, Toàn vẫn còn ít tiền, không nhiều nhưng cũng đủ sống vài tháng nếu không vung tay quá trán. Nàng nói đã biết, khuyên Toàn phải chấn chỉnh cuộc sống, không thể lềnh bềnh mãi, "anh còn trẻ, tương lai rất dài phía trước."

"Em như đống tàn tro, bây giờ còn vương sợi khói mỏng. Nhưng rồi tàn tro sẽ nguội lạnh, khói sẽ tắt. Thời gian sẽ xóa quên tất cả. Cái gì thuộc về dĩ vãng sẽ bị thời gian chôn lấp, không thể cưỡng, đó là quy luật vô thường bất biến. Anh cứ thế này, tuổi trẻ qua đi, mọi chuyện lỡ dở, muốn làm lại cũng không còn cơ hội và nhiệt huyết."

"Em nói đúng, anh sẽ chấn chỉnh."

*

Toàn gọi taxi chở ra phi trường, chuyến bay đến Nha Trang sẽ khởi hành đúng mười một giờ trưa nay. Hôm qua, cô em gái gọi cho Toàn nói, "anh về gấp, mẹ đau, mỗi ngày một nặng, nhỡ có bề gì, một mình em…". Lòng nóng như lửa nung, Toàn mua ngay vé máy bay hạng đặc biệt đi nhanh.

Hai năm rồi Toàn không về thăm gia đình, mãi sa đà những chuyện chỉ liên quan đến bản thân, Toàn lơ là với ruột thịt, tệ quá.

Phi cơ đã lên cao, vào tầng bình lưu. Toàn nhìn qua cửa sổ, mây trắng chập chùng.

Hình ảnh "mây trắng" trước mắt gợi nhớ bài thơ của Thôi Hiệu, Tản Đà dịch. Toàn hoàn toàn mù chữ Hán nên không nhớ nguyên tác, chỉ nhớ bản dịch của cụ Tản Đà mà theo đánh giá của hậu thế thì đây là bản dịch hay nhất còn truyền tụng đến bây giờ:

LẦU HOÀNG HẠC

Hạc vàng ai cưỡi đi đâu
Mà nay Hoàng Hạc riêng lầu còn trơ
Hạc vàng đi mất từ xưa
Ngàn năm mây trắng bây giờ còn bay
Hán Dương sông tạnh cây bày
Bãi xa Anh Vũ xanh đầy cỏ non
Quê hương khuất bóng hoàng hôn
Trên sông khói sóng cho buồn lòng ai.(1)

Nguyễn Bính cũng có những câu thơ tuyệt hay, nhắc đến "mây trắng":

Quê nhà xa lắc xa lơ đó
Ngoảnh lại tha hồ mây trắng bay.

Theo Toàn được biết thì "mây trắng" cũng là biểu tượng của quê nhà, nơi có mẹ già vò võ trông chồng, ngóng con biền biệt phương xa.

Mẹ Toàn đã ngoài sáu mươi. Ba Toàn cũng đã mất khi Toàn vừa qua khỏi tuổi vị thành niên. Toàn ra đời sau chiến tranh gần hai thập kỷ, ký ức Toàn có được về giai đoạn đó chỉ hoàn toàn qua sách vở, những tài liệu của hai phe tràn lan trên internet cũng như qua lời kể của lớp người lớn tuổi, liên quan mật thiết với "chế độ cũ", hay "nhà nước Cộng Hòa Xã Hội Chủ Nghĩa", nên độ chính xác Toàn nghĩ không cao, hận thù và thiên kiến vẫn còn rất nặng, dù đã gần nửa thế kỷ. Toàn hy vọng những nhà sử học sẽ khách quan hơn, nhìn và đánh giá chuẩn xác một giai đoạn lịch sử tắm đẫm máu và nước mắt. Chỉ e rằng, Toàn sẽ không được đọc những đánh giá đó, vì nhiều phần Toàn đã ra người thiên cổ! Có lẽ Việt Nam là một trong số ít quốc gia mà lịch sử, dù đã trải qua ngót năm mươi năm, vẫn không thống nhất tư duy để có được một cái nhìn độc lập, chính xác, phản ánh đúng sự thực như nó có.

Ngồi chưa nóng chỗ, tiếng loa phóng thanh đã oang oang, "vui lòng cài dây an toàn, phi cơ sắp hạ cánh…".

Toàn ra khỏi gate, đón taxi về nơi ngụ cư của gia đình từ mấy mươi năm nay. Ngang qua tháp bà Po Nagar, Toàn nhìn thấy du khách và dân địa phương tụ tập rất đông, Toàn hỏi anh tài xế,

"Hôm nay lễ Bà?"

"Vâng"

Toàn biết lễ hội này từ những ngày còn bé, rất náo nhiệt. Ngày nay để thu hút khách du lịch, người ta đã nâng cấp với nhiều tiết mục múa hát tế lễ quy mô hơn, cùng những vũ điệu cầu đảo đặc sắc. Theo quảng cáo của Sở Thông Tin Du Lịch thì lễ hội này được phục dựng đúng nguyên mẫu của người xưa, nhưng Toàn đoán người ta nói thế cho thêm phần hấp dẫn, thực chất phần lớn các tiết mục đang có bây giờ được dàn dựng với quy mô và biên đạo bài bản cùng kỹ thuật hiện đại do các nghệ nhân gốc Chăm thực hiện. Dù thế nào thì đây cũng là hạng mục khá hấp dẫn của thành phố du lịch này. Lễ hội diễn ra từ ngày hai mươi mốt đến ngày hai mươi ba tháng ba âm lịch hàng năm.

Theo nhiều nguồn tài liệu Toàn đọc được, thì tháp Chàm ở Nha Trang thờ Nữ vương Po Nagar – còn gọi là Yan Pu Nagara, Po Ino Nagar hay Bà Đen (người Việt gọi là Thiên Y Thánh Mẫu Ana) - là vị nữ thần được tạo nên bởi áng mây trời và bọt biển, người tạo dựng ra trái đất, sản sinh gỗ quý, cây cối và lúa gạo. Bà có chín mươi bảy đức ông chồng, trong đó chỉ một mình Po Yan Amo là người có uy quyền và được tôn trọng hơn cả. Bà có ba mươi tám người con gái, tất cả đều hóa thân thành nữ thần, trong đó có ba người được người Chăm chọn làm thần bảo vệ đất đai và thờ phụng cho tới ngày nay: Po Nagar Dara, nữ thần Kauthara (Khánh Hòa); Po Rarai Anaih, nữ thần Panduranga (Ninh Thuận) và Po Bia Tikuk, nữ thần Manthit (Phan Thiết).

Về kiến trúc, cũng theo tài liệu thì khởi thủy ngôi tháp cất bằng gỗ được Prithi Indravarman cho xây dựng lại bằng vật liệu cứng tại Aya Tră (Nha Trang), trên một ngọn đồi cao cạnh cửa sông Cái (Xóm Bóng), để thờ tượng nữ thần Bhagavati (bằng vàng). Năm 774, quân Nam Đảo (Java, Indonesia) vào cướp phá. Đền Po Nagar, bị quân Nam Đảo phá hủy, sau đó được Satyavarman dựng lại bằng gạch, năm 784 thì hoàn thành và tồn tại cho tới ngày nay dù đã bị hủy hoại một phần đáng kể. Sau này, quốc vương Harivarman I và con trai ông là Vikrantavarman III có thể đã lần lượt xây dựng thêm năm tháp nữa.

Những cấu trúc xây dựng còn sót lại có niên đại sớm nhất, theo Trần Kỳ Phương là Mandapa, dường nó đã được xây dựng vào thời gian nào đó không xác định được, trước khi có câu khắc trên bia vào năm tám trăm mười bảy, có nói tới. Trần Kỳ Phương cho rằng tháp nhỏ ở phía Tây Bắc có niên đại khoảng thế kỷ X, và ngôi tháp chính có niên đại khoảng thế kỷ XI.

Tổng thể kiến trúc của Po Nagar gồm ba tầng, đi từ dưới lên trên.

Tầng thấp: ngang mặt đất bằng là ngôi tháp cổng mà nay không còn nữa. Từ đấy có những bậc thang bằng đá dẫn lên tầng giữa.

Tầng giữa: nơi đây hiện chỉ còn hai dãy cột chính bằng gạch hình bát giác, mỗi bên năm cột, mỗi cột có đường kính hơn một mét, cao hơn ba mét. Ở hai bên các dãy cột lớn có mười hai cột nhỏ và thấp hơn, tất cả lại nằm trên một nền bằng gạch cao hơn một mét. Dựa vào cấu trúc này, người ta cho rằng, đây vốn là một tòa nhà rộng lớn có mái ngói, là nơi để khách hành hương nghỉ giải lao và sắm sửa lễ vật trước khi lên dâng cúng ở các điện bên trên. Từ tầng giữa này, lại có một dãy bậc thang bằng gạch dốc hơn dẫn lên tầng trên cùng.

Tầng trên cùng: là nơi các tháp được xây dựng, ngay trước mặt ngôi tháp chính. Những bậc thang này từ lâu đã không hề được sử dụng. Bậc thang bằng đá ong ta thấy hiện nay ở phía Nam tháp Bà rộng lớn hơn được xây vào thập niên một nghìn chín trăm sáu mươi do nhu cầu du lịch gia tăng.

Ở tầng trên, có hai dãy tháp được bao quanh bởi bốn bức tường đá mà nay chỉ còn lưu lại tường phía Tây và Nam mà thôi. Dãy tháp phía trước có ba ngôi, và dãy phía sau vốn có dấu vết của ba ngôi tháp khác, thế nhưng nay chỉ còn một, chúng chạy song song với nhau. Cả bốn tháp còn lại được xây dựng theo kiểu tháp của người Chăm, gạch xây khít mạch, không nhìn thấy chất kết dính. Lòng tháp rỗng tới đỉnh, cửa tháp quay về hướng Đông. Mặt ngoài thân tháp có nhiều gờ, trụ, đầu. Trên đỉnh các trụ, thường đặt gạch trang trí hoa văn hình vòm tháp, trông như chiếc tháp nhỏ đặt lên một tháp lớn. Trên thân tháp còn có nhiều tượng và phù điêu bằng đất nung, trong đó có hình Po Nagar, thần Tenexa, các tiên nữ, các loài thú: nai, ngỗng vàng, sư tử… .

Tháp thờ chính ở dãy trước khá lớn và cao khoảng hai mươi ba mét, là tháp Po Nagar, mà ta hay gọi là tháp Bà. Nguyên thủy chính là tháp thờ thần Parvati, vợ của Shiva. Tháp chính thờ thần Po Nagar (Umar), vợ của thần Siva. Tháp Bà xây bốn tầng, mỗi tầng đều có cửa, tượng thần và hình thú bằng đá, ở bốn góc có bốn tháp nhỏ. Bên trong là tượng nữ thần (cao hai mét sáu mươi) tạc bằng đá hoa cương màu đen (trước đó là gỗ trầm hương, và xa hơn nữa là bằng vàng) ngồi trên bệ đá uy nghiêm hình đài sen, lưng tựa phiến đá lớn hình lá bồ đề. Đây là một kiệt tác về điêu khắc Chămpa, là sự kết hợp hài hòa giữa kỹ thuật tượng tròn và chạm nổi. Người Pháp đã lấy mất đầu tượng, nay chỉ còn đầu tượng bằng xi măng vẽ mặt. Rải rác quanh di tích còn có một số tượng người, tượng thú... . Trên đỉnh tháp có tượng thần Shiva cưỡi ngưu thần Nandin, và các tượng linh vật như chim thiên nga, dê, voi… vv… . Mặt ngoài tường tháp được trang trí bởi những điêu khắc vào đá như hình vũ công, người chèo thuyền, xay gạo hay đi săn với cung tên. Cửa chính ở phía Đông dẫn vào một tiền sảnh, ở hai bên cửa có hai trụ đá được khắc truyền ký, đỡ một phiến đá hình thuẫn có khắc hình nữ thần Durga đang múa giữa hai nhạc công. Bên trong tháp tối và lạnh. Cuối tháp có một bệ thờ bằng đá bên dưới tượng Bà Po Nagar với mười cánh tay. Hai bàn tay dưới đặt trên hai đầu gối, các bàn tay khác thì cầm những vật dụng như đoản kiếm, mũi tên, chùy và cây lao ở bên phải và chuông, đĩa, cung, tù và ở bên trái.

Các tháp khác thờ: thần Siva (một trong ba vị thần tối cao của Ấn Độ giáo), thần Sanhaka, thần Ganeca (theo truyền thuyết là con trai thần Siva). Bên cạnh tháp chính về phía nam khoảng hai mươi mét là một ngôi tháp khác nhỏ và ít trang trí điêu khắc hơn, cao chừng mười hai mét, có thể là tháp thờ thần Shiva. Cách tháp này cũng về hướng nam là một tháp còn nhỏ hơn. Bên trong tháp không có bệ thờ mà chỉ có một linga (thạch trụ), và đây là tháp thờ thần Ganesa, thân người đầu voi, con của Shiva. Nhiều tác giả cho rằng linga là linh tượng có hình thù dương vật tượng trưng cho Shiva, dựa theo sự diễn dịch của phương Tây, thiên về tính dục. Thực ra, linga tiêu biểu là một trụ đá thấp có ba phần khác nhau tượng trưng cho ba linh thể: phần dưới là hình vuông tượng trưng cho Brahma, phần giữa hình bát giác tượng trưng cho Vishnu, và phần trên cùng hình tròn tượng trưng cho Rudra (hay còn gọi là Shiva). Vì thế, gọi là "linh thạch trụ" thì thích hợp hơn.

Ở dãy tháp phía sau có một ngôi tháp, tương đối ít hư hại nhất ở mạn Bắc, với mái dài hình yên ngựa. Kiểu mái này chỉ thấy bắt đầu ở những tháp vùng Đồ Bàn - Vijaya (Bình Định ngày nay) sau khi kinh đô được dời xuống từ Mỹ Sơn, Trà Kiệu ở thế kỷ XI. Ở tường, có những hình điêu khắc như thần điểu Garuda, sư tử, các tiên nữ Apsara, rắn thần Naga. Chính dưới nền của tháp này trong khi tu sửa đầu thế kỷ XX, thực dân Pháp đã khám phá và lấy mất một kho tàng được cất giấu gồm những vật cúng dường bằng vàng và bạc.

Ngày nay, hai tháp khác ở phía tây nam đã bị phá hủy. Sự phân bố này làm cho người ta có sự so sánh thú vị với các tháp gạch ở Lolei, gần Angkor Wat tại Campuchia, đã được xây dựng vào thế kỷ VIII.

Nhóm tháp Chàm được xây dựng và tu bổ qua nhiều thời kỳ từ thế kỷ VII đến thế kỷ XII. Tháp Bà có thể do quốc vương Hoàn Vương Quốc là Harivarman I xây dựng vào khoảng những năm 813-817. Trải qua mưa nắng của thời gian, tháp bị hư hại. Thời Pháp thuộc, trường Viễn Đông Bác Cổ đã tổ chức tu sửa: dùng gạch xây lại nhiều phần và đắp một số tượng lên thân tháp. Trong thời kỳ chiến tranh, nhiều hiện vật bị mất cắp.

Tháp Bà còn lưu lại nhiều bia ký cổ nhất của người

Chăm. Bergaigne, một nhà khảo cổ học người Pháp đã liệt kê các bia ký theo thời gian như sau:

Nhóm A: Trên bia đá hình lục giác, do vua Satyavarman dựng năm bảy trăm tám mươi mốt ghi chuyện tháp bị giặc biển đốt phá năm bảy trăm bảy mươi tư, việc xây dựng tượng thần Sri Satya Mukhalinga vào năm bảy trăm tám mươi tư.

Nhóm B: Do vua Vikrantavarman III ghi lại công lao xây dựng của các tiên vương.

Nhóm C và nhóm D: Do vua Vikrantavarman II ghi các lễ vật dâng cúng chư thần.

Nhóm E: Ghi việc vua Indravarman II dựng pho tượng Bhagavati (tức Po Nagar) bằng vàng vào năm chín trăm mười tám; pho tượng này về sau bị người Khmer xâm lăng cướp đi, và đã được thay thế bằng tượng bằng đá vào năm chín trăm sáu mươi lăm.

Bia đá ở hai bên cửa của tháp chính ghi việc cúng ruộng và dân công nô lệ cho nữ thần. Bia ở phía Nam của tháp chính ghi việc vua Jaya Harivarman I ca tụng thần Yang Po Nagar vào năm một nghìn một trăm bảy mươi tám. Bia ở phía Bắc tháp chính ghi việc dựng đền thờ thần Bhagavati Matrilingesvara vào năm một nghìn hai trăm năm mươi sáu. Ngoài ra còn bia đá dựng năm một nghìn không trăm năm mươi của vua Paramesvaravarman I ghi việc tái lập tượng Bà, việc dâng cúng ruộng đất và nô lệ đủ sắc tộc: người Campa (Chăm), Kvir (Khmer), Lov (Tàu), Pukan (Mã), Syam (Xiêm) vv... . Bia của vua Rudravarman III (Chế Củ) dựng năm một nghìn không trăm sáu mươi tư ghi việc xây cổng tháp rất tốn kém, và liệt kê những cống phẩm quý giá. Bia năm một nghìn một trăm bốn mươi ba ghi lời xưng tụng Bà. Bia năm một nghìn một trăm sáu mươi lăm của vua Indravarman IV ghi việc dâng cúng một kim mão cho nữ thần Bhagavati Kauthareśvati (Dựa vào lời ghi này có thể tạm dịch là "Đức thánh mẫu vùng Kauthara" và so sánh với các bia khác, có thể đoán là người Chăm chỉ thờ thần Parvati như Thánh Mẫu của từng địa phương; ví dụ ở Phú Yên và Ninh Thuận cũng có tháp thờ Thánh Mẫu của vùng đó, chứ chưa hẳn là ở mức độ toàn xứ Chiêm Thành). Các bia sau cùng ở thế kỷ thứ XIII hay XIV tiếp tục ghi những vật dâng cúng Bhagavati.

(1) *HOÀNG HẠC LÂU*

Tích nhân dĩ thừa Hoàng Hạc khứ
Thử địa không dư Hoàng Hạc lâu
Hoàng Hạc nhất khứ bất phục phản
Bạch vân thiên tải không du du
Tình xuyên lịch lịch Hán Dương thụ
Phương thảo thê thê Anh Vũ châu
Nhật mộ hương quan hà xứ thị
Yên ba giang thượng sử nhân sầu

(Thôi Hiệu)

Dịch Nghĩa:

LẦU HOÀNG HẠC

Người xưa đã cưỡi hạc vàng bay đi mất rồi
Lầu hạc vàng còn trơ lại đây
Hạc vàng một khi đã bay đi, không trở lại nữa
Mây trắng nghìn thu lởn vởn hoài ...
Mặt sông, lúc trời tạnh, phản chiếu cây cối Hán Dương rõ mồn một
Cỏ thơm trên bãi Anh Vũ mơn mởn xanh tươi
Trời tối rồi đâu là quê hương mình
Trên sông khói tỏa, sóng gợn, khiến người sinh buồn.

Xe qua cầu Xóm Bóng, chạy thêm nửa cây số, rẽ trái, nhà Toàn nằm gần như lẻ loi giữa khu vườn rộng, nhìn ra bờ biển có cồn cát chạy dài ngút mắt và mặt biển xanh thẳm mênh mông.

Trong trí nhớ Toàn, ngôi nhà xây cất theo kiểu xưa, mái hiên có lan can thấp, sàn lát gạch đỏ. Chả biết cơ ngơi này có từ bao giờ, theo lời kể của mẹ Toàn, chỉ nghe nói lại, nó có từ thuở vùng này còn hoang vắng, thưa thớt người ở, điện chưa về đến, bãi biển hoang vu, không được khai thác như bây giờ.

Bây giờ, Toàn ngỡ ngàng, chỉ vài năm không về, cảnh quang khác hẳn. Khu resort mọc lên dọc bờ biển, uy nghi, bề thế, cây xanh tươi mát, phòng ốc tiện nghi, hiện đại, hồ tắm nước ngọt xanh trong, tiếp viên trẻ đẹp, vận đồng phục váy ngắn xanh nhạt, áo sơ mi trắng ngực trái thêu logo resort, thắt cà vạt xanh, khách du lịch đông, gồm nhiều quốc tịch.

Ngôi nhà của mẹ ngày trước to lớn, khang trang nhưng bây giờ sao trông cũ kỹ, nhỏ bé đến tội nghiệp.

Toàn đẩy cánh cổng gỗ xiêu vẹo đi vào sân, bước lên bậc thềm hiên. Mẹ Toàn đang ngồi trước bàn máy may, mái tóc muối tiêu búi cao, cặp kính lão xệ xuống nửa sống mũi, bà đang chăm chú vào đường máy chạy. Tiếng máy xè xè khiến bà không nghe bước chân của Toàn đến sát sau lưng, Toàn gọi lớn,

"Mẹ."

Bà giật mình quay lại,

"Ồ, Toàn."

"Mẹ bệnh, con Tâm nói…"

Mẹ Toàn tắt máy, đứng dậy, bà nhìn Toàn từ đầu đến chân, nụ cười nở trên môi,

'Lâu không thấy con về, mẹ nhớ, bảo con Tâm gọi…"

"Thế mẹ không bệnh à?"

Nụ cười vẫn chưa tắt,

"Bệnh gì đâu."

Toàn trách,

"Mẹ thiệt tình… Ba hôm nay con mất ngủ, ruột nóng như lửa đốt."

"Mẹ xin lỗi, tại nhớ con quá… . Thôi, cất vali vào buồng của con, từ ngày con đi, phòng vẫn bỏ trống, đồ đạc vẫn nguyên. Mẹ ra chợ, con muốn ăn gì, bún cá ngừ nhé? Mẹ nhớ ngày trước con thích món này lắm."

Toàn nhủ thầm, mẹ vẫn khỏe, tốt rồi. Toàn đang thất nghiệp, nhân dịp này ở chơi với gia đình một thời gian rồi trở lại Sài Gòn xin việc mới. Khí hậu ở đây tương đối còn trong lành, Toàn cần nghỉ dưỡng hầu lấy lại cân bằng cho tâm thân. Sáu năm ở thành phố đông đúc xô bồ đó, cộng thêm cái chết của Thục Đoan, Toàn thấy tinh thần mình không ổn, thể xác cũng suy sụp, hậu quả của bia rượu triền miên. Thục Đoan nói đúng, Toàn phải chấn chỉnh lại cuộc sống trước khi quá trễ. Toàn không quên lời Thục Đoan, "Em như đống tàn tro, còn vương sợi khói mỏng. Tàn tro rồi sẽ nguội lạnh, khói sẽ tắt.", Toàn còn tương lai dài phía trước, không thể vùi thân vào một bóng hình đã mục rã dưới lớp đất sâu. Toàn phải đứng dậy. Người ta không thể sống mãi với quá khứ. Thời gian sẽ xóa quên cái cần xóa. Nỗi đau nào rồi cũng qua, vết thương nào rồi cũng kéo da non, và lành.

Mẹ hỏi lại,

"Bún cá ngừ nhé?"

Toàn trả lời mẹ,

"Tuyệt, lâu lắm rồi con chưa được ăn lại món này… ,

Tâm đâu mẹ?"

"Nó đi học, chắc sắp về, thấy con, nó vui phải biết."

Trong bữa ăn, mẹ Toàn hỏi công việc làm và nơi ăn chốn ở củaToàn, dù qua điện thoại mẹ vẫn cập nhật mọi tin tức. Trong mắt mẹ, hắn Toàn còn nhỏ dại, ăn chưa no lo chưa tới. Bà mẹ nào cũng thế, những đứa con dù đã trưởng thành, đã vợ chồng con đàn cháu đống, thế nhưng mẹ vẫn luôn nghĩ chúng chưa đủ sức để chống trả với đời nếu không có mẹ bên cạnh. Mẹ Toàn cũng không ngoại lệ, bà nói giá như Toàn ở gần để bà có cơ hội lo cho Toàn. Dĩ nhiên, Toàn không cho bà biết đã bị đuổi việc, chỉ nói vừa nghỉ làm chỗ cũ, đang định nhận việc mới thì được tin mẹ bệnh Toàn về ngay,

"Cũng tốt thôi , sẵn dịp này con sẽ thoải mái ở nhà thời gian dài với gia đình", Toàn nói.

Con Tâm reo lên,

"Thích quá. Anh ở lâu, em sẽ giới thiệu một chị bạn rất dễ thương cho anh."

Mẹ nói,

"Phải đấy, kiếm ai kha khá mai mối cho anh con, nó có vợ mẹ mới yên lòng."

"Thôi đi cô, làm như tôi đui què mẻ sứt, không tự tìm được, phải nhờ đến cô."

"Ai không biết anh đào hoa, nhưng chị bạn em hết sẩy, bảo đảm anh gặp mê liền."

Tâm đang học năm cuối Trung học, nó dự tính sang năm sẽ thi vào Đại Học Nha Trang, và chọn một trong hai chuyên ngành, nuôi trồng thủy sản hoặc ngoại ngữ.

Tâm nói với Toàn, lưu loát, có vẻ như con bé đã suy nghĩ kỹ,

"Em chọn một trong hai ngành này, vì thứ nhất, tuy gia đình mình không ai làm nghề đánh bắt thủy sản nhưng đây là nơi gắn bó với công việc trên, ra trường dễ có việc làm. Riêng ngành du lịch đang phát triển mạnh dọc duyên hải, nhất là thành phố Nha Trang, rất cần nhân viên lưu loát ngoại ngữ để phục vụ du khách quốc tế. Thứ hai, em sẽ làm việc tại địa phương, không xa gia đình, có điều kiện chăm sóc mẹ."

Toàn không nhìn em, nói,

"Nghe cũng hữu lý đấy."

"Chắc em chọn phân khoa ngoại ngữ, em thích ngành du lịch, sau này có nhiều cơ hội ra nước ngoài."

Mẹ hỏi,

"Con định ở nhà bao lâu?"

"Con chưa biết, chắc một hai tháng."

Buổi tối, cơm nước xong, Toàn xuống bãi biển, đi dọc triền cát, vượt qua khu Resort sáng đèn khoảng một trăm mét, đến ngọn đồi thấp ngày nhỏ Toàn cùng lũ bạn trang lứa thường đến. Nơi này có những mỏm đá chồm ra biển, đứng trên nhìn xuống nước trong xanh thấy đáy, không sâu lắm, chỉ quá đầu người, với những cụm rong mọc từ những kẽ đá màu xanh thẫm đong đưa nhè nhẹ theo sóng, và từng bầy sứa trôi vật vờ, có con trong suốt, có con màu xanh nhạt hay hồng đào, có con tròn như trái cầu lông tua tủa gai, loại này bọn trẻ con rất sợ, đụng phải ngứa, gãi muốn điên. Toàn chọn một mỏm đá ngồi nhìn ra biển, mặt nước phản chiếu ánh đèn từ khu Resort lấp lánh, ngoài xa, rải rác những đốm sáng của các thuyền câu gần bờ. Gió lồng lộng, rất mát. Toàn hít sâu không khí trong lành bao lâu nay không được tiếp cận, Thục Đoan dựa đầu vào vai, nhìn theo hướng của Toàn,

"Đêm ở đây yên bình quá phải không anh?"

"Nếu không vì áo cơm anh sẽ về sống ở đây, chẳng nơi nào bằng quê nhà."

"Em hiểu, ấn tượng có được từ tuổi thơ luôn khắc đậm trong tiềm thức, nó sẽ sống dậy bất cứ lúc nào khi có cơ hội. Một ví dụ dễ thấy nhất là những món ăn đặc thù địa phương. Người Huế chả hạn, dù xa quê hương ngay từ ấu thơ, nhưng sống ở đâu trên hành tinh này, những món ăn như bún bò Huế, bánh bèo, bánh bột lọc nhưn tôm thịt, bánh lá… sẽ là món khoái khẩu nhất. Dân Quảng Nam thì mì Quảng, cá nục kho tiêu mặn quắn lưỡi, bánh tráng nhúng cuốn thịt heo ba rọi, chuối chát, khế chua chấm mắm cái. Dân miền Nam có canh chua, cá lóc nướng trui..."

"Em nói đúng, có những chuyện tưởng chỉ thoáng qua, ngờ đâu nó nằm im, phục kích, để rồi bùng dậy vào lúc không ngờ nhất. Năm lên bốn, anh nghịch ngợm leo lên bục bếp cao, sẩy chân té ngã xuống sàn gạch, bụng cấn vào đôn ghế thấp, đau tắt thở, tưởng chết. Sau này anh bị tai nạn giao thông, một xe gắn máy húc vào bụng, đau cũng muốn tắt thở, trước khi ngất, trong đầu anh rõ một một hình ảnh cậu bé con, là anh, năm lên bốn, ôm bụng quằn quại."

Thục Đoan cười,

"Thế anh có ấn tượng nào về em?"

"Không phải ấn tượng mà là ám ảnh."

"Nói như thiệt."

"Không tin à?"

"Không."

Toàn cúi ngậm một núm vú, nút mạnh,

"Lúc nào anh cũng bị ám ảnh bởi hình ảnh đang bú vú em."

"Chỉ bú vú thôi ư?'

Toàn trườn xuống,

Thục Đoan cười rinh rich. Nàng vòng tay ôm đầu Toàn. Nàng vẫn lạnh như mọi khi, nhưng hơi lạnh không làm Toàn khó chịu, trái lại nó cho cảm giác gây gây khó tả. Toànngước lên nhìn đôi mắt thăm thẳm, sóng mũi thon, đôi môi mọng, khuôn ngực phập phồng, cánh tay tròn, bàn tay ngón thuôn đặt hờ hững trên đùi duỗi thẳng… . Ánh đèn từ khu Resort chiếu tới, tuy yếu nhưng lại làm hình ảnh Thục Đoan lung linh, như muốn hòa lẫn vào bóng đêm. Ký ức Toàn quay về bãi biển Vũng Tàu ngày nào, Thục Đoan nằm gối đầu trên đùi Toàn, ngước mặt, ánh trăng tắm đẫm khuôn mặt nàng một màu sữa mịn, nàng nói,

"Hôn em..."

Toàn cúi xuống ngậm trọn đôi môi dày, nút, Thục Đoan ưỡn người, hai tay quàng quanh cổ Toàn vít xuống, Toàn cũng ôm siết tấm thân nóng hổi, luồn một tay vào áo, xoa bóp hai bầu vú, xe xe núm vú căng mọng, Toàn nói nhỏ vào tai Thục Đoan,

"Anh muốn yêu em…"

"Ngay bây giờ?"

Toàn gật đầu, lặp lại,

"Ngay bây giờ, em yêu."

"Không được đâu anh, nhỡ có ai thấy…"

Nhưng mặc kệ, Toàn vén váy, kéo xì líp sang bên, vùng trũng đẫm ướt, phập phồng, gò mu lớn rậm lông trong lòng bàn tay ôm không trọn, Toàn trườn xuống vùi miệng vào giữa hai mép môi, luồn lưỡi vào sâu, ngọ ngoạy.

Thục Đoan rít lên,

"Anh ơi…"

Toàn lật nàng nằm trên, từ dưới, đi sâu vào nàng… . Có lẽ không bao giờ nữa trong đời, Toàn có được sự rung động tận cùng, từ thể xác đến tâm hồn như đêm ấy, giữa đất trời lồng lộng, sóng biển rì rào, trăng non sáng lung linh.

Trên mỏm đá cao, nơi ngày nhỏ bọn trẻ con thường nhảy xuống vùng nước bên dưới một bóng người xuất hiện từ bao giờ. Mỏm đá cách chỗ Toàn ngồi không xa, khoảng trăm mét, nên Toàn thấy, dù không rõ mặt nhưng đoán là một thiếu nữ, mái tóc dài bay trong gió, bộ quần áo ngủ màu sáng nổi bật giữa bầu trời không mây, chi chít sao. Thiếu nữ đứng bất động hồi lâu, hai vai rung rung, hình như đang khóc. Bỗng thật bất ngờ, thiếu nữ lao mình xuống mặt biển thẳm đen. Theo phản xạ, Toàn đứng bật dậy, nhảy qua những mỏm đá, lao theo hướng thiếu nữ vừa trầm mình, nước chỗ này không sâu lắm nên Toàn thấy cô đang vẫy vùng rồi nhanh chóng chìm. Toàn phóng tới, xốc nách, kéo vào bờ rồi vác thiếu nữ trên vai, chạy về hướng khu Resort.

Toàn đặt tấm thân sũng nước ấy nằm dài trên mặt sàn khu tiếp tân, hổn hển nói với người đàn ông vừa chạy tới mà tôi đoán là quản lý khu Resort.

"Gọi ngay xe cấp cứu…"

Chỉ năm phút sau, xe hụ còi đỗ ngay trước phòng tiếp tân, hai y tá nhảy xuống mang theo cáng, thiếu nữ nhanh chóng được đưa vào xe sau khi có y tá sơ cứu, chụp mặt nạ oxy vào mũi miệng. Cô ta vẫn còn thở. Toàn nhìn khuôn mặt tái xanh, đôi mắt khép, y phục dán sát vào thân thể bất động mảnh khảnh, nhan sắc trung bình, thứ nhan sắc tôi vẫn gặp hàng ngày ở mọi nơi, không gây ấn tượng.

Y tá hỏi,

"Ai là thân nhân của người này."

Toàn ấp úng,

"Tôi..."

"Anh theo chúng tôi."

Toàn lên xe ngồi cạnh băng ca. Chiếc xe quay đầu, tiếp tục hụ còi chạy nhanh về hướng thành phố, thiếu nữ được đưa vào phòng cấp cứu, tôi ngồi ngoài phòng chờ. Nhìn quanh, người đông, tiếng ho, tiếng khạc nhổ, tiếng rên, tiếng trẻ con khóc, tiếng nói chuyện, thậm chí có cả tiếng cãi vã giữa những bệnh nhân với nhau. Căn phòng như góc chợ, không khí nồng mùi thuốc diệt trùng, ngột ngạt. Toàn ra ngoài hành lang, vào khoảng vườn nhỏ lọt giữa hai dãy phòng dài, ngồi xuống băng ghế xi măng, hít thật sâu chút oxy mà Toàn nghĩ còn tương đối sạch rồi hồi tưởng sự cố, tự hỏi lý do nào khiến thiếu nữ trầm mình, và tại sao dân vùng biển mà lại không biết bơi, một hiện tượng hiếm thấy ở địa phương này.

Khoảng một tiếng sau, thiếu nữ được chuyển vào phòng hồi sức. Bác sĩ đã rút nước ra khỏi cơ thể và tiếp nước biển, nạn nhân đã qua cơn nguy kịch.

Một y tá nói với tôi,

"Anh có thể về. Ngày mai đến nhớ mang theo tiền viện phí."

Và đồng thời cho biết số phòng thiếu nữ sẽ được đưa xuống. Toàn nói không quen biết thiếu nữ, chỉ vì thấy cô ấy quyên sinh, nên cứu vậy thôi.

"Chà... , chúng tôi sẽ hỏi khi cô ta tỉnh lại."

Ra khỏi bệnh viện, Toàn đón xe ôm về nhà, câu hỏi tại sao thiếu nữ tìm đến cái chết vẫn luẩn quẩn trong đầu.

Sáng hôm sau, Toàn đến bệnh viện, phòng hành chánh cho biết đã hỏi nhưng thiếu nữ vừa khóc vừa kể mới đến đây non một tuần, chẳng có thân thích, tiền bạc lại hết, nơi cư ngụ cũng không.

Toàn thở dài, xui thật, khi không ách giữa đàng mang vào cổ, nhưng lỡ rồi, đành vậy. Toàn hỏi, trả tiền viện phí rồi xuống phòng thiếu nữ. Cô ta nằm thiêm thiếp trên chiếc giường sắt cạnh cửa sổ, thân thể gầy nhom dán sát mặt nệm, nghe tiếng chân, cô mở mắt nhìn Toàn vẻ dò hỏi, Toàn vội nói ngay Toàn chính là người đã cứu cô và cũng cho biết đã trả tiền viện phí, cô cứ an tâm nằm tĩnh dưỡng, khỏe, ra viện, Toàn sẽ giúp cô về quê. Toàn hỏi,

"Cô ở đâu?'

Thiếu nữ bỗng trào nước mắt,

"Cảm ơn anh, nhưng em không về đâu."

Toàn nói,

"Ở đây cô chẳng có họ hàng thân thích, không về, sống làm sao?"

"Em… em…"

Thiếu nữ định nói gì đó nhưng rồi lại im, bật khóc thành tiếng, nghẹn ngào, tức tưởi khiến Toàn hoang mang. Đợi cơn khóc dịu xuống, Toàn hỏi lại,

"Cô ở đâu?"

"Dạ…. Bắc Ninh."

Toàn buộc miệng,

"A, quê hương Quan Họ."

Sau hai ngày, Ngọc, tên thiếu nữ, xuất viện, Toàn đưa Ngọc về nhà. Trước đó, Toàn đã trình bày hoàn cảnh của cô cho mẹ và Tâm rõ, cả hai vui vẻ cho Ngọc tá túc, đợi ngày về quê. Nhẩn nha, Toàn hỏi Ngọc lý do đến thành phố này, Ngọc ứa nước mắt, thở dài.

*

Chiếc xe gắn máy đang chạy bỗng hục hặc rồi tắt máy. Ngọc đẩy xe vào lề, đang lúng túng không biết phải xử lý cách nào thì một thanh niên ngồi trong quán nước nhỏ gần hè đường, dưới tàng bóng mát rộng của cây ngô đồng, đứng dậy, tiến về phía Ngọc. Người thanh niên dong dỏng cao, có khuôn mặt chữ điền cương nghị, và đôi mắt to dưới hai chân mày rậm, vận áo pull có hàng chữ bằng tiếng Anh trước ngực, Love My màu trắng nổi bật trên nền xanh thẫm, chữ O thay bằng trái tim hồng đỏm dáng và quần jean bạc màu. Với dáng vẻ này, chàng trai toát ra sự trẻ trung, năng động,

"Xe cô có vấn đề?"

Giọng Nam, Ngọc nghĩ ngay, anh chàng này chắc chắn không phải dân địa phương.

"Vâng, tự nhiên nó tắt máy."

Chàng trai cười,

"Không tự nhiên đâu, phải có lý do chứ."

Rất thành thạo, chàng trai lật yên xe lên, tìm trong ngăn chứa dụng cụ chìa khóa mở bugi, ngồi xổm cạnh máy, nhanh nhẹn mở bugi ra đưa lên cao săm soi, lục tìm miếng giấy nhám chà, thổi, lắp bugi vào vị trí cũ, khởi động máy. Tiếng nổ nhẹ đều, chàng trai nhìn Ngọc hỏi,

"Cô thường đổ xăng lề đường phải không?'

"Vâng..."

"Hèn gì! Bọn này hay pha thêm dầu hôi để tăng thu nhập, bugi mau bẩn. Từ bây giờ, cô chịu khó đến trạm xăng, nhé."

"Vâng… , cảm ơn anh."

Họ quen nhau. Ngay từ đầu Ngọc đã bị chàng trai hớp hồn. Với phong thái chững chạc, hơi giang hồ nhưng rất tự tại và lịch lãm, Ngọc chưa từng gặp một anh con trai nào ở vùng này sánh được.

"Anh không sống ở đây?"

"Tôi ở Nha Trang, đang học ngành Du Lịch, nhân nghỉ hè, tôi giang hồ để tích lũy thêm kiến thức. Tôi đến đây mong tìm hiểu thêm về xứ sở Quan Họ, Ngọc hướng dẫn giúp tôi nhé?"

"Vâng… "

"Hên quá, tôi đang không biết phải nhờ ai."

"Mùa này đang đúng vào dịp lễ hội, Ngọc sẽ đưa anh đến xem lễ trên hồ Nguyên Phi Ỷ Lan, đông vui lắm."

Đông thật và vui thật. Hồ nằm giữa trung tâm thành phố tỉnh Bắc Ninh, chung quanh là cây xanh rợp bóng, giữa hồ là một tòa nhà được thiết kế theo lối đình chùa Việt Nam, hai mái, ngói đỏ, bốn góc uốn cong, tọa lạc trên mặt bằng cao hơn mặt nước chừng một mét, vuông vức giữa hồ, có cầu nối từ bờ ra. Một thuyền nhỏ trang trí đầu rồng được chèo bởi một nam nhân vận quần áo xưa, trên thuyền, vài ca nữ và ban nhạc dân gian. Họ ăn mặc đúng bài bản, gái áo dài nâu, yếm đỏ, thắt lưng xanh, nón quai thao cầm tay, đầu đội khăn mỏ quạ. Trai áo dài the, khăn đóng với nhạc cụ dân tộc, đờn cò, nhị, trống cơm… . Tiếng trống, đờn và giọng hát trong vút, véo von, ẻo lả lướt bay trên mặt hồ im sóng. Chung quanh hồ, cả trên tòa nhà giữa hồ, rất đông khán giả đủ mọi tuổi tác đứng xem, tán thán sôi nổi.

Ngót ba tháng hè, chàng trai, qua hướng dẫn của Ngọc đã viếng hầu hết các danh thắng của Bắc Ninh, thủ phủ xứ

Kinh Bắc xưa kia. Những chùa chiền cổ như chùa Dâu, chùa Phật Tích, chùa Cổ Lũng, đình làng Đình Bảng, đền thờ vua Hùng, Thánh Gióng, Lạc Long Quân, Âu Cơ, Trọng Thủy, My Châu, làng nghề Đông Hồ, làng gốm Phú Lãng… , vùng đất nào ở đây cũng ít nhiều dính kết đến lịch sử, huyền thoại, giai thoại của dân tộc Việt. Chàng trai và Ngọc nhanh chóng trở thành tình nhân của nhau, Ngọc nói với Phúc, tên của người thanh niên,

"Em đang học ngoại ngữ tại Làng Đại Học II của tỉnh, ra trường dễ kiếm việc làm vì vùng này đang phát triển thành khu du lịch trọng điểm, chắc chắn sẽ thu hút rất nhiều du khách trong ngoài. Hướng dẫn viên du lịch tất nhiên cần có ngoại ngữ."

"Tuyệt quá, ra trường, anh sẽ xin ba mẹ ít vốn ra đây lập công ty du lịch, em sẽ là quản lý, điều hành, phân bổ nhân viên. Chúng mình hợp tác chắc chắn sẽ thành công."

Phúc nói với lợi thế gia đình thuộc hàng "đại gia", việc kinh doanh của Phúc sau này sẽ được ba mẹ hỗ trợ, thuận lợi vô cùng. Ngọc nghĩ ơn trên đã quá ưu ái cho Ngọc gặp một người yêu từ vật chất đến tinh thần đều trên cả mức như ý.

Trong một buổi trưa viếng cảnh chùa Cổ Lũng, Ngọc đã trao thân cho Phúc ở khu rừng sau chùa, giữa lồng lộng trời không mây trên cao, giữa trùng điệp cây xanh bao quanh và gió mơn man da thịt, gió luồn trong tóc, gió thổi lạnh hai bầu vú thanh xuân, gió len lỏi vào vùng nhạy cảm ri rỉ vệt máu trinh. Sau lần ấy và nhiều lần nữa ở mọi nơi, Ngọc luôn nghĩ nàng là một nửa của Phúc, từ thời điểm ấy và mãi mãi về sau, đến răng long đầu bạc.

Ngọc đưa Phúc thăm viếng hầu như tất cả mọi di tích, thắng cảnh mà Ngọc từng biết, từng đi. Nơi nào cũng ghi vào trái tim nhạy cảm của Ngọc những dấu khắc sâu. Làm sao quên được những buổi sáng thức dậy trong vòng tay rắn chắc của Phúc, nhìn tấm thân cường tráng no đầy sinh lực, nhìn lồng ngực nở, nhìn khoang bụng cuồn cuộn múi thịt, nhìn… , Ngọc bò xuống, nâng niu, hôn đắm đuối… , Phúc mở mắt, kéo Ngọc lên, lùa lưỡi vào miệng người tình tìm lưỡi, nút, và… . Làm sao quên được, cũng như thế, hàng trăm lần, mọi nơi đã đến suốt ba tháng.

Hè kết thúc, Phúc phải về nhập học, Ngọc bịn rịn chia tay với người yêu. Phúc nói sẽ thưa với bố mẹ ra hỏi cưới Ngọc. Trong căn phòng khách sạn có ánh sáng đèn ngủ dịu nhẹ, giữa tiếng nhạc thính phòng nổi trôi bềnh bồng, Phúc ôm Ngọc, tấm thân hâm hấp nóng, hôn đắm đuối khắp cùng, môi, trán, khuôn ngực và âm hộ vồng cao phơn phớt lông mịn, Phúc rót vào tai Ngọc,

"Anh yêu cưng lắm, cưng biết không?"

"Em cũng thế."

"Nói đi, nói mình ơi, vợ yêu mình."

"Mình ơi, vợ yêu mình."

"Chồng yêu vợ hơn… , nè, chồng chứng minh nè…"

Phúc trườn lên đi sâu vào Ngọc và hối hả chuyển động. Tiếng nhóp nhép của hai bộ phận sinh dục đẫm ướt, tiếng thở hổn hển, tiếng tán thán khoái lạc, Ngọc như mê đi, hạnh phúc quá. Ngọc ôm siết người tình, ưỡn lên, giúp Phúc vào sâu hơn nữa, kim đâm vô thịt thì đau, thịt đâm vô thịt nhớ nhau trọn đời, Ngọc nhớ câu ca dao ngày trước đã nghe, phải không chồng tương lai của em, nhớ nhau trọn đời?

Sáng hôm sau, Phúc lên xe trở về Nha Trang, Phúc nói với Ngọc hãy giữ liên lạc hàng ngày bằng điện thoại, vừa nhìn thấy mặt vừa nghe tiếng nói của nhau.

Nửa tháng đầu, Ngọc thực thi đúng lời Phúc muốn, nhưng dần thưa bớt vì Phúc không bắt điện thoại. Cùng thời gian này, Ngọc tắt kinh, mua que thử, dính thai. Sợ hãi, Ngọc gọi điện thoại dồn dập, kể cả nhắn tin liên miên, nói rõ "tai nạn". Nhưng bóng chim tăm cá. Càng lúc, Ngọc càng hoảng loạn. Có sự cố không may gì chăng cho Phúc? Cuối cùng không chịu nỗi âu lo, Ngọc trốn nhà mua vé xe đò vào Nha Trang tìm Phúc. Tới Đại Học, nơi Phúc bảo đang là sinh viên khoa Du lịch, hỏi, không có ai tên Trần Nguyên Phúc. Đến địa chỉ nhà Phúc cho, chỉ là một căn phố nhỏ bán tạp hóa, không phải dinh thự cao ba tầng, chiếm một góc phố như Phúc mô tả, cũng chẳng ai rõ Trần Nguyên Phúc là tên cha căng chú kiết nào! Ngọc biết mình đã bị lừa, lý trí cho Ngọc hiểu thế nhưng trái tim lại chối từ điều ấy. Không lẽ nào. Ngọc nhớ những danh lam thắng cảnh hai người cùng thưởng ngoạn, nhớ những hội hè hai người cùng tham dự, nhớ những phút giây bên nhau, trong nhau. Ngọc nhớ khuôn mặt Phúc đê mê, nhớ ánh mắt đắm say dưới hai hàng chân mày đậm, nhớ tiếng Phúc nồng nàn "Anh yêu cưng lắm, cưng biết không?". Lẽ nào… .Suốt gần một tuần, Ngọc lang thang khắp thành phố xa lạ, mong sẽ tìm thấy Phúc. Những đồng bạc cuối cùng đã cạn. Buổi tối, ra đứng trên mỏm đá cao ngoài bãi biển, thấy mọi con đường dẫn tới tương lai đã khép. Trở lại quê nhà ư? Không được, ăn nói với gia đình thế nào đây về cái thai? Ở lại chốn này? Càng không, xứ lạ quê người, tiền bạc chẳng có, lấy gì sống? Ngọc tuyệt vọng… .

*

Mẹ Toàn nói,

"Con ở đây với bác và em Tâm, phụ bác làm thức ăn nhanh bỏ mối cho các hàng quán trong thành phố, cũng tốt, bác đang cần người phụ."

Từ lúc Toàn chưa vào Nam, mẹ chỉ có một nghề duy nhất là chế biến thức ăn nhanh như bánh ít trần, xôi gấc, xôi bắp, xôi đậu xanh, bánh bột lọc nhân tôm thịt… cho các hàng quán trong thành phố. Cái nghề đã giúp mẹ thay ba gánh vác kinh tế gia đình, lo choToàn và Tâm tiếp tục học hành. Mỗi chiều, mẹ ra chợ lấy thực phẩm đã đặt trước, mang về sơ chế, sáng ba giờ thức dậy nấu, gói, đến bảy giờ thì các quán, nhà hàng… cho người đến lấy. Công việc lúc đầu khá vất vả, nhưng làm lâu, quen việc, nhẹ dần.

Nghe mẹ Toàn nói, Ngọc mừng lắm, cảm ơn luôn miệng, hứa sẽ phụ mẹ hết mình. Toàn thở phào nhẹ nhõm, vừa mừng mẹ đỡ cực nhọc, vừa an tâm khi thấy Ngọc có lối thoát tốt. Tâm cũng vui, nhà có thêm người, bớt trống vắng khi Toàn đi làm xa.

Mẹ chu đáo gọi thợ đến làm thêm một phòng trong chu vi phòng khách vốn rộng, chung vách với phòng Tâm, cho Ngọc và con sau này.

Toàn ở chơi với gia đình thêm nửa tháng rồi trở lại Sài Gòn.

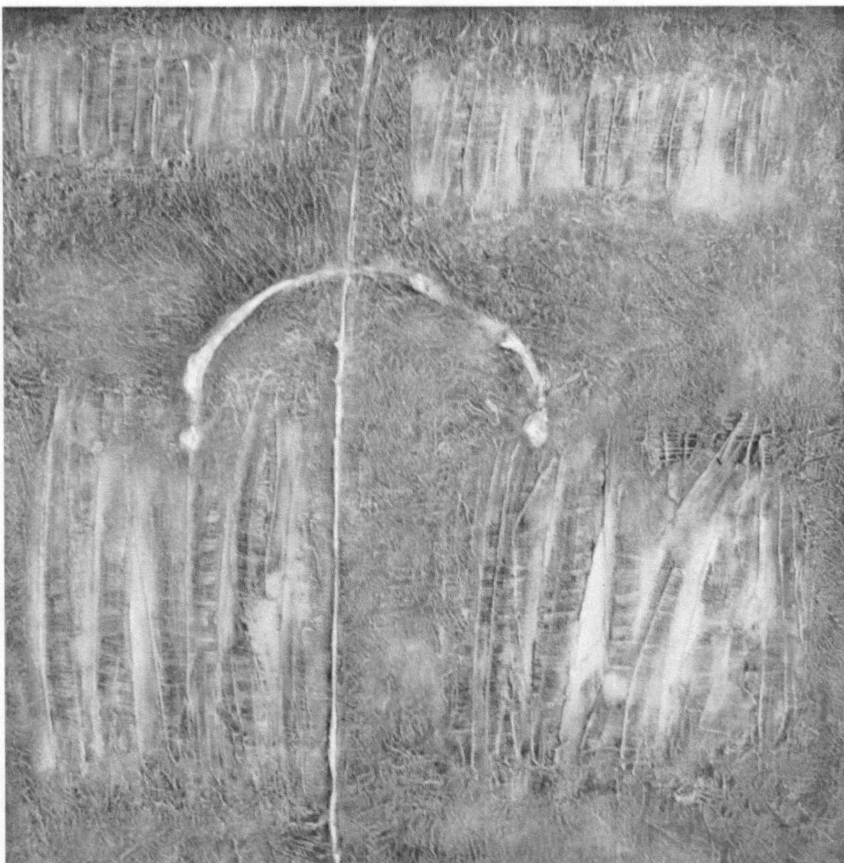

Lê Thánh Thư

II

Phi cơ rời đường băng cất cánh chưa được bao lâu thì Thục Đoan đến ngồi cạnh, nàng ngả đầu vào vai Toàn, cầm tay Toàn đặt trên đùi, cặp đùi mịn, chiếc váy ngắn sẫm màu càng nổi bật màu trắng da thịt. Nàng âu yếm ngước nhìn Toàn, nói khẽ,

"Một tháng với mẹ và Tâm, hẳn anh rất vui nhỉ, còn Ngọc nữa, cô ấy đáng thương nhưng dù sao cũng ổn rồi."

"Anh mong thế."

Thục Đoan cầm bàn tay Toàn áp vào má,

"Hãy khuyên cô ấy ghi danh học tiếp đi, một năm nữa có là bao, ra trường, có mảnh bằng, xin vào Vinpearl Resort trên đảo Hòn Tre, khu resort này lớn, đẹp, tiêu chuẩn quốc tế, làm việc ở đây dễ có cơ hội tiến thân."

Toàn kéo đầu Thục Đoan vào gần, hôn lên vầng trán phẳng,

"Đúng, anh sẽ gọi, khuyên Ngọc như em nói."

"Rất khó xin vào nơi này, tuy nhiên nếu đậu khá, ngoại ngữ lưu loát, xác xuất được nhận sẽ cao. Ngọc không sắc nước hương trời nhưng có duyên, về ngoại hình em nghĩ như vậy là đạt tiêu chuẩn. Vả, công việc đâu phải chỉ có hướng dẫn viên?"

Phi cơ rung lắc nhẹ vì vừa bay vào một khu vực đậm đặc mây. Toàn nhìn qua cửa sổ, biển mây cuồn cuộn, nhấp nhô, trùng điệp, nói với Thục Đoan, nhìn mây anh nhớ truyện Tây Du Ký với con khỉ Tôn Ngộ Không phép thuật giỏi ngang ông trời, lướt mây đuổi gió, lấp biển dời non, biến hóa khôn lường… . Trí tưởng tượng của Ngô Thừa Ân quả là vô địch, tuy nhiên ông ấy chắc chắn không thể ngờ những tưởng tượng ấy của ông, ngày nay con người đã làm được hầu hết, thậm chí còn ngoạn mục hơn. Tôn Ngộ Không với cây thiết bản, đập xuống làm tan tành tòa cung điện nguy nga của yêu quái. Làm sao ông ấy biết được ngót sáu trăm năm sau (1), hai trái bom nguyên tử của Mỹ thả xuống Hiroshima và Nagasaki, biến hai thành phố này thành bình địa và tổng cộng gần ba trăm ngàn con người về chầu Chúa, Phật chỉ trong tích tắc, chưa kể hậu chấn còn tác động đến vài chục năm sau. Coi bộ cây thiết bản của Tôn Ngộ Không uy lực còn kém xa!

Thục Đoan nói,

"Trong thế kỷ vừa qua và đầu thế kỷ này, khoa học kỹ thuật tiến nhanh như vũ bão, kéo theo nhiều lợi ích cho loài người trên mọi phương diện. Tuy nhiên tấm huy chương nào cũng có hai mặt, ai cũng hiểu mặt sau thô vụng, đối nghịch hẳn với mặt trước màu mè xanh đỏ mỹ thuật. Đó là quy luật bất biến của tất cả mọi sự việc trên thế gian này…"

Toàn phụ họa,

"Đúng thế, có vô số điều nghịch lý, nếu nhìn thoáng thì thấy mâu thuẫn nhưng xét sâu sẽ hiểu tại sao. Ví dụ đọc báo, chúng ta từng biết nhiều bác sĩ phải vào tù vì đã giúp những bệnh nhân không còn hy vọng sống, đau đớn triền miên, hoặc sống đời thực vật, muốn chết được chết. Người ta la toáng lên như thế là vô đạo đức, không ai có quyền lấy đi mạng sống của người khác ngoại trừ thượng đế… . Nhân danh lòng từ bi, tính nhân bản, người ta tống các vị bác sĩ kia vào tù. Sự thật phũ phàng và tàn nhẫn đến không ngờ, họ chỉ muốn kéo dài sự sống vô nghĩa, đau đớn và tốn kém của những cái xác còn thở, bởi đó là nguồn lợi nuôi sống bao nhiêu người lành mạnh, là nhân tố thúc đẩy, duy trì trật tự, tiến hóa của xã hội… . Không có những xác chết còn thở đó, các bác sĩ, y tá, nhân viên, lao động phục vụ mọi ngành nghề liên quan xa gần… , lấy công việc đâu để làm? Những xác chết còn thở kia, tưởng chừng là gánh nặng của xã hội lại là nguồn sinh, là cầu nối tương giao, tạo chuyển động cho nhiều lĩnh vực khác. Quan hệ dây chuyền này vô hình nhưng có thực…"

Toàn liếc mắt nhìn quanh, mọi người hầu hết đều ngủ. Để thoát khỏi những chuyện "trầm trọng" vốn không hấp dẫn gì, Toàn lái suy nghĩ qua hướng khác, Toàn nhìn Thục Đoan, nhìn đôi môi dày mời gọi, nhìn khuôn ngực phập phồng sau lớp vải lụa, nhìn hai đùi trắng mịn, tưởng tượng phần cao hơn… , người rần rật ham muốn, Toàn kê miệng vào tai Thục Đoan nói nhỏ,

"Nhưng thôi, bỏ qua mấy chuyện trên trời dưới đất ấy đi, tự nhiên anh thèm em quá, cho anh sờ tí…"

Thục Đoan lườm Toàn,

"Đừng dở trò nham nhở… Nhìn kìa, bao nhiêu con mắt…"

Nàng né người đẩy Toàn ra khi tôi định luồn tay vào áo nàng xoa bầu vú căng.

Toàn năn nỉ,

"Đi mà…"

"Không ngồi yên, em đi bây giờ…"

Câu dọa hiệu quả, Toàn rút tay về. Liền đó, tiếng thông báo từ loa phóng thanh, "Phi cơ sắp hạ cánh…" khiến Thục Đoan đứng dậy, "Em đi.." và nhanh chóng tan nhòa. Tiếc, đường bay quá ngắn, mới chợp mắt đã tới. Đợi bánh xe chạm mặt đất, Toàn mở khóa dây an toàn, đứng lên lấy túi xách ở ngăn trên.

Toàn ra khỏi gate, đón xe ôm về chung cư. Toàn thường chọn xe ôm mỗi lần di chuyển không phải vì ngại tốn tiền, chỉ giản dị, trong thành phố lúc nào cũng đông đúc này, đi taxi nhiều phần bị kẹt, xe hai bánh dễ luồn lách. Toàn mở cửa căn phòng đã hai tháng nay im ỉm, bước vào. Như lúc ra đi, mọi vật vẫn nguyên trạng, khác chăng là một lớp bụi mỏng phủ trên mặt bàn viết. Toàn mở thêm cửa sổ, ánh sáng và không khí tràn vào, xua tan cái nóng ẩm, quẩn đọng lưu cửu từ sáu mươi ngày qua. Ném giỏ xách vào góc nhà, vung đôi giày khỏi chân, Toàn thả người xuống giường. Đêm qua thức khuya hàn huyên với mẹ, Tâm và Ngọc, sáng nay dậy sớm, Toàn cảm thấy buồn ngủ. Toàn nhắm mắt. Thục Đoan ngồi cạnh từ bao giờ, nàng hơi nghiêng người, những sợi lông măng ngả rạp trên cặp đùi trắng mịn sát mặt, Toàn ngóc đầu gối lên, hít sâu mùi hương yến rũ, vòng tay ôm hông, lần bàn tay lên cao, xoa chậm đôi bầu vú, xe xe hai núm, nàng thở hắt,

"Anh…"

"Thèm quá…"

Toàn cởi y phục cho Thục Đoan, nàng hơi nhổm mông cho Toàn tuột mảnh vải nhỏ che chắn ỡm ờ hạ thể. Âm hộ mướt lông vồng cao. Toàn vùi mặt hít sâu,

"Giờ em không phản đối chứ?" Toàn hỏi.

Nàng nâng đầu Toàn lên, áp môi nàng lên môi Toàn,

"Phản đối gì nổi với anh."

Toàn làm tình với Thục Đoan, vũ bão, dai dẳng, đắm say.

Khi thức dậy, nhìn đồng hồ, đã xế trưa. Sờ tay xuống đũng quần, đẫm ướt, bầy nhầy. Nhớ lại cuộc ân ái với Thục Đoan, cảm giác đê mê vẫn chưa ra khỏi thân. Toàn yêu Thục Đoan, từ thể xác đến tâm hồn, đã gần sáu tháng trôi qua, tình yêu Toàn dành cho nàng không mảy may suy giảm, nàng vẫn tồn tại trong Toàn, mọi lúc, mọi nơi, dù lý trí bảo Toàn hãy xóa quên.

Toàn tắm, thay quần áo, xuống lấy xe ra phố. Đói, Toàn ghé vào một nhà hàng nhỏ. Ở đây có món cơm tay cầm rất ngon. Toàn ăn chậm, uống từ tốn một chai bia. Buổi chiều đang đến, bóng nắng tràn vào mái hiên, soi sáng những lá xanh sẫm màu của cây thiết mộc lan trong chậu sành lớn cạnh cửa. Nghe nói loại cây này nếu nở hoa gia chủ sẽ hốt bạc, nhất là nhà nào kinh doanh, buôn bán. Có lẽ vậy cây còn có tên "Cây phát tài". Toàn lẩn thẩn tự hỏi, cây cỏ làm thế nào liên quan đến rủi may tốt xấu, Toàn từng bày tỏ ý này với một người đứng tuổi, ông ta giải thích, thực ra cây cỏ không có khả năng tạo ra tốt xấu, nhưng chúng rất nhạy cảm, "ngửi" được thời vận, ra hoa là một hình thức góp vui. Tạo hóa tạo ra muôn loài, tất cả đềucó cảm biến, có những loài sơ khai, như cỏ cây đất đá, có những loài tế vi hơn, như muôn thú, tế vi hơn nữa, như con người. Lối giải thích thoạt nghe có vẻ hữu lý, nhưng ngẫm sâu, hình như sặc mùi ngụy biện, không có cơ sở vững chải. Toàn bật cười.

Ngày mai Toàn sẽ đến cơ sở từng hứa nhận Toàn vào làm nếu Toàn nghỉ việc chỗ cũ. Mong họ giữ lời. Số tiền dành dụm nhiều năm gần cạn, không có việc làm mới Toàn lại phải bò về ăn bám mẹ. Nghĩ đến tình cảnh này, không khá!

Toàn đến quán quán cà phê của Hạnh khi nắng đã tắt. Thấy Toàn bước vào, Hạnh lớn tiếng,

"Dữ hôn, đi đâu biệt tích mấy tháng."

"Anh về quê. Con em báo tin mẹ bệnh nặng, anh đi ngay, không kịp cho em hay."

"Thì cũng phải gọi điện thoại chứ."

"Em biết mà, anh kỵ cái điện thoại"

"Mẹ thế nào?"

"Tin dỏm, mẹ nhớ anh, bà bảo con em phịa như thế, cho anh về."

Hạnh vẫn vậy, ngồn ngộn. Vẫn áo pull tay ngắn, cổ rộng, phơi rãnh trũng giữa hai trái vú to và khoang bụng hở rốn. Vẫn quần thun bó sát, trưng bày vùng nhạy cảm no tròn. Vẫn hông nở, mông vun, chân dài… . Hạnh luôn là trái cấm quyến rũ của khách đến quán, bất kể tuổi tác. Từ những cậu choi choi nhìn nàng ghi nhớ mọi chỗ trên thân thể thơm tho kia để đêm về ôn lại rồi tự phục vụ bằng bàn tay năm ngón cho đến những chàng trai trẻ thích trái chín và các anh trung niên ham của lạ… . Hạnh biết hết, hiểu hết và đáp ứng hàm thụ hết cho mọi nhu cầu, mọi đối tượng. Quán vì thế, không đông khách, không ăn nên làm ra, mới lạ… .

Toàn ngồi vào chiếc bàn quen thuộc cạnh cửa sổ, gọi cậu nhỏ làm cho Toàn ly cà phê đá ít sữa. Hạnh ra với Toàn. Nhìn nàng, Toàn nói,

"Trông em ngon chịu không thấu."

"Muốn ăn không?"

"Dĩ nhiên muốn."

"Tối nay em cho ăn."

"Nghe em hứa đã nhỏ dãi."

Hạnh cười thành tiếng, nhìn tôi mắt ướt,

"Từ hôm vắng anh em phải thủ dâm mỗi khi lên cơn."

"Sao không tìm tên nào…"

"Còn khuya, thà em thủ dâm."

Hai người nói với nhau bất cứ chuyện gì, thoải mái, như hai người bạn thân cùng phái. Hạnh không giấu Toàn những tâm sự thầm kín, kể cả đòi hỏi thân xác. Ngược lại, Toàn cũng bạch hóa với Hạnh mọi điều, tình yêu Toàn dành cho Thục Đoan, nỗi nhớ hành hạ Toàn hàng đêm, sự hòa hợp, đồng cảm trong ân ái. Hai người chia sẻ, giúp đỡ nhau mọi vấn đề, không loại trừ chuyện chăn gối.

Hạnh bảo lát nữa đi nhậu, nàng sẽ cho Toàn biết một tin cực quan trọng mà nàng là nhân vật chính. Toàn tò mò hỏi,

"Chuyện gì?"

"Chuyện dài, em sẽ kể chi tiết, đừng nóng."

Nắng tắt hẳn, đèn đường đã sáng. Thành phố bước vào sinh hoạt đêm, năng động, đa dạng hơn ngày, với những quán bar chớp sáng đèn màu, những xe hủ tiếu, mì, phở di động, những rạp chiếu bóng ầm ỉ tiếng nhạc, những cô cậu choai choai lượn xe như trình diễn xiếc trên lộ, cười nói tở mở, hò hét tựa chốn không người dù đường phố tấp nập bộ hành, xe cộ đủ loại. Hạnh vào nhà trong thay quần áo và xin phép mẹ, hôn con rồi ra xe, cùng Toàn đến quán ven đê quen thuộc. Cả hai đều đói. Hạnh gọi cơm phần lót dạ trước khi vào cuộc. Toàn đoán đêm nay sẽ uống nhiều. Trời không trăng sao, Toàn nhìn cánh đồng chìm trong bóng tối, nhìn vòm cung phía trái ửng sáng với những khối cao ốc nhấp nhô, bỗng muốn trêu Hạnh,

"Khuya, mình về bằng đường ngang nghĩa địa nhé?"

"Thôi đi ông, cáp vàng cũng không ham."

"Khí hậu thế này, ngồi trên thềm miếu hóng mát, tuyệt."

"Khiếp, khùng vừa vừa chứ."

Toàn bật cười. Khùng? Chắc chắn, Toàn sẽ đến đó vào một đêm thật gần. Toàn mong gặp Thục Đoan, Chỉ đến đó, Toàn mới cảm ra thế giới riêng tư của Toàn với nàng.

Uống đến chai thứ tư, Hạnh nói,

"Em sắp lấy chồng."

Toàn ngạc nhiên,

"Không đùa chứ?"

"Chuyện quan trọng, đùa được à?"

Hạnh tiếp bằng một câu hỏi,

"Anh nhớ người đàn ông thường ngồi ở góc trái quán của em?"

"Cái gã miệng mồm tía lia chứ gì?"

"Không, người này điềm đạm, kiệm lời."

Toàn lục tìm trí nhớ,

"Gã đeo kính trắng, luôn uống soda chanh phải không?

"Đúng rồi..."

Hạnh quay nhìn ra cánh đồng, gió thổi nhẹ, lọn tóc trên vai vật vờ bay, nâng ly bia uống một hơi dài. Đặt ly xuống bàn, Hạnh bắt đầu nói, chậm, đều đều, như độc thoại.

*

----

(1) Ngô Thừa Ân sinh khoảng 1500/1506 và mất 1581, thời nhà Minh.

Như mọi ngày, người đàn ông trung niên vào quán khi chiều xuống, bất kể nắng mưa. Ông ta chỉ gọi duy nhất một soda chanh. Hạnh chẳng ngạc nhiên, đa số bọn đàn ông, không phân biệt tuổi tác, đến quán nào phải chỉ để uống cà phê. Loại thức uống này đầy rẫy mọi nơi, chất lượng hơn kém chút đỉnh không đáng kể. Nhưng có quán đắt, quán ế chỉ vì vài lý do không dính gì đến thức uống. Đó là, hoặc chỗ ngồi đắc địa, nơi luôn có nam thanh nữ tú qua lại, tha hồ rửa mắt, hoặc quán trang trí mỹ thuật, thoáng mát, sạch, nhạc hay, tiếp viên trẻ đẹp, quyến rũ… . Quán Hạnh thiếu nhiều tiêu chuẩn nhưng vẫn đắt, chỉ vì quán có một điểm nhấn duy nhất nhưng lại rất đặc biệt: bà chủ thập phần khả ái, ăn nói duyên dáng, thông minh, ngoại hình ngon như "miếng steak ướt bơ", khơi gợi chăn gối. Nên tuy chẳng ngạc nhiên nhưng Hạnh có thấy lạ. Không như hầu hết khách đều thả thính với Hạnh, hoặc vài câu hậu ý bóng gió hoặc mồi chài tía lia trắng trợn, người trung niên này tuyệt nhiên không. Ông ta đến chiếc bàn quen thuộc, kéo ghế ngồi, búng tay gọi cậu nhỏ tiếp viên,

"Soda chanh"

Đó là câu nói độc nhất từ khi đến cho tới lúc đi, không khác, chẳng thêm bớt. Suốt buổi, người đàn ông quay mặt ra lộ, nhìn xe, khách bộ hành ngược xuôi dưới lòng đường, trên vỉa hè... bằng cặp mắt lơ đãng sau hai tròng kính. Ngồi khoảng tiếng đồng hồ, ông ta đến quầy trả tiền rồi ra cửa, đi dọc hết vỉa hè chừng trăm thước, khuất sau khúc quanh.

Hôm gã đàn ông cao to, tóc muối tiêu, miệng tía lia, ra dáng doanh gia cợt nhã với Hạnh, nói sẽ sang cho nàng một mặt bằng bề thế ở trung tâm thành phố nếu nàng chịu làm vợ hắn, thì vài ngày sau trung niên kiệm lời khi lại trả tiền ly soda chanh, nói khẽ,

"Tôi có một mặt bằng ở đại lộ…, muốn mở một quán

cà phê đẳng cấp nhưng không có kinh nghiệm trong lĩnh vực này. Nếu thấy hứng thú, tôi mời cô ghé xem, sau đó chúng ta bàn chuyện hợp tác."

Người đàn ông trung niên trao cho Hạnh tấm danh thiếp, mặt trước in trang trọng: Nguyễn Thế Hiệp, giám đốc công ty sản xuất linh kiện điện tử cùng địa chỉ, số điện thoại. Mặt sau ghi tay địa chỉ của mặt bằng.

Hạnh nhận tấm danh thiếp, chưa kịp hỏi gì, người trung niên đã cúi đầu nhã nhặn chào rồi xoay lưng bước nhanh ra cửa, và như mọi ngày, lại khuất sau khúc quanh cách quán trăm thước.

Hạnh cầm tấm danh thiếp, hoang mang. Ông ta là ai? Tên và chức vụ ở mặt trước tấm danh thiếp có phải là ông ta? Tại sao ông ta chọn Hạnh làm người hợp tác? Có thật địa chỉ mặt bằng này là của ông? Cảm giác hoang mang quấn trong đầu suốt buổi tối. Rồi Hạnh quyết định ghé qua địa chỉ ông ta ghi xem hư thực thế nào. Sáng hôm sau, trước khi mở cửa quán, Hạnh chạy xe vào trung tâm thành phố, đến địa chỉ ghi trong danh thiếp, nhìn mặt tiền lớn, cửa sắt khóa bên ngoài, đường phố tấp nập, vỉa hè rộng, lát đá mài, tản bộ thoải mái. Hạnh nghĩ ngay, nếu quả thực mặt bằng này là của người đàn ông thì việc mở quán sẽ rất tiềm năng.

Buổi chiều, người đàn ông trung niên đến, vẫn soda chanh, vẫn hướng mặt ra ngoài, vẫn lơ đãng nhìn xe, khách vãng lai ngược xuôi dưới lòng đường, dọc vỉa hè. Hạnh ra, kéo ghế ngồi đối diện ông ta,

"Em đã đến địa chỉ anh cho, nếu mở quán cà phê, giải khát, điểm tâm nhẹ buổi sáng thì tuyệt."

"Vậy ta làm nhé."

"Nhưng điều kiện thế nào?"

Người đàn ông trung niên khẽ nhếch môi,

"Tôi sẽ gọi chuyên viên đến trang trí thật mỹ thuật và đẳng cấp. Vì tôi bận công việc khác, nên cô sẽ quản lý toàn bộ từ A đến Z quán này."

"Như thế có nghĩa là em làm công cho anh?"

"Không, cô là partner của tôi, lợi tức chia bảy ba, cô bảy tôi ba."

"Anh bỏ vốn, kể cả mặt bằng, em không tốn một xu, lại ăn bảy, anh chỉ có ba là làm sao? Anh hãy nói thẳng ý anh."

Người đàn ông trung niên mở cái nhếch mép thành nụ cười,

"Tôi không muốn cho thuê mặt bằng ấy, bỏ trống thì phí quá, hôm trước nghe cô và ông khách nói chuyện, tôi chợt có ý nghĩ, mình có mặt bằng ngay trung tâm thành phố, sao không khai thác? Thú thực, tôi chẳng quan tâm mấy đến lợi tức từ quán mang về, bõ bèn gì, mục đích chỉ muốn giúp cô, phần tôi, có nơi lui tới. Thế thôi, chẳng ý tứ sâu xa gì, cô đừng nghĩ xa."

"Lòng tốt của anh, em rất cảm ơn, nhưng em ngại quá."

"Tôi hiểu nghi ngại của cô, để cô an tâm, tôi sẽ làm ngay giấy giao cô toàn quyền quản lý và khai thác địa chỉ kia vô thời hạn, cho đến lúc nào cô không muốn nữa thì thôi, tuyệt đối tôi không can thiệp."

"Càng nói chuyện với anh em càng không hiểu tại sao..."

"Rồi cô sẽ hiểu."

Người đàn ông trung niên làm đúng những gì đã nói, trước tiên, ông ta đưa Hạnh đến cơ quan có thẩm quyền làm giấy ủy quyền cho nàng quản lý, khai thác địa chỉ kia theo ý Hạnh muốn, vô thời hạn. Mặt khác, ông ta gọi chuyên viên đến tạo dựng một không gian mỹ thuật và đẳng cấp.

Hạnh âm thầm tìm hiểu động cơ nào đã khiến trung niên hành xử đặc biệt với Hạnh, nghi ngại triệt tiêu, nàng khám phá ra ông ta yêu nàng. Một tình yêu câm nín nhưng mãnh liệt, một tình yêu kéo dài từ rất lâu, lúc Hạnh còn là sinh viên khoa văn.

Trẻ, đẹp, ngực khỏe, chân dài, hông nở, mông tròn, Hạnh sở hữu một nhan sắc gần tiêu chuẩn của các cô người mẫu. Ngày ấy nhiều người theo đuổi Hạnh, hầu hết là các nam sinh viên cùng lớp, lớn hơn, năm thứ ba, năm cuối, Hạnh không chấm ai. Dưới mắt Hạnh, tất cả đều chưa… trưởng thành! Như quan niệm của phần đông các thiếu nữ vừa bước vào tuổi "mơ theo trăng và vơ vẩn cùng mây", thường xem nam giới cùng trang lứa bằng thái độ không mấy nể trọng, họ muốn quan hệ với những đối tượng lớn hơn, ít nhất cũng năm bảy tuổi, dưới mắt họ, lứa tuổi này trông chững chạc, nam tính, mạnh mẽ, chín chắn hơn. Đó là lý do khiến Hạnh không tìm thấy "một nửa của mình" suốt bốn năm ngồi ở giảng đường cho đến khi ra trường.

Hiệp cũng xuất thân từ Đại học này, ngành vi tính, anh ra trường trước Hạnh tám năm, và đang làm việc cho một công ty Điện tử Nam Hàn. Lúc gặp Hạnh lần đầu, Hiệp đã là trưởng một phân xưởng sản xuất linh kiện cho máy tính. Hôm ấy có việc đi ngang trường, Hiệp bỗng muốn ghé thăm vài thầy cô. Nhìn Hạnh mạnh mẽ trong bộ quần áo trẻ trung, áo phông, quần jean thời trang rách cố tình hai đầu gối, từ hành lang nhảy chân chim xuống cầu thang, Hiệp bị ngay tiếng sét. Người con gái bất ngờ nhìn thấy không hiểu sao làm Hiệp ngẩn ngơ, nhiều năm sau mỗi lần hồi tưởng, Hiệp vẫn còn ngạc nhiên. Thành công trong nghề nghiệp, may mắn trong kinh doanh, Hiệp có thừa điều kiện để sở hữu những nhan sắc vượt trội, nếu muốn. Bạn bè Hiệp, những đứa thành công, dù đã vợ con đầm đìa, vẫn đào địch, gái trai trăng hoa đông vui. Hiệp không mảy may hứng thú với trò chanh cốm đó. Suốt nhiều năm, Hiệp vẫn bị ám ảnh bởi hình ảnh trẻ trung, phơi phới của người con gái áo phông quần jean rách hai gối nhảy chân chim xuống cầu thang ở dãy lầu đại học. Bản tính ít nói và nhút nhát, Hiệp ôm mối tình đơn phương qua bao năm tháng, theo dõi dấu chân thăng trầm của cuộc đời Hạnh, từ lúc rời trường, lên Lâm Đồng dạy học, rồi chồng con, rồi bị phụ rẫy, về lại Sài Gòn mở quán cà phê, nhất nhất mọi sự cố xảy ra cho Ngọc Hiệp đều biết.

Xuất thân từ một gia đình nề nếp, đã trở thành bản chất, Hiệp xem việc tuân thủ, chấp hành mọi ý muốn của cha mẹ là chuyện đương nhiên. Xong đại học, ra trường, đi làm, cưới vợ, con đường song thân đã vạch, Hiệp cứ thế dấn bước. Làm ở công ty sáu năm, được khuyến khích của một đồng nghiệp, Hiệp mở cơ sở riêng, chuyên sản xuất linh kiện điện tử, cung cấp cho công ty cũ và mở rộng thị trường. Thành công tiếp nối thành công, Hiệp trở thành đại gia, tiền bạc cơ ngơi vững vàng nhưng chuyện gia đình có vấn đề. Hiệp cưới vợ không bao lâu sau ngày ra trường, người vợ do cha mẹ chọn, là con gái thứ của một gia đình thân quen, cùng giai cấp. Hiệp yêu vợ không? Chưa bao giờ Hiệp đặt cho mình câu hỏi đó.Vợ Hiệp đẹp, con nhà gia giáo, từ bên ngoài nhìn và đánh giá, cặp vợ chồng này rất xứng đôi, môn đăng hộ đối. Song với Hiệp, nó nhàn nhạt thế nào. Buổi sáng hôn vợ, ra xe đến sở, những công việc quen thuộc, hết giờ, về, tối lên giường, trao đổi ba điều bốn chuyện, cu Tuấn vào mẫu giáo, phải mua cái này, sắm cái nọ. Đất sân vườn còn rộng, mai gọi thợ đến cất thêm cái garage, để xe ngoài trời nắng mưa sẽ làm phai sơn, mau cũ…, rồi ôm vợ, ngủ, nếu xác thịt đòi hỏi, làm tình… , ngày tháng cứ thế trôi qua, không gợn sóng, êm đềm.

Chẳng biết có phải vì sự bình lặng đến nhàm nhạt khiến vợ Hiệp thấy thiếu thốn điều gì, nàng đi tìm để rồi sa vào những thú vui ít nhiều tạo được cảm giác, bài bạc, nhảy nhót và các mối tình ngoài luồng với những chàng trai trẻ phong độ, lịch lãm, nghệ thuật ân ái tuyệt vời. Hiệp biết, cãi vả, gấu ó và chuyện phải đến đã đến. Ra tòa, ly dị, chia tài sản, vợ giành quyền nuôi con, Hiệp phải trợ cấp ăn học cho đến khi thằng bé mười tám. Buồn chán một thời gian, Hiệp gượng lại được, và rồi hình ảnh Hạnh trở về, Hiệp tìm đến quán cà phê, trở thành khách hàng quen thuộc, với một chỗ ngồi duy nhất, một loại thức uống duy nhất. Hiệp muốn thân gần với Hạnh, nhưng phải làm sao đây? Lớn lên, đi học, ra trường, đi làm, lấy vợ, có con… , Hiệp như một robot đã được lập trình, chẳng biết gì ngoài con đường cha mẹ đã vạch. Cho đến hôm Hiệp nghe gã đàn ông cợt đùa với Hạnh, một tia sáng lóe lên, lập tức Hiệp thảo kế hoạch, liên lạc trao đổi với một cơ sở môi giới, nhanh chóng sang được một mặt bằng ở trung tâm thành phố và… như mọi chuyện đã xảy ra… .

Trong một lần đến xem thợ thi công mặt bằng và gặp Hiệp cũng ở đó, Hạnh mỉm cười nhìn Hiệp nói,

"Hôm trước anh có bảo, rồi cô sẽ hiểu, bây giờ em đã hiểu."

Hiệp lúng túng,

"Cô… hiểu cái gì…"

Hạnh tinh nghịch,

"Hiểu cái anh muốn em hiểu."

"À… , tôi biết cô lâu lắm rồi, nhưng cô không biết tôi."

Đã lăn lóc, đã nếm trải đắng cay, đã ngoi lên, vượt qua, nên Hạnh khá từng trải, dạn dĩ, Hạnh chủ động khai quang hiện trường cho Hiệp thỏa mái bước vào,

"Không biết, giờ biết, đâu có muộn. Vả, chưa chừng muộn lại tốt"

Nhờ thế Hiệp nhanh chóng gần gũi với Hạnh, tuy chưa là tình nhân, song sự thân mật trên mức bình thường, hai người vẫn thỉnh thoảng đi ăn chung, xem ca nhạc, đến những tụ điểm giải trí, khá tâm đầu ý hợp. Hạnh nhắc đến trường cũ, những ông thầy, bà cô đặc biệt, những bè bạn một thời, nay đứa đã chồng con, đứa du học, đứa bỏ ngang ra đời tối mày nám mặt áo cơm, đứa lận đận chồng vợ.... Hiệp thấy mình trẻ lại, lần đầu trong đời, Hiệp có được cảm giác rung động khi gần gũi, thân mật người mình yêu, cái cảm giác đến khá muộn màng, nhưng lạ lùng thay, lại hết sức mãnh liệt, cái cảm giác không có được với người vợ cũ, dù đã hàng nghìn lần ôm ấp nhau, trong nhau, thuộc từng thói quen, tiếng rên, phản ứng khi chạm mốc đỉnh cao.... Lần đầu, Hiệp hiểu thế nào là rung động của yêu thương, nó khác lắm với rung động thuần bản năng của những năm chồng vợ. Hiệp yêu Hạnh, mỗi ngày một nhiều, đắm say như cậu trai mới lớn. Phần Hạnh chừng mực hơn, từng qua cầu, từng ngụp lặn trong hạnh phúc và từng vỡ mộng, từng trả giá, Hạnh hiểu cái biên giới của mộng mơ và thực tế, nó có thực. Hạnh tỉnh táo cân nhắc, ba mươi, chẳng trẻ trung gì nữa, một đời chồng, đứa con, mẹ già, quán cà phê nhỏ, tuy vật chất không đến nỗi nào nhưng chẳng lẽ như thế mãi sao? Quan hệ xác thịt với Toàn có vẻ như chỉ thuần túy trao đổi, Hạnh có yêu Toàn, nhưng tình yêu không đủ lớn để Hạnh ném mình vào như con thiêu thân, vả, tâm hồn Toàn không thuộc về Hạnh, nó là của Thục Đoan, người con gái đã chết, nhưng có lẽ mãi mãi chiếm giữ trái tim Toàn.

Buổi tối. Quán nhỏ nhưng thơ mộng, nằm bên rìa thành phố và cách xa đường lớn nên xe hơi không vào được, có một bãi đậu sát lộ, từ đó, băng qua con đường nhỏ chừng ba trăm mét mới đến. Quán ngụ trong khu vườn rộng nhiều cây xanh, mái tranh, vách tre ghép chéo mỹ thuật. Tiếng nhạc thính phòng đang chơi một ca khúc được xếp vào hàng bất tử trong kho tàng âm nhạc đại chúng thế giới, nguyên tác của Hungary, được chuyển sang tiếng Anh, Gloomy Sunday và tiếng Pháp, Sombre Dimanche, nhạc sĩ Phạm Duy cũng đã có lời Việt, Chủ Nhật Buồn. Bài ca u sầu này đã được dịch và phổ biến ra hơn một trăm thứ tiếng, kể cả quốc tế ngữ. Rất nhiều danh ca tên tuổi lẫy lừng của mọi quốc gia đã trình diễn bài hát này, nhưng được đánh giá là một trong những ca sĩ thể hiện hay nhất vẫn là nữ danh ca Mỹ người da đen Billie Holiday, đã khiến cho bài hát do cô thể hiện bị cấm tại Anh Quốc vào năm một nghìn chín trăm bốn mươi mốt, vì bị cho là làm nản lòng người nghe khi mà lúc ấy, nước này cần động viên tinh thần dân chúng để chống phát xít Đức. Bài hát từ khi mới ra đời tại Hungary, trong hai tuần liền đã có hai người tự tử vì "trót" nghe, khiến từ đó nó được mệnh danh là "ca khúc chết người" hay "quốc ca của những người tự tử".

Chủ nhật buồn đi lê thê
cầm một vòng hoa đê mê
bước chân về với gian nhà
với trái tim cùng nặng nề
xót xa gì?
oán thương gì?
đã biết nuôi hương chia ly
trót say mê
đã yêu thì dẫu vô duyên còn nặng thề
ngồi một mình
nghe mưa rơi
mặc lệ tràn câu thiên thu
gió hiên ngoài
nhắc một loài dế giun hoài ru thương ru
ru ơi ru...hời

Chủ nhật nào
tôi im hơi
vì đợi chờ không nguôi ngoai
bước chân người
nhớ thương tôi
đến với tôi thì muộn rồi

trước quan tài
khói hương mờ bốc lên như vạn ngàn lời
dẫu qua đời
mắt tôi cười
vẫn đăm đăm nhìn về người...

Giai điệu bài hát thật buồn, tiếng hát Khánh Ly rã rời, mỏi mệt, làm không khí chùng xuống.

Các bóng điện nhỏ vol khuất trong những tán lá trên cao, rải xuống vườn thứ ánh sáng hư ảo, chủ nhân cố tình tạo ra khung cảnh này, khung cảnh rất thích hợp cho những cặp tình nhân.

Hiệp ngồi đối diện với Hạnh, khuôn mặt chập chờn trong vũng sáng nhá nhem, ly soda chanh còn nguyên, Hiệp ngập ngừng, muốn nói nhưng ấp úng mãi, Hạnh biết Hiệp muốn nói gì, nàng cảm thấy tội nghiệp cho người đàn ông này, một mẫu người như thế khó tạo được sự rung động cho phái yếu nhưng lại là bến đỗ bình yên cho những tâm hồn đã từng ngả nghiêng trong sóng gió, Hạnh khuyến khích,

"Anh nói đi, em muốn nghe...."

"Hạnh... anh... anh... yêu... Hạnh... , bằng lòng làm người yêu... của anh không?"

"Em đã có con, anh biết..."

"Chúng ta giống nhau, em cũng biết..."

"Vậy thì... Em bằng lòng."

Hiệp nói như reo,

"Anh sung sướng quá."

Tiếng hát nhỏ dần, kéo dài lê thê trước khi chìm vào không khí chung, im ắng, chỉ nghe văng vẳng tiếng dế từ cánh đồng bên trái vọng tới.

Hồn lìa rồi
nhưng anh ơi
tình còn nồng đôi con ngươi
nhắc cho ai biết cuối đời
có một người yêu không thôi
ơi hỡi ơi... người...

Hiệp với tay qua cầm bàn tay Hạnh trên bàn siết mạnh.

Khi ra về, đến chỗ để xe, Hiệp ôm Hạnh, lúng túng nâng mặt Hạnh lên, áp môi Hiệp trên môi Hạnh, hôn, nụ hôn dài, đắm đuối.

Tuần sau, trong quán mới cơ bản sắp hoàn tất, Hiệp nâng bàn tay Hạnh, trang trọng luồn vào ngón đeo nhẫn chiếc nhẫn kim cương,

"Em bằng lòng làm vợ anh chứ?"

Hạnh không trả lời, ôm và vít đầu Hiệp xuống, hôn say sưa lên đôi môi vừa run run thốt lời cầu hôn.

*

Hạnh nói,

"Mười bốn tháng sau, ngày tốt, em sẽ chuyển qua quán mới... . Chưa định ngày cưới, có lẽ cuối năm nay hoặc đầu năm tới."

Tôi trêu Hạnh,

"Thích nhé, lấy chồng đại gia, hy vọng anh được hưởng ké."

"Đại gia, cũng thích, nhưng đó không phải là trọng tâm, anh biết em thừa sức tự lo cho bản thân và gia đình mà. Duy có điều, lấy Hiệp, em an tâm. Anh chẳng lạ gì nhận xét, lấy người yêu mình tốt hơn trăm lần làm vợ người mình yêu. Hơn thế, Hiệp là mẫu đàn ông tuy khô khan nhưng thủy chung. Em chỉ cần vậy."

Tôi nhìn Hạnh, dưới ánh sáng nhẹ của quán, khuôn mặt Hạnh ửng hồng do men bia, mắt long lanh sáng, môi ướt, tôi nói,

"Em hấp dẫn quá,."

Hạnh nắm tay tôi, âu yếm,

"Đêm nay anh thỏa sức, đêm cuối cùng em sẽ buông thả hết mình với anh, em muốn có những giờ phút thật nồng nàn, em sẽ mang theo, để nhớ, em yêu anh, hãy cháy với em một lần này nữa thôi. Em sẽ làm vợ Hiệp, một người vợ mãi mãi thủy chung, cho đến răng long tóc bạc. Anh hiểu không?"

Toàn thức giấc, nắng mai ửng sáng màn cửa sổ, nhìn đồng hồ, tám rưỡi. Hạnh vẫn còn say ngủ, nàng nằm ngửa, khuôn mặt bình yên, mắt nhắm, môi trễ, hơi thở đều, tấm chăn mỏng đắp từ ngực thò hai bàn chân móng sơn màu hồng nhạt ra ngoài. Toàn đứng nhìn một lúc rồi vỗ nhẹ má Hạnh,

"Dậy, sáng bạch rồi."

Hạnh hấp háy đôi mắt,

"Em thèm ngủ quá, cho em ngủ tí nữa."

"Không mở cửa quán hôm nay à?"

Hạnh che miệng ngáp, uể oải với tay lấy điện thoại,

“Để em gọi cho chú chạy bàn.”

Hạnh bấm số,

“A lô… ,Tưởng à, mở cửa hộ chị nhé, chị đang ở xa, sẽ về nhưng hơi trễ, Tưởng coi quán giúp chị.”

Bỏ điện thoại lại vị trí cũ, Hạnh xoay người về phía Toàn, tấm chăn rớt xuống, hai bầu ngực lớn, núm sưng mọng rung rung, nàng giang tay,

“Lại đây với em.”

‘Ngủ đi…”

“Lại đây cho em ôm, đi mà…”

Toàn ngồi xuống, Hạnh trườn người phủ lên Toàn, da thịt Hạnh hâm hấp nóng, bàn tay sờ soạng, nàng bỗng xoay ngược người, cúi xuống ngậm.

“Em… Sao bảo thèm ngủ?” Toàn rít khẽ, nhột điếng, da thịt sượng trân.

“Nhưng cứ ôm anh là em chịu hết nổi.”

Hạnh ngóc lên, đẩy Toàn ngả xuống mặt nệm, thì thào,

“Yêu em lần nữa đi…”

Hạnh dạng chân, cả thân thể không mảnh vải phơi trên mặt nệm.

Lục đục cả đêm, vậy mà bây giờ nhìn Hạnh tênh hênh khiêu khích, Toàn vẫn rạo rực, không đừng nổi, Toàn ham hố thực hiện điều Hạnh đòi hỏi. Đến một lúc Hạnh thở hắt, trân người ôm siết, những cơ vòng thắt bóp hối hả, Hạnh rên nhỏ,

“Anh ơi… Anh ơi… Nhanh mạnh nữa đi anh… sướng quá… em tới…”

Sau cơn đồng nhập, Hạnh nằm im trên thân thể Toàn hồi

lâu, hình như để tận hưởng dư vị trước khi vào buồng tắm làm vệ sinh, Hạnh xuống giường đứng nhìn Toàn, cúi hôn cùng khắp, ngực, bụng, thấp hơn, giọng buồn buồn,

"Sẽ không bao giờ nữa, em được với anh."

"Vẫn gặp hàng ngày mà."

"Nhưng em không thể, em không muốn phụ lòng tin của Hiệp, đã từng bị ruồng bỏ, em hiểu hơn ai hết tâm trạng của kẻ bị phản bội, đau đớn lắm."

"Em yêu Hiệp không?"

Hạnh lại nằm xuống, gối đầu trên bụng Toàn, giọng đều,

"Ở tuổi này, trải qua bao đắng cay, em từng nghĩ sẽ không bao giờ nữa, lấy chồng, nhưng dần dần nhận ra, tạo hóa sinh ra muôn loài, có đực có cái, có trống có mái, tất phải có đôi, có cặp… , để duy trì chủng loại và sinh tồn. Đó là quy luật của thiên nhiên… . Vả lại, hình như mỗi người đều có một định mệnh. Hiệp yêu em từ rất lâu, muốn lấy em sau nhiều đau thương cho cả hai, âu cũng do định mệnh sắp đặt. Em có yêu Hiệp không? Câu hỏi này chính em đã đặt ra cho mình, không chỉ một lần. Hiệp lương thiện, chơn chất, nói cách khác, đó là một mẫu đàn ông đáng tin, gửi thân cho Hiệp, em an tâm. Khi bằng lòng lấy Hiệp, em tự hứa sẽ một lòng một dạ đến răng long tóc bạc. Em đủ kinh nghiệm để hiểu rằng, cuộc sống vợ chồng sẽ chỉ bền vững khi cả hai cùng tôn trọng bản thân và tôn trọng người đồng hành. Đó là tiền đề, đó cũng là quy tắc ứng xử trong cuộc sống gia đình. Với suy nghĩ em vừa trình bày, yêu hay không, chẳng còn hệ trọng."

Toàn đưa Hạnh đến quán rồi trở lại phòng. Trên đường về, Toàn suy nghĩ rất lâu lời Hạnh. Trong đạo vợ chồng, tình yêu chưa phải điều thiết yếu, sự tương kính, coi trọng bản thân và đối tượng... mới là yếu tố quyết định. Toàn đồng ý với

Hạnh, tuy chưa lập gia đình nhưng Toàn đã nhìn thấy không ít những đổ vỡ, như Hạnh nhận xét, nguyên nhân phần lớn đều do một trong hai không còn tương kính đối tác.

Đến nơi, Toàn đưa xe vào bãi đậu, mệt mỏi lên thang lầu. Toàn thèm ngủ rã rời.

Đã xế chiều, Toàn ngủ thẳng một giấc từ lúc nằm xuống, rất ít khi Toàn có được giấc ngủ sâu như thế, cũng phải thôi, cơ thể con người luôn biết cách tự điều chỉnh. Đêm qua miệt mài truy hoan, gần như thức trắng, nếu không có giấc ngủ dài và ngon, Toàn nghĩ giờ này vẫn chưa dậy nổi. Tuy vậy, sự mỏi mệt vẫn chưa ra khỏi thân xác, Toàn nhủ thầm, phải bồi dưỡng để phục hồi. Toàn ghé quán quen dưới Chợ Cũ, gọi một cốc soda hai hột gà, thêm miếng steak cộng linh tinh các món râu ria, đầu bếp quán này nổi tiếng nấu ăn ngon. Miếng steak mềm, ngọt, nêm nếm vừa miệng, nhưng sao hôm nay Toàn chẳng thấy ngon. Cơm hàng cháo chợ mãi, dù món ngon vật lạ không thiếu nhưng Toàn vẫn ngán ngẩm. Tâm lý ảnh hưởng khẩu vị, Toàn thèm không khí ấm cúng gia đình. Nhớ những bữa cơm ở nhà, với mẹ, em gái, chỉ là những món mộc mạc, cá thu kho gừng, gỏi sứa, canh mướp tôm khô, nhưng sao ngon đến thế. Nghĩ đến nhà, bỗng nhớ Ngọc. Con bé thế nào rồi nhỉ? Mong nó thích nghi được môi trường mới. Tội nghiệp, mối tình đầu cay đắng, có lẽ suốt đời nó không quên.

Xong bữa, Toàn ra xe chạy lòng vòng. Thành phố bây giờ rộng lớn, nghe nói gấp nhiều lần hơn ngày xưa. Ngày xưa làm gì có vùng Thủ Thiêm? Làm gì có đường hầm xuyên lòng sông đến vùng này từ bến Bạch Đằng? Làm gì có phố ngầm dưới lòng đất sân Tao Đàn? Khoa học kỹ thuật giúp con người thực hiện được những công trình to lớn một cách dễ dàng, chóng vánh. Đọc báo, Toàn cũng biết người ta đã nối hai quốc gia Pháp, Anh bằng một đường hầm xuyên qua eo biển. Còn bao nhiêu công trình kỳ vĩ nữa trên mọi lục địa. Toàn ao ước sẽ có dịp chu du khắp nơi, để mở rộng tầm nhìn.

Toàn đến quán nhậu ven đê không định trước, khi nhìn thấy dãy đèn màu chạy quanh mái nhà và những chân cừ trên mặt nước lấp lánh ánh điện, Toàn biết đã đến nơi hôm qua, hôm kia và nhiều ngày nữa trong dĩ vãng, Toàn đã đến, đã uống, đã say. Vô tình hay tiềm thức đã dẫn dắt?

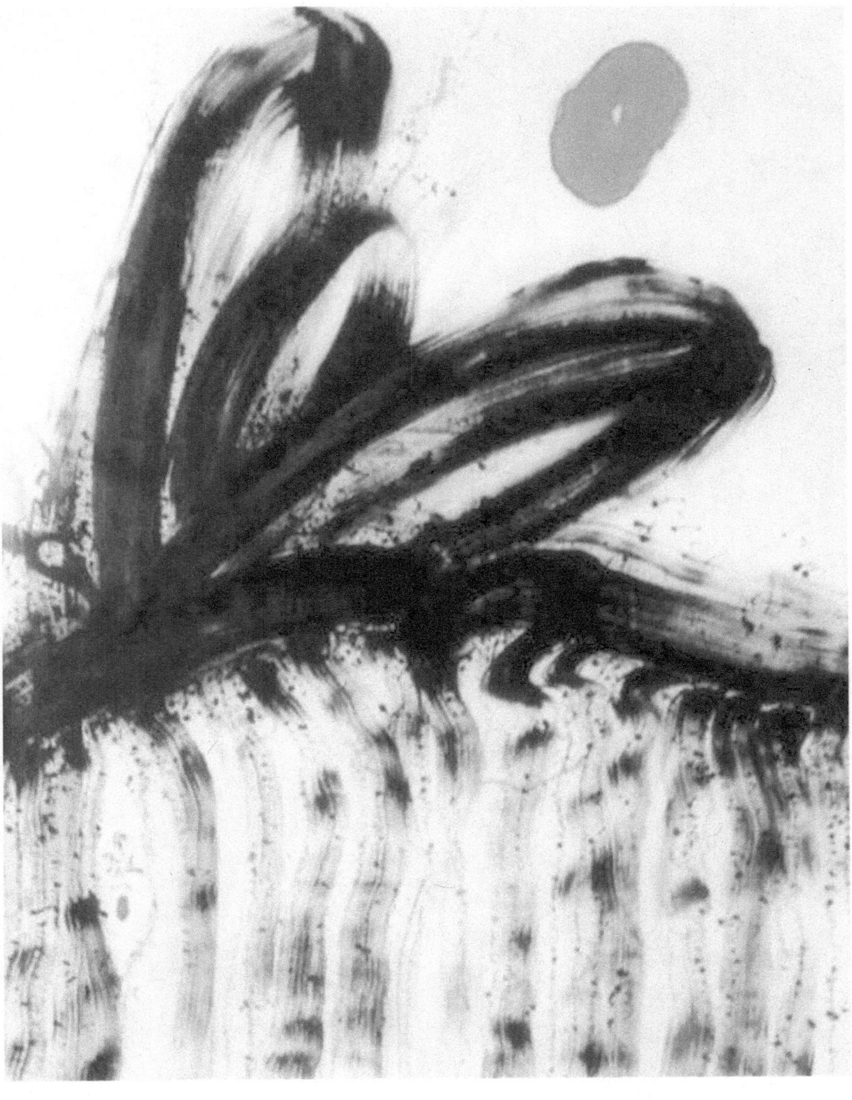

Lê Thánh Thư

Toàn ngồi vào chiếc bàn quen thuộc, lại những chai bia, lại phóng tầm nhìn ra cánh đồng mênh mông tối, và bầu trời chi chít sao, lại nhớ Thục Đoan cùng bao nhiêu kỷ niệm… .

Một cặp tình nhân vào quán, cậu trai còn trẻ tóc cắt ngắn, áo sơ mi bó sát thân hình lực lưỡng, cô gái trẻ hơn, tóc nhuộm nâu xõa dài, mắt tô viền đen, môi thoa son đỏ. Cô gái quàng tay cậu thanh niên, vẻ âu yếm,

"Mình ngồi kia, honey."

"Kia" là chiếc bàn còn trống, sát lan can, nhìn về hướng có vòm sáng nhấp nhô những khối cao ốc với chi chít hàng trăm cửa sổ sáng đèn. Thay vì ngồi đối diện, cậu trai kéo ghế ngồi cạnh cô gái. Suốt buổi họ chỉ uống mỗi người một chai bia, và khúc khích nói cười ra chiều tâm đắc. Đối với các cặp tình nhân, ngồi quán, gọi thức uống, chỉ là hình thức mua chỗ ngồi. Toàn cũng từng như họ, với Thục Đoan ngày trước. Không nhìn nhưng vì quá gần nên Toàn vẫn thấy thỉnh thoảng cậu trai lòn tay xuống mặt bàn luồn vào váy người yêu, mặt cô gái sượng trân, đôi chân vô thức dạng rộng, hai tay bấu chặt mép bàn, thốt kên nho nhỏ,

"Honey… Người ta nhìn…"

Như con nghiện say thuốc, cậu trai không còn nghe biết, quán nhậu biến thành chốn hoang vắng.

Toàn rót nốt bia còn trong chai vào ly, uống cạn rồi lại quầy tính tiền, ra xe. Dễ chừng đã gần nửa đêm, Toàn khởi động máy, và cũng bởi một thôi thúc vô hình, Toàn chạy vào con lộ đất xuyên qua nghĩa địa. Đến ngôi miếu, Toàn tắt máy xuống xe vào ngồi trên bậc thềm cao. Gió rì rào, tiếng dơi đập cánh trong tán đa cổ thụ, những rễ phụ đong đưa, ngoài xa, mồ mả nhấp nhô, tiếng dế râm ran, tiếng tắc kè chặc lưỡi, đom đóm thấp cao chập chờn. Không trăng nhưng trời nhiều sao nên không tối lắm, Thục Đoan nép mình vào ngực Toàn, ngước mặt. Bóng tối phủ vây nhưng Toàn vẫn nhìn thấy đôi mắt sáng, vành môi mọng, mái tóc nồng hương, Toàn cúi hôn,

"Thơm quá, em yêu."

Thục Đoan cười khúc khích. Toàn ngậm môi nàng, nhai. Thục Đoan rên khẽ,

"Anh… nát hết môi em…"

Toàn tiếp tục nhai, rồi hôn, nụ hôn bò xuống ngấn cổ cao, Toàn cảm nhận được sự mềm mát của da thịt người yêu,

"Anh nè…"

"Nói đi, anh nghe."

"Sao anh không điện thoại cho Ngọc, bảo cô ấy ghi tên học lại?"

"Anh sẽ gọi."

"Giai đoạn này, Ngọc rất cần bận rộn, để đầu óc không còn chỗ trống cho những hồi tưởng. Bị tình phụ, lại là lần đầu, vết thương hẳn rất sâu, nếu cứ để dĩ vãng hành hạ, Ngọc không chống chọi nổi. Cho nên phải tìm mọi cách khiến Ngọc không còn thì giờ sống với quá khứ."

"Sau lần quyên sinh, anh thấy Ngọc tỉnh ra hẳn, chắc vượt qua được."

"Đừng chủ quan. Bản chất con người kỳ lạ lắm, nhất là đàn bà. Lý trí bảo sự việc đã hai năm rõ mười, nhưng trái tim lại hy vọng không phải như thế. Họ chờ đợi phép lạ sẽ tới, và mòn mỏi, chết dần với đợi chờ vô vọng ấy. Phải luôn có người bên cạnh tỉnh thức họ, đừng để họ rơi vào trầm cảm, Tâm làm nổi công việc này chứ?"

"Tâm nhỏ tuổi hơn Ngọc, anh sợ nó chưa đủ chín chắn."

"Mẹ được không?"

"Mẹ chơn chất, vấn đề lại tế nhị."

"Chà…"

Thục Đoan có vẻ băn khoăn. Toàn nói,

"Mọi việc trên thế gian này đều được an bài. Nói cách khác, anh tin tất cả đều có số mệnh, Chúng ta lo cho lắm cũng không qua được số mệnh,... bắt phong trần phải phong trần…"

Toàn muốn kéo Thục Đoan về hướng suy nghĩ khác, nên luồn tay vào áo nàng ôm trọn một bầu vú. Xoa, bóp. Sự mềm mát, mùi thơm của da thịt khiến Toàn thèm ân ái với Thục Đoan,

"Em ơi, anh muốn…'

Nhưng nàng cười bảo đêm qua phung phí với Hạnh, còn đâu sức lực.

Toàn chống chế,

"Không phải với Hạnh mà là với em, Hạnh như phương tiện, lúc nào anh cũng nghĩ đến em, nhớ lại đi, anh vẫn gọi thầm tên em, chả khác gì đang cùng em ân ái."

"Em có trách gì anh đâu?"

"Thế thì cho anh đi."

"Thôi, bữa khác, phải giữ gìn sức khỏe, độ này anh xanh lắm đó, nhậu nhẹt liên miên, dục lạc vô độ."

Toàn ngoan cố,

"Anh thèm quá, cho anh đi mà…'

"Không. Em đi nhá, ở đây anh năn nỉ mãi em cầm lòng không đậu."

Thục Đoan nâng mặt Toàn lên, hôn sâu môi Toàn, cầm tay Toàn kéo ra khỏi gò ngực, rồi tan nhòa vào bóng đêm. Toàn ngồi thêm một lúc lâu, nhìn những đốm sáng bay lên từ những mộ chí ngoài xa, nghe tiếng dế râm ran, tự nhiên lòng buồn nhão. Toàn đứng dậy ra xe khởi động máy. Nhìn theo vệt sáng xuyên thủng màn đêm, con lộ đất chạy dài, mất hút vào rặng tre cuối nghĩa địa, Toàn biết, đêm nay sẽ mất ngủ. Toàn chưa đủ say.

Tắm xong, thay bộ quần áo sạch, Toàn pha một ly cà phê loại tan ngay của Vinacafé. Từ ngày Hạnh chuyển về quán mới, Toàn thưa ghé. So với quán cũ, quán mới hơn một trời một vực, như công với gà, chén sành với chén kiểu, mỹ thuật, lịch sự, sang trọng. Hạnh nữa, cô chủ quán áo pull hở rốn, quần thun nổi cộm vùng tam giác kích thích trí tưởng tượng, nụ cười, ánh mắt mời gọi cũng biến mất. Hạnh bây giờ, áo sơ mi trắng cài khuy, váy đầm, giày da cao cổ, ra dáng mệnh phụ, không gọi mời quyến dụ, không bóng gió ẩn ý, không mắt liếc lả lơi, mọi thứ lặt vặt, đã có ba cô tiếp viên trẻ đẹp, nhanh nhẹn và lịch lãm thay thế. Đa phần khách cũ biến mất, thay vào đó là lớp mới, đứng tuổi hơn, dạng doanh gia. Họ đến đây vừa uống cà phê dùng bữa sáng vừa bàn chuyện làm ăn, thỉnh thoảng cợt nhả với các tiếp viên bằng lời lẽ kẻ cả, uy quyền. Hạnh đã thực sự đổi đời, nàng có vẻ thích nghi môi trường mới. Bản chất của Hạnh có lẽ phù hợp hơn với chỗ đứng hiện tại. Lúc trước, vì nhiều nguyên nhân, Hạnh là một chủ quán sẵn sàng cháy bùng cùng đối tượng nào làm Hạnh có cảm tình, nay lên đời, vị thế đổi thay, Hạnh trở lại bản chất thực của mình, một giáo viên dạy văn chương. Tuy nhiên, trong sâu thẳm tâm hồn, vẫn ẩn dấu một con người đam mê, sôi nổi, đòi hỏi dục tình cao, Toàn biết điều đó, Hạnh cũng biết điều đó, nhưng để giữ cho nhau, hai người tránh gặp nhau, cả hai đều sợ, dẫu gì họ cũng từng nhiều lần cùng cháy với nhau hết mình. Hai người muốn duy trì một tình bạn vượt trên tình bạn thông thường.

Toàn kéo màn cửa sổ, bắc ghế ngồi nhìn xuống đường, vừa nhâm nhi chất nước đắng tỏa hương vừa theo dõi dòng người ngược xuôi tất bật. Trước kia, nhiều buổi trưa, Thục Đoan cũng cùng ngồi với Toàn tại chỗ này, sau giấc ngủ ngắn, thức dậy chờ giờ đi làm, Thục Đoan nhận xét,

"Thành phố này lạ thực, không lúc nào không huyên náo."

"Cho nên người ta thường bảo, thành phố ngồn ngộn sức sống."

"Anh thích không?"

"Bình thường, nhưng đôi khi cũng ngộp thở, nhất là những lúc đi làm về, kẹt xe."

"Em thì không, em mong tan sở để được về ngôi nhà của mẹ, êm đềm gì đâu."

Thục Đoan ngả đầu vào vai Toàn, giấc trưa tuy ngắn nhưng vẫn giúp nàng tươi tỉnh hơn. Toàn nhìn làn da mịn, nhìn đôi mắt long lanh sáng, nhìn nụ cười mỉm giấu những chiếc răng trắng đều, nhìn ngấn cổ dài no tròn, bàn tay thuôn vuốt mái tóc dài, cảm thấy yêu nàng khôn cùng. Toàn ôm tấm thân nhỏ nhắn, rót vào tai nàng,

"Yêu em quá."

Nàng ngước nhìn Toàn,

"Quá là thế nào?"

"Là không bến bờ."

"Nịnh…"

"Không tin à?"

Thục Đoàn ôm đầu Toàn vít xuống,

"Nói vậy thôi chứ em tin. Em cũng yêu anh không bến bờ."

Toàn hôn nàng, cảm nhận sự rung động lan truyền khắp châu thân. Nàng nói nhỏ,

"Anh… ôm em chặt nữa, em sung sướng lắm."

Một tiếng động lớn từ dưới đường vọng lên, Toàn nhìn xuống. Tai nạn giao thông. Anh tài xế taxi mở cửa bước ra, đến cạnh đầu xe cúi nhìn chiếc xích lô máy một nửa chui tọt dưới gầm. Người đàn ông đứng tuổi, hình như chủ nhân chiếc xích lô máy đang gọi điện thoại cho cảnh sát… , cảnh này Toàn gặp thường nên không ngạc nhiên cũng chẳng tò mò. Toàn uống cạn ly cà phê, đứng dậy chuẩn bị đi. Hôm qua Quyên phone cho Toàn, trách,

"Anh tệ ghê, mấy tháng rồi chả thấy anh đâu, mẹ nhắc hoài."

Toàn viện cớ,

"Anh về quê, mẹ anh bệnh."

"Ồ, em xin lỗi, bác thế nào anh?"

"Khỏe rồi, bệnh già ấy mà. Mai anh đến nhé, em có nhà không?"

"Em vui quá, em ở trường nhưng sẽ về ngay đón anh, mẹ chắc mừng lắm."

Quyên nói tiếp,

"Sẽ lại đãi anh món bánh ướt cuốn thịt ba chỉ tôm chua."

"Trời! Em làm lưỡi anh quéo lại vì thèm!"

"Thôi đi anh, lẻo mép!"

Toàn cười vang,

"Haha… , mai gặp…"

Toàn cúp máy, nghĩ đến nụ cười hiền của bà mẹ, giọng tía lia của Quyên, nhớ đến gốc mít già, chiếc xích đu, mái tóc Thục Đoan bay trong gió, tiếng cười trong vắt khi Toàn đẩy nàng lên cao, lốm đốm những bóng nắng xuyên qua tán lá rơi trên áo nàng, nghe vui.

Toàn xuống tầng trệt lấy xe. Đường đến nhà Thục Đoan thay đổi chóng mặt, ba tháng trước đã nhà cửa mọc lên san sát, hôm nay lại khác nữa. Thêm hai cây cầu vượt ngang qua các xóm ven lộ, những pano quảng cáo bằng đèn màu bắt mắt, vài cơ xưởng bề thế to rộng, những cột khói vươn trên nền trời xám đục, Toàn tự hỏi vài năm nữa sẽ thế nào, liệu nhà Thục Đoan có còn là ven đô hay sẽ nằm trong nội đô khi thành phố không ngừng mở rộng?

Ngang qua quán nhỏ nằm dưới gốc bã đậu cạnh ngã tư gần nhà Thục Đoan, Toàn thấy vài ông già đã có mặt, trên bàn là xị rượu, đĩa khô mực. Tiếng tranh luận gay gắt, hình như họ đang cãi nhau vì một vấn đề nào đó liên quan đến đất cát, Toàn nghe tên vài địa danh từng đọc loáng thoáng tuần trước trên một nhật báo. Toàn khẽ lắc đầu mỉm cười, nhủ thầm, mấy ông già rảnh thật, mới sáng ra đã gầy độ. Chợt có tiếng gọi lớn từ phía sau,

"Anh Toàn!"

Toàn quay nhìn lui. Vừa thoáng thấy Quyên trên xe gắn máy đang chạy theo thì vang bên tai tiếng rít dài của bánh xe tải cạ trên mặt lộ cùng sức dội và cơn đau buốt óc. Toàn văng lên cao, rơi xuống, chân trái đập mạnh vào lề đường, thêm một cơn đau dữ dội hơn. Toàn ngất.

Khi tỉnh dậy, nhìn chân trái treo cao, bó bột, Toàn dần nhận biết đã bị gãy và nơi Toàn đang nằm là bệnh viện. Khắp người đau buốt, đầu nhức, mắt hoa và mở không trọn, Toàn đưa tay sờ, sưng vù, kể cả má nữa, cũng sưng. Toàn thử hả miệng, đau buốt, chả biết có gãy chiếc răng nào không. Tiếng Quyên reo,

"Mẹ, ảnh tỉnh rồi.."

Toàn xoay đầu cố nhìn, Quyên và mẹ cô đứng cạnh giường, giọng bà chùng như muốn khóc,

"Con tỉnh, bác mừng quá."

Quyên cầm tay Toàn,

"Em xin lỗi, tại em.."

Hôm qua nghe Toàn bảo sẽ tới, Quyên bỏ tiết học, tức tốc xuống bãi lấy xe ra về, nàng ghé chợ mua ít thực phẩm để trưa nay làm vài món Toàn ưa thích. Nhà cả năm không ai thăm viếng, Toàn là khách duy nhất thường lui tới nên luôn nhận được sự quan tâm của hai mẹ con. Ngoài quan hệ mật thiết với Thục Đoan, Toàn mặc nhiên xem gia đình này như ruột thịt. Từ ngày Thục Đoan mất, thỉnh thoảng Toàn ghé về chơi cả ngày, làm vài công việc linh tinh, chẳng hạn thay những thanh gỗ hàng rào đã mục và sơn lại, đóng thêm kệ trong nhà bếp, đào bỏ những gốc hồng quá lớn, già cỗi, lên vồng giúp Quyên trồng luống hoa mới… . Nói chung, Toàn giúp mẹ con Quyên những công việc phải sử dụng ít nhiều cơ bắp, không hợp với khả năng và thể lực của phái yếu.

Ra khỏi chợ, Quyên vội vã chạy nhanh, nàng sợ không về kịp đón Toàn. May quá, kia rồi, Quyên thấy Toàn chạy xe phía trước, gần con đường nhỏ dẫn vào nhà, nàng mừng rỡ gọi lớn, Toàn quay đầu nhìn lại, cùng lúc, chiếc xe tải ngược chiều lao tới, lộ hẹp, nếu không nghe tiếng gọi, Toàn đã thấy chiếc xe và nhanh chóng tránh vào sát lề, đã không xảy ra sự cố. Quyên ân hận, nghĩ vì tiếng gọi của mình làm Toàn mất cảnh giác.

Toàn muốn nói em đừng tự dày vò, tai nạn xảy ra ngoài ý muốn, nhưng không mở miệng được, đau quá.

Nằm viện hai mươi ngày, bác sĩ cho về, dặn dò kỹ, uống thuốc đều, tắm rửa phải cẩn thận, chớ để nước lọt vào chỗ băng bột, nhiễm trùng rất phiền, Quyên đưa Toàn về nhà, bà mẹ nói,

"Con ở một mình, ai lo cơm nước, về đây, có bác và Quyên..."

Chẳng còn cách nào khác, nếu không có gia đình này, Toàn biết phải làm sao. Quyên đến chung cư báo chủ biết tình trạng của Toàn, trả phòng, đồng thời thu gom đồ đạc của Toàn mang về. Toàn ở căn phòng ngày xưa của Thục Đoan, căn phòng có cửa sổ nhìn ra sân, thấy cây mít cổ thụ với tán lá rộng và rậm, với chiếc xích đu. Dù Thục Đoan mất cũng đã khá lâu nhưng Toàn vẫn có cảm tưởng căn phòng luôn phảng phất mùi hương của nàng, nhất là trên chiếc giường Thục Đoan từng nằm. Đêm Toàn ngủ, nàng bên cạnh, giấc ngủ trở nên êm đềm, Thục Đoan ôm Toàn, vòng tay mịn mướt, một chân gác trên bụng Toàn, đầu gối trên cánh tay Toàn, nàng thủ thỉ,

"Yên tĩnh quá phải không anh? Chẳng bù căn phòng chung cư, ồn không chịu được."

"Ừ, thích thật."

"Hôn em đi."

Nàng ngước mặt lên nhìn Toàn, đôi môi dày, mọng, hơi trề khiêu khích, đôi môi Toàn hay trêu, "mỏ nhọn". Toàn hôn, lùa lưỡi vào sâu miệng nàng, Thục Đoan rướn người, nàng nói nhỏ,

"Cởi váy cho em."

Toàn tháo sợi dây vải buộc ngang bụng, kéo khỏi cơ thể chiếc váy choàng, nàng hoàn toàn khỏa thân, màu da trắng ngà dưới ánh sáng bóng điện chái hè chiếu qua cửa sổ, tắm trên ngực nàng lung linh màu sữa, hai núm vươn cao trên hai đồi thịt. Nàng thủ thỉ,

"Hôn nó nữa."

Toàn giả ngu,

"Nó là cái gì?"

Nàng ôm đầu Toàn nhấn xuống,

"Nó nè…"

Toàn vùi mặt, hương từ "nó" đầy khứu giác. Toàn hít sâu. Nàng hỏi,

"Thơm không?"

"Thơm, anh muốn ăn."

"Ăn đi..."

Toàn ngậm một trái vú nút say sưa. Thục Đoan ôm đầu Toàn ghì siết, nàng vò rối mái tóc ngắn, miệng không ngớt,

"Anh ơi… anh ơi… Ngon không cưng?"

"Ngon, anh muốn ăn hoài."

Đêm nào Toàn với Thục Đoan cũng sống lại những tháng ngày hạnh phúc xưa kia. Nhiều đêm Toàn năn nỉ,

"Nhé, cho anh…"

"Không được, bác sĩ dặn, anh quên rồi à?"

Toàn nhớ lời bác sĩ hôm xuất viện, tuyệt đối không gần đàn bà khi xương chưa lành.

Toàn nói với nàng,

"Nhưng anh thèm quá."

Nàng ôm Toàn dỗ,

"Ráng nhịn, lành, tha hồ…"

Thỉnh thoảng, Quyên vào phòng thăm chừng, con bé sợ Toàn đêm hôm đi vệ sinh, té ngã. Toàn nói,

"Em khéo lo, té, anh la làng, cả xóm cũng nghe, huống là phòng em, chỉ cách vách."

"Nhỡ anh bất tỉnh, ở đó mà la làng."

"Thôi đi cô, trù ẻo, về ngủ đi…"

Tội nghiệp con bé, nó vẫn qua, có đêm vài ba lần. Toàn nói cách nào nó cũng không nghe. Bà mẹ chợ búa, nay giò heo hầm bí đao, mai thịt bò nấu khoai tây, cà rốt, mốt cá chép chưng mộc nhĩ, bún Tàu… làm Toàn có cảm tưởng mình như ông hoàng, được săn sóc từ miếng ăn giấc ngủ, nhất nhất đều được hai mẹ con lưu tâm rất mực. Toàn tự hỏi, phải đền đáp bằng cách nào?

Với gia đình, Toàn sợ mẹ và em gái lo, nên giấu nhẹm chuyện tai nạn. Toàn cũng nói dối đã có việc làm khác, khá bận nên sẽ chỉ về thăm nhà vào cuối năm tới, nhưng để gia đình an tâm Toàn hứa thường xuyên gọi điện thoại.

Quyên nghĩ Toàn sẽ buồn nếu cứ quẩn quanh mãi trong nhà, vì thế nàng đợi một tuần, sau hôm xuất viện, nói với Toàn,

"Anh Toàn, anh em mình đi chơi nhé?"

"Đi đâu?" Toàn hỏi.

"Đến chỗ này hay lắm."

"Nhưng làm sao anh đi."

"Em chở."

Quyên chu đáo tìm một dây vải dài, nói sẽ buộc hai người vào nhau khi Toàn đã ngồi phía sau, Toàn cười,

"Em lo xa, nhưng lợi bất cập hại."

"Là thế nào?'

"Anh té, dây buộc khiến em cũng té theo, cả hai cùng tiêu tùng."

"Ừa há."

Toàn cười thành tiếng,

"Cho nên dẹp sợi dây của em đi, anh sẽ ôm chặt, không sao đâu."

Họ khởi hành khi mặt trời lên khỏi mái nhà, Quyên khởi động máy, cho xe ra quốc lộ, ngược về hướng ngoại thành chừng ba cây số, rẽ vào lộ nhỏ, xe không thể chạy nhanh vì mặt lộ chưa trải nhựa, lổn nhổn đá dăm, Quyên nói lớn,

"Anh ngồi cẩn thận, ôm em thật chặt kẻo ngã."

Toàn cười lớn,

"Anh ngã sẽ lôi em theo, sợ không?"

"Không sợ."

"Phách tướng!"

Xe chạy khoảng hai tiếng đồng hồ, đến một vùng quê hoàn toàn khác hẳn với môi trường phồn tạp của phố thị. Nơi này yên bình đến tịch mịch. Quyên dừng xe bên bờ một con sông nhỏ, nước không sâu, trong vắt thấy đáy, êm sóng, hàng tre xanh mướt, lả ngọn xuống lòng sông, bờ bên kia lác đác những mái ngói đỏ, những thân cau vượt lên in đậm trên nền trời trong xanh, vài gợn mây bềnh bồng trôi chậm. Bên trái, ruộng mía bạt ngàn.

"Em nghe mẹ nói xưa kia vùng này xơ xác lắm, lính quốc gia cày nát vì đây là cơ sở của đặc công hoạt động nội thành."

"Chiến tranh đã qua mấy mươi năm, chẳng còn dấu vết gì, cũng mừng."

"Không còn dấu vết trên thực địa, nhưng trong lòng người vẫn đầy rẫy, em vào mạng, tràn lan những đôi co, gấu ó, bỉ thử, thậm chí mạt sát nhau như quân đầu trộm đuôi cướp, thấy mà ớn."

Toàn nói với thái độ nhuốm đôi chút diễu cợt,

"À, đa phần của các bô lão gần đất xa trời, thành phần này là những người ít nhiều hệ lụy với hai chế độ khi xưa. Thua hay thắng cũng có hàng nghìn lý do để chửi. Cũng vui, nếu nhìn họ dưới khía cạnh những con rối. Lịch sử vẫn trôi, cuốn theo trong dòng chảy của nó vô số tàn dư."

"Không hẳn chỉ bô lão đâu anh, không ít người trẻ, chỉ lớn hơn em vài tuổi, cũng sừng sộ sân si, cũng hô hào này nọ. Em lấy làm lạ, như em, họ sinh ra ít nhất hai mười năm sau chiến tranh, chưa từng cầm súng, chưa một ngày nếm mùi dầm sương dãi nắng, thế nhưng những lời họ viết trên mạng cũng cực kỳ sát máu, em đọc, phát khiếp."

"Lớp người này là con cháu các bô lão anh vừa nói, họ bị cha chú nhồi sọ, họ giống như loài ngựa, với hai miếng chắn hai bên, chỉ nhìn và chạy theo hướng chủ muốn, hầu như mù tịt lịch sử cận đại. Có lần anh đọc trên mạng, một chàng trẻ tỏ ra thông thái, tuyên bố chắc như đinh đóng cột rằng thì là cờ vàng ba sọc đỏ có từ thời... hai bà Trưng, nghĩa là hai nghìn năm trước, buồn cười thế đấy. Nói tóm, họ nói như những con vẹt hay robot đã được lập trình, cốt vừa lòng cha chú, nhưng sẽ quên ngay, họ còn bao nhiêu thứ để tham gia, vui chơi, nhảy đầm, rượu chè, hát hỏng, gái trai, yêu đương, quan hệ tính dục..., hấp dẫn hơn vạn lần. Cho nên, để ý làm gì, chẳng đáng quan tâm, hãy đọc hay nghe họ phát ngôn bằng tâm thức như xem các anh hề tấu hài, sẽ thấy nhẹ nhõm, đỡ bực mình. Em tin đi, rồi sẽ đâu lại vào đó. Tất cả theo thời gian sẽ nhòa dần vào hư vô. Một hai trăm năm sau nhìn lại, những cái tưởng chừng ghê gớm hôm nay sẽ chẳng là gì cả trong tương lai."

Quyên nói,

"Thôi, bỏ qua chuyện này đi, nhiều chuyện vui hơn..."

"Ví dụ?"

"Cái chân bó bột của anh."

"Vui nỗi gì?"

"Xét mặt nào đó, anh bị tai nạn, xui, nhưng mặt khác, nhờ tai nạn, nhà có thêm anh, vui lắm luôn."

"Vui! Anh đang áy náy đã làm phiền em và mẹ."

Hai anh em tìm một chỗ ngồi sát bờ, có thể nhìn bao quát toàn cảnh. Quyên gần như tựa hẳn vào Toàn, quàng tay vào cánh tay Toàn thân mật, nàng ngước cao khuôn mặt ngời sáng, khoe nụ cười với hàm răng trắng đều hạt và ánh mắt lấp lánh reo vui, Quyên nói một tràng dài,

"Anh nói lạ, có anh nhà sinh động hẳn, lúc trước, em học về, thui thủi, mẹ còn ngoài chợ, chạng vạng mới thấy mặt mẹ, hai mẹ con cơm nước xong, em rút vào phòng, mẹ làm hết công việc nhà, cũng vào giường, hai người như hai bóng ma, nản hết biết. Từ hôm có anh, em có cái để quan tâm, mẹ cũng thế. Mẹ con em phải cảm ơn anh mới đúng, sao anh lại áy náy?"

"Một hai ngày đầu còn thấy vui, nhưng vài ba tháng, không còn vui nữa, trái lại sẽ là một phiền hà."

"Em không tin thế."

"Em đang nghĩ và nói trong tâm cảnh hiên tại."

Buổi trưa, bóng nắng của rặng tre ngã dài một nửa trên vệ cỏ ven bờ, một nửa xuống mặt nước im sóng. Giữa sông, vó lưới nhô cao cắm vài cọc tre, một chiếc thuyền nan được một người đàn ông chèo chậm chung quanh, Toàn không biết ông ta đang làm gì. Quyên tiếp tục nói,

"Không lý do này nọ nữa, ở mãi nhà em đừng đi đâu nữa nha anh."

"Buồn cười chưa, để em và mẹ nuôi à?"

"Thì anh vẫn đi làm mà."

"Xa xôi, bất tiện."

"Trường em cũng dưới phố, đi mãi quen, có thấy xa gì đâu?" Quyên kéo tay Toàn, nũng nịu.

"Đi anh, ở với mẹ và em, nha anh."

Thâm tâm Toàn cũng muốn lắm, hàng đêm sẽ được ngủ chung giường với Thục Đoan, được nàng ôm ấp, vuốt ve, được cùng nàng ân ái, ngôi nhà thân quen đó, cây mít cổ thụ, chiếc xích đu, những luống hồng rực đỏ màu hoa trong nắng trưa… . Nhưng không được, Toàn nghĩ, không thể lợi dụng lòng thương của mẹ con Quyên khiến họ bận rộn, lo toan, thời gian đầu có thể sẽ chẳng có vấn đề, nhưng về lâu về dài, làm sao biết trước những bất ưng sẽ xảy ra? Vả lại, Toàn chưa có việc làm ổn định, càng không thể để mẹ con Quyên gánh thêm một miệng ăn, lòng tự trọng không cho phép Toàn hành xử như kẻ thất phu. Toàn hôn lên trán Uyên,

"Em gái, anh muốn lắm, nhưng thư thả sẽ tính, bây giờ chưa phải lúc."

Quyên phụng phịu,

"Em hổng chịu đâu, đi anh…"

Toàn cốc đầu Quyên,

"Sinh viên năm hai rồi mà cứ như học trò cấp một, nhõng nhẽo thấy sợ."

Quyên dụi đầu vào ngực Toàn, cười khúc khích,

"Có anh trai sướng thật."

Toàn nhớ Tâm, cùng tuổi Quyên, cũng năng động, cũng phơi phới yêu đời. Nhớ cô em gái, Toàn cũng nhớ Ngọc. Nghe lời khuyên của Toàn, Ngọc ghi danh học lại. Nghe Tâm bảo, Ngọc đã tỉnh, ngoài việc phụ mẹ, Ngọc dốc toàn thời gian cho việc học hành. Toàn hỏi em,

"Cái thai, chừng nào sinh?"

"Dạ, bốn tháng. Mẹ bảo sinh xong hãy cứ tiếp tục việc học, để em bé cho mẹ lo."

"Bao giờ Ngọc ra trường?"

"Tám tháng nữa."

Ra trường, theo dự tính từ gợi ý của Toàn, Ngọc sẽ xin vào làm ở Vinpearl Resort trên đảo Hòn Tre. Ngọc tin sẽ được nhận vì Ngọc học rất khá. Nhưng nếu được nhận, Ngọc lại lo, chỗ làm này tuyệt vời, khổ nỗi đi, về rất bất tiện, chẳng biết phải làm sao. Mẹ nói thì ở hẳn bên ấy, chỉ về mỗi cuối tuần. Ngọc bảo đâu được mẹ (Ngọc gọi bà bằng mẹ, như Toàn, như Tâm), còn con cái, ai chăm. Mẹ bảo sẽ thay Ngọc lo cho cháu bé, Ngọc khỏi bận tâm, cứ chuyên chú làm việc, mẹ còn khỏe, thừa sức chu toàn trách nhiệm chăm sóc cháu, vả, tuổi già, có cháu bế bồng, càng vui.

Nếu mọi việc tiến triển như dự tính, còn gì bằng. Toàn thầm mong không có trở ngại nào.

Một đàn cò trắng từ xa bay lại, sà xuống những ngọn bần bên kia sông, chúng đậu trắng cả một khúc bờ, Quyên nói,

"Đẹp quá anh nhỉ."

"Đẹp."

"Anh đói chưa, mình ăn nhé?"

Không đợi Toàn trả lời, Quyên vùng dậy lấy trong túi xách mang theo tấm ni lông trải trên thảm cỏ, bày số lương thực mẹ đã làm từ sáng sớm, chén đũa, xôi bắp muối vừng, thịt nạc rim mặn, cơm vắt, chuối, nho, thanh long, nước cam và nước lọc đóng chai.

Toàn nhớ những ngày cùng Thục Đoan lên chơi Đà Lạt.

Dưới bóng mát của cây thông lớn, cũng trên tấm ni lông, Thục Đoan bày hàng nhiều món. Toàn nhìn, nói,

"Em chu đáo quá, đi dã ngoại với em sướng thật."

"Đàn bà mà anh, thiên chức của họ là lo toan những cái lỉnh kỉnh."

"Hình như quan niệm này xem ra không hợp thời nữa, ngày nay đàn bà có khi giỏi hơn đàn ông trong mọi lĩnh vực, bà Angela Merkel làm thủ tướng Đức nhiều nhiệm kỳ và được tạp chí Time năm vừa rồi xếp vào danh sách vài người có ảnh hưởng và quyền lực nhất thế giới. Còn bao nhiêu người nữa, phi hành gia, khoa học, y học, kinh tế… , lĩnh vực nào cũng có đàn bà, lại là những người kiệt xuất."

"Số ít thôi, tuyệt đại đa số vẫn quán xuyến gia đình, con cái, miếng ăn, tấm áo, manh quần... Chỉ ở vị trí này họ mới thực sự là đàn bà, chỉ ở vị trí này họ mới bộc lộ trọn vẹn được vẻ đẹp làm bọn đàn ông mê say."

Toàn ôm Thục Đoan từ phía sau,

"Em thuộc loại nào?"

"Em mong làm một người đàn bà bình thường, lo toan bữa cơm ngon, tấm áo sạch cho chồng, cho con, được vậy, em nghĩ sẽ mãn nguyện rồi."

Toàn xoay mặt Thục Đoan lại, nhìn sâu vào đôi mắt sáng long lanh, hôn lên đôi môi mọng chín, âu yếm,

"Đúng vậy, anh không mong có một người vợ kiệt xuất, chỉ mong sở hữu một mẫu người như em vừa nói là quá đủ."

Quyên hỏi khi thấy mặt Toàn xa xăm như đang lạc vào cõi nào khác,

"Anh Toàn, đang nghĩ gì thế."

"À… Anh nhớ chị Thục Đoan."

"Mỗi ngày anh nhớ nhiêu lần?"

"Luôn luôn."

"Khiếp, chưa thấy ai si tình như anh."

Bữa ăn tuy dã chiến nhưng ngon, có lẽ nhờ khung cảnh thoáng mát.

Toàn ngồi dựa lưng vào mô đất cao, bóng mát của bờ tre phủ kín một vùng rộng. Gió nhẹ, mặt sông chói nắng im sóng. Đàn cò đã bay đi từ lâu, cánh đồng mía tắm nắng trưa, những ngọn lá thiếu nước vàng úa. Một con chim lớn đậu bất động trên cọc cao của vó lưới giữa sông. Buổi trưa im vắng, thanh bình.

Quyên vừa dọn dẹp xong, sà xuống ngồi cạnh Toàn, che miệng ngáp,

"Em có tật xấu, ăn no là buồn ngủ."

"Ngủ đi"

Quyên xoay người nằm ngửa, gối đầu trên đùi Toàn,

"Cho em mượn cái đùi của anh."

Và nhắm mắt đi nhanh vào giấc ngủ. Toàn nhìn khuôn mặt mũm mĩm, nét môi cong, sóng mũi thẳng, ngấn cổ dài, có nhiều nét hao hao Thục Đoan, nhưng nhìn chung vẫn có một vẻ gì, Toàn không chứng minh cụ thể được, ngổ ngáo hơn, lì lợm hơn. Đối nghịch hẳn với Thục Đoan, thùy mị, diu dàng, cam phận.

Gió xào xạc rặng tre, tiếng gà gáy trưa từ bên kia sông vọng qua, Toàn cũng cảm thấy muốn ngủ. Thục Đoan gối đầu lên đùi Toàn, ngửa mặt, mắt khép, vầng trán rộng, mái tóc mềm chảy tràn xuống vòm ngực nở, hai đỉnh nhọn nhô cao, Toàn cúi xuống hôn nhẹ lên đôi môi mọng, một bàn tay luồn trong áo, xoa xoa bầu vú căng, hâm hấp,

"Em yêu, ngủ ngon."

Toàn nói thầm và nhanh chóng chìm vào giấc ngủ.

Quyên bỗng cảm thấy như ai vừa đặt trên môi mình một nụ hôn, nàng choàng thức, mở mắt, Toàn đang ngủ, đầu dựa vào gò đất, hơi nghiêng sang bên, một tay luồn xuống từ cổ áo, ôm bầu ngực nàng, bàn tay không ngừng xe xe núm vú, bóp nhẹ, miệng gọi nhỏ,

"Thục Đoan, anh yêu em."

Quyên định ngồi dậy, lay tỉnh Toàn, nhưng không hiểu sao nàng vẫn nằm yên, cảm nhận một luồng điện chạy rần rật từ bầu vú lan tỏa khắp châu thân, nàng nhắm mắt tận hưởng cảm giác rờn rợn lần đầu trong đời được biết. Bàn tay vẫn tiếp tục xe, bóp; bàn tay như có hấp lực, khiến mọi dây thần kinh trong người Quyên đồng loạt… bất kham. Quyên như tê liệt, đầu óc trở nên mụ mẫm, không còn sáng suốt và sức đề kháng để phản ứng, đành phó mặc cho bàn tay phát huy quyền lực, chẳng những thế, một cách vô thức, Quyên ưỡn cao người, hơi xoay nghiêng để bàn tay thuận tiện hơn khi xoa, bóp, vê vê đầu núm sưng mọng.

Từ hôm có Toàn, dần dần hình thành trong Quyên một thói quen, mỗi buổi sáng vừa ra khỏi giường, việc đầu tiên Quyên nhớ và thực hiện ngay là chạy qua phòng chị Thục Đoan đứng nhìn Toàn còn say giấc, đôi mắt khép, miệng rộng, cằm vuông. Dù biết Toàn là người yêu của chị, dù biết cho đến bây giờ chị vẫn chiếm giữ trọn vẹn trái tim Toàn, Quyên vẫn không thể cưỡng lại sức hút của người đàn ông này. Dưới vỏ bọc em gái, Quyên tìm cách mọc lúc, mọi nơi để tiếp cận, gần gũi "anh trai". Hàng đêm, nhiều lần Quyên qua phòng Toàn, viện cớ thăm chừng Toàn té ngã khi đi vệ sinh, thực chất Quyên muốn được nhìn Toàn. Một cách mơ hồ, Quyên ao ước được nằm trong vòng tay Toàn, được hôn, được ôm… . Quyên yêu Toàn, nàng bàng hoàng khi nhận biết điều đó. Cảm giác ấy vừa sợ vừa cực kỳ quyến rũ. Cảm giác làm Quyên thường xuyên mất ngủ. Tội lỗi? Toàn là người yêu của chị Thục Đoan mà. Nhưng chị đã chết, tại sao Quyên không thể thay chị trở thành một nửa của Toàn? Những câu hỏi và ước muốn mỗi ngày một lớn, cho đến hôm nay, bỗng thành tựu hoàn toàn bất ngờ. Quyên sung sướng quá, bất giác, không cưỡng được, nàng vói tay luồn qua khoảng trống của hai khuy áo, vuốt ve khung ngực vạm vỡ của Toàn. Quyên mê đắm ve vuốt, đến nỗi làm Toàn thức giấc, nhìn xuống, thấy bàn tay mình đang luồn trong áo Quyên, xoa bóp gò vú nàng, và nàng cũng đang sờ soạng ngực mình, Toàn hốt hoảng rút tay về,

"Anh xin lỗi… , anh không cố ý…"

Quyên mỉm cười, vòng tay quanh cổ Toàn, kéo xuống,

"Anh… , em yêu anh… , hôn em đi…"

Nhìn đôi mắt khép, hàng mi dài, sóng mũi cao, hai môi dày mọng đỏ,

"Thục Đoan…"

Toàn gọi khẽ, cúi xuống, nụ hôn sâu, ngây ngất, nụ hôn bò dần xuống cổ, vờn quanh hai gò ngực, di chuyển chậm, thấp dần, đậu lâu trên thảm cỏ mượt, nhích sâu thêm,

"Anh…"

Quyên rên, hai bàn tay bấu chặt đầu Toàn, đôi chân mở khép liên tục, hạ thể ưỡn cao, giật nẩy.

Hình ảnh Thục Đoan đầy chặt trí não, Toàn không ngớt gọi tên nàng, Quyên nghe, biết mọi hành động của Toàn hiện tại là dành cho chị, nhưng, mặc, rồi Toàn sẽ dần hiểu ra chị Thục Đoan đã chết, đã là cái xác mục, và hiện tại chỉ có Quyên, cùng tình yêu nàng trao cho Toàn cũng không kém thiết tha như của chị Thục Đoan.

Toàn bò lên, hôn sâu môi Quyên, nút thật mạnh chiếc lưỡi mềm ướt nước, thì thào,

"Anh vào nhé?"

"Dạ… Nhưng em sợ…"

Toàn ngạc nhiên,

"Sợ, kỳ vậy?"

Toàn mơn trớn vùng nhạy cảm, Quyên nhột điếng nhưng đê mê, khắp người nổi da gà, tự hỏi sẽ thế nào khi Toàn thâm nhập vào sâu trong nàng. Đau? Tê dại? Quyên không biết, nhưng mặc, Quyên yêu Toàn, sẵn sàng trao Toàn cái quý nhất của đời con gái, ra sao thì ra. Quyên nhắm mắt chờ đợi, Toàn cười, trêu,

"Làm như lần đầu..."

"Anh... Em... không phải chị Thục... Em là Quyên..."

Toàn giật thót, câu nói như gáo nước lạnh làm Toàn bừng tỉnh, Toàn nhìn khuôn mặt chỉ cách tầm mắt hai gang tay, đúng là Quyên, không phải Thục Đoan.

Toàn vội ngồi dậy, cơn ham muốn hạ nhanh, Toàn kéo vội váy Quyên xuống, che kín vùng đồi màu mỡ mướt đen, nói vấp váp,

"Quyên... Anh xin lỗi... Anh bậy quá..."

Hành động của Toàn cũng lôi Quyên ra khỏi cơn mê, nàng ngồi dậy, sượng sùng.

Quyên thèm được khóc. Cảm giác tủi hờn pha lẫn đau đớn dấy lên trong tâm hồn, Quyên nghĩ, nếu khóc được chắc nhẹ lòng hơn.

Toàn nhìn khuôn mặt Quyên thất thần, đoán biết tâm trạng nàng đang thế nào,

"Anh xin lỗi..." Toàn lặp lại.

Quyên nói nhỏ,

"Thôi..., sắp chiều..., mình về đi anh."

Trên suốt quãng đường dài, cả hai đều kiệm lời.

Toàn miên man suy nghĩ, sao lại như thế với Quyên? Từ bao giờ đến bây giờ, trong đầu Toàn, Quyên vẫn tồn tại như một cô em gái, chẳng khác gì Tâm ở quê nhà. Bởi chưng, ngay từ lúc trở thành thân quen, nhìn sự năng động trẻ trung của cô bé Quyên, khác hẳn sự chừng mực, dịu dàng của cô chị Thục Đoan, Toàn đã xác định ngay tình cảm dành cho hai người. Tính cách của Quyên hao hao Tâm, Toàn sẽ yêu cô bé như yêu một đứa em, không khác tình yêu Toàn đã dành cho Tâm và sẽ yêu Thục Đoan bằng rung động của một trái tim cùng đập chung tần số. Thục Đoan ra đi, ý nghĩ này không thay đổi, trái lại, càng mạnh mẽ hơn, Toàn luôn mong Quyên sẽ gặp một đối tượng xứng đáng, tâm đầu ý hợp, như ước muốn của chị nàng lúc còn sinh tiền.

Quyên biết Toàn yêu chị, tình yêu ấy còn tồn tại mạnh mẽ trong trái tim người đàn ông này, không dễ gì một sớm một chiều phai nhạt. Nhưng nàng có thua gì chị, Quyên là bản sao hoàn hảo, không hề kém chị trên mọi phương diện, thậm chí về mặt thể xác còn vượt hẳn chị, trẻ hơn, cao hơn, mạnh khỏe hơn, mời gọi hơn, hai trái vú săn cứng vênh vểnh hai núm sưng mọng, vùng đồi phì nhiêu no căng mượt cỏ, chân dài… , tại sao Toàn không yêu Quyên như yêu chị? Dù không ghen với Thục Đoan, nhưng qua cách hành xử vừa rồi, Quyên bị tổn thương nặng. Bao đàn ông con trai sắp hàng theo đuôi, chỉ mong được Quyên ban phát một nụ cười, một lời hò hẹn. Quyên cảm thấy ngực nghèn nghẹn, trái tim như bị ai bóp mạnh, đau buốt. Gần ba giờ chạy xe, Quyên cố nén cơn khóc chực trào qua cổ. Đến nhà, quên cả nhiệm vụ dìu Toàn vào phòng, Quyên về phòng mình, khép vội cửa, ngã xuống giường, vùi mặt vào gối, cơn khóc trào ra không phương kìm giữ.

Toàn khập khiễng bước vào, dừng lại trước cửa phòng Quyên, phân vân muốn đưa tay gõ, nhưng cánh tay đưa cao dần hạ xuống, Toàn thở dài lê bước về phòng mình.

Toàn cũng ngã vật ra giường, nhắm mắt. Thục Đoan ngồi cạnh, đưa tay vuốt má Toàn,

"Quyên rất đau khổ."

"Anh biết, nhưng không thể khác hơn, anh xem Quyên như em gái, vả, không ai thay thế được em trong trái tim anh."

“Quyên yêu anh. Nó là đứa tuy bề mặt sôi nổi nhưng tâm hồn mong manh, dễ vỡ, anh làm Quyên tổn thương.”

“Anh nào muốn thế…”

“Em chỉ là một cái xác mục, anh còn tương lai rất dài phía trước, Quyên xứng đáng là bạn đồng hành của anh, suốt đời. Anh không thể sống mãi thế này.””

“Một lúc nào đó anh sẽ lấy vợ, nhưng bây giờ thì không, nhất là với Quyên.”

“Tại sao?”

“Như đã nói, anh từng hứa với lòng ngay từ đầu, sẽ xem Quyên như em gái ruột thịt, hơn thế, nếu chấp nhận Quyên là một nửa của mình, làm sao anh chịu nổi cảm giác mỗi lần gần gũi, âu yếm, ân ái với Quyên hình ảnh em lại hiện về?”

Thục Đoan nằm xuống bên cạnh, xoay người ôm Toàn, thở dài,

“Em buồn lắm, nhưng đành chịu thôi, em hiểu anh…”

Những tuần tiếp theo, dù ngoài mặt Quyên cố tự nhiên, vẫn quan tâm đến cái ăn cái mặc, thuốc men của Toàn, nhưng vắng hẳn tiếng cười hồn nhiên. Nhiều hôm không đến trường, Quyên ở nhà, nhưng thay vì như lúc trước, nàng quẩn quanh bên Toàn cười nói huyên thuyên hoặc đi chợ tìm mua những thực phẩm Toàn thích, về lục đục nấu nướng, để được nghe Toàn khen sau khi đã thưởng thức thành quả do nàng bỏ công bỏ sức, “Em giỏi quá, tuyệt ngon.”, nay Quyên rút vào phòng, có khi cả ngày, viện cớ bài vở nhiều phải lo học. Bà mẹ đủ nhạy bén cảm nhận đã có sự cố xảy ra giữa Toàn và con gái. Một tối, bà gọi Quyên vào phòng, hỏi. Quyên chối,

“Có gì đâu, bình thường mà mẹ.”

“Con không giấu mẹ được đâu. Có chuyện gì nói mẹ

nghe, biết đâu mẹ có hướng giải quyết."

"Mẹ nhạy cảm quá đáng, độ này bài vở nhiều, con phải học."

"Mẹ là mẹ của con, làm sao mẹ không thấy được những biến động trong nội tâm con? Quyên à, nói mẹ nghe đi."

Cuối cùng Quyên ôm mẹ, bật khóc,

"Mẹ… Con khổ quá."

"Tại sao?"

"Mẹ, con… yêu anh Toàn."

"Chỉ vậy thôi à?"

"Nhưng anh ấy không yêu con."

"À…"

"Trong trái tim anh ấy chỉ có một hình ảnh duy nhất là chị Thục Đoan. Mẹ ơi, con phải làm sao?"

Mẹ ôm Quyên, vỗ vỗ bàn tay trên lưng con gái, nhỏ nhẹ,

"Con yêu Toàn cũng phải thôi, đó là mẫu đàn ông rất xứng đáng để phái nữ gửi trao đời mình, nhưng Toàn lại chỉ yêu chị con, và thủy chung với nó. Trong tình yêu không cưỡng cầu được con ạ. Hãy cố quên Toàn đi, con còn quá trẻ, rồi sẽ tìm thấy đối tượng thay thế. Tin mẹ đi, con gái ngoan của mẹ."

"Mẹ…"

Quyên tiếp tục khóc.

*

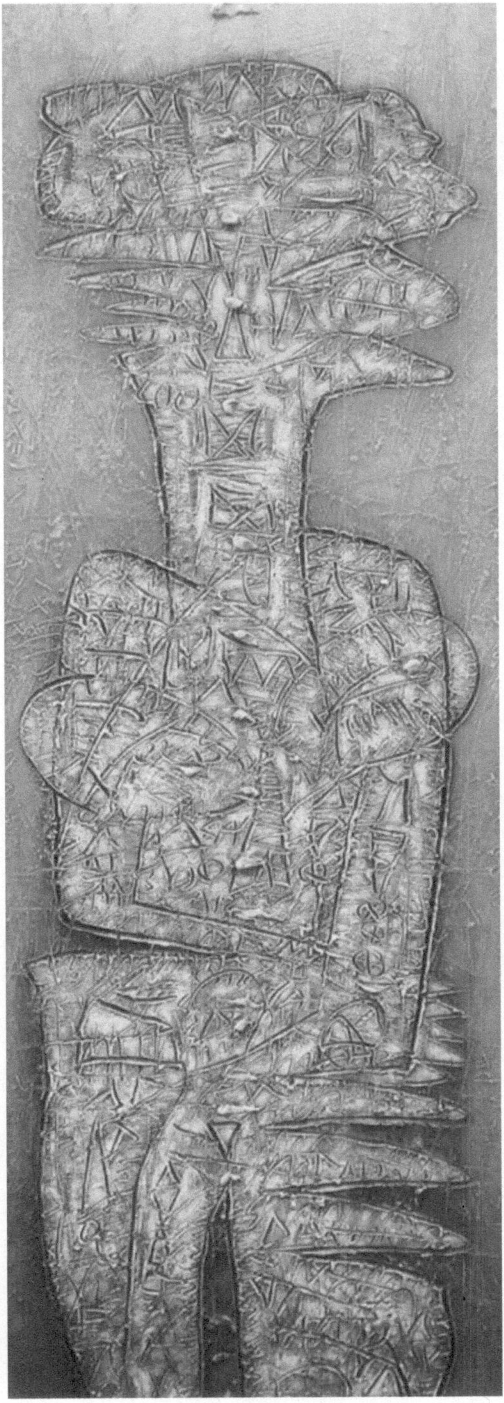

Lê Thánh Thư

Toàn chuẩn bị ra lại thành phố. Vật dụng chẳng có gì ngoài quần áo xếp gọn vào túi xách sẽ mang theo. Bàn viết, ghế, máy pha cà phê và linh tinh các thứ không quan trọng, Toàn để hết lại, xuống phố, cần sẽ sắm sau. Toàn muốn gọn nhẹ, để nhỡ bất ngờ di chuyển khỏi mất công chuyên chở. Hai hôm trước vào nhà thương cắt bột, cái chân xem như đã lành, tuy nhiên bác sĩ vẫn cảnh báo, chỗ gãy chưa lành hẳn, đi đứng phải cẩn thận, nếu té ngã, xương gãy lại, phiền.

Khi nghe Toàn báo sẽ về thành phố, mẹ Quyên nói,

"Con thư thả hãy đi, còn yếu, xuống dưới không ai chăm sóc, khổ lắm."

Toàn trấn an,

"Bác khéo lo, con khỏe thực sự rồi, sức trai mà, sá gì gì ba chuyện lẻ tẻ."

Quyên nói,

"Anh dễ ghét, đã thấy quan tài, đã đổ lệ, vẫn còn phách lối."

Toàn bẹo má Quyên,

"Này cô em gái, đổ lệ tí xíu, nhằm nhò gì."

Quyên xếp nốt chiếc sơ mi của Toàn bỏ vào túi xách,

"Không đùa nữa, em hỏi nè, phòng đã trả, xuống dưới anh ở đâu?"

"Thiếu gì phòng trống, anh sẽ ở phòng khác. Mà nếu chỗ cũ hết phòng, anh sẽ tìm chỗ mới, thành phố này có cả trăm chung cư."

Bà mẹ hỏi,

"Cháu còn tiền không?"

"Dạ còn, bốn tháng nay được bác lo, cháu có tiêu gì đâu."

"Nói thật, đừng giấu bác nhé, cần tiền bác cho mượn."

"Cảm ơn bác, con còn tiền thật mà, cần con hỏi bác ngay thôi."

Toàn cảm động vì lòng tốt của mẹ con Quyên. Gần nửa năm nay, từ cái ăn đến giấc ngủ, nhất nhất đều được mẹ và Quyên chăm lo trên mức ân cần. Sau hôm ở bến sông, tuy Quyên không còn hồn nhiên, vui tươi như trước kia, nhưng vẫn chu toàn những việc nàng đã mặc nhiên xem như bổn phận, sáng, cà phê, điểm tâm, trưa, chiều cơm canh nóng sốt, món luân phiên, rồi nhắc nhở giờ uống thuốc, sắp sẵn quần áo khi Toàn tắm rửa, làm vệ sinh… . Quyên lo cho Toàn không khác một người vợ đảm. Nhìn Quyên, Toàn không thể không nhớ đến Thục Đoan, lòng Toàn bồi hồi.

Khuya, cửa phòng xịch mở, Quyên nhẹ bước đến cạnh giường Toàn, trong chiếc váy bằng lụa mềm, Quyên có vẻ mỏi mệt dưới ánh sáng của bóng đèn từ chái hiên sau dội vào. Toàn chưa ngủ, đang nghĩ đến những ngày tháng sắp đến, số tiền dành dụm đã gần cạn, bốn tháng vừa qua mẹ con Quyên lo tất, không nhờ họ, đã hết từ lâu. Ổn định nơi ăn chốn ở xong phải đi tìm ngay việc làm mới, kẻo không, nguy to. Thấy Quyên, Toàn ngước nhìn,

"Em chưa ngủ à, khuya quá rồi?"

"Anh, em muốn nói chuyện…"

"Chuyện gì, sao không để sáng mai?"

"Chuyện riêng của em và anh, mai anh đi rồi. Em ngồi được chứ?"

Toàn nhích vào trong,

"Em ngồi đi."

Quyên ngồi xuống và bắt đầu nói, giọng nhỏ, đều, như đã thuộc lòng, nàng nói đã yêu Toàn không lâu sau ngày Thục Đoan mất, khi Toàn đến giúp mẹ con Quyên những việc nặng, một tình yêu đơn phương, thầm lặng. Quyên biết như thế là không nên, chị chết chưa xanh cỏ, bát hương trên bàn thờ chưa đầy, nỗi đau mất con của mẹ, mất chị của Quyên chưa nguôi. Quyên cũng lại biết, tình yêu của Toàn dành cho chị Thục Đoan rất lớn, khó có người nào một sớm một chiều thay thế. Song Quyên không kiềm chế được, trái tim có nhịp đập riêng, bất chấp lý lẽ. Cho đến khi Toàn tỏ thái độ buổi trưa bên bờ sông, Quyên biết sẽ mãi mãi nàng không bao giờ trở thành người yêu của Toàn. Ban đầu lòng tự trọng của nàng bị tổn thương nặng, nhưng dần dần Quyên hiểu ra, Toàn yêu chị và một dạ thủy chung. Hiếm có người con trai nào giữ được tấm lòng như thế, từ đó, ngoài tình yêu, Quyên có thêm sự cảm phục. Toàn là mối tình đầu và cũng là mối tình lớn nhất của Quyên. Sau này, Quyên rồi sẽ có chồng, có con, nhưng có một điều Quyên biết chắc, sẽ không hình bóng nào lớn hơn Toàn trong tâm hồn mình, cũng có nghĩa không ai xứng đáng chiếm giữ tiết trinh của Quyên ngoài Toàn. Quyên quyết định, sẽ trao thân cho Toàn, không điều kiện, không đòi hỏi đáp đền, một lần duy nhất, cũng là một lần cho mãi mãi, Cái quý nhất của người con gái là tiết trinh, trao cái quý giá này cho người mình yêu, với Quyên, là một chọn lựa có vẻ cực đoan, nhưng không bồng bột.

Nói xong nỗi lòng thầm kín, Quyên đứng dậy, từ tốn cởi chiếc áo lụa vất xuống sàn. Toàn nhìn sững người con gái khỏa thân, hai gò ngực cao, hông nở, bụng phẳng đổ xuống vùng đồi thênh thang cỏ mượt,

"Quyên, em làm gì vậy?"

Không trả lời, Quyên chuồi người nằm cạnh Toàn,

"Ôm em đi."

Mùi hương con gái từ thân thể hâm hấp nóng làm Toàn choáng váng. Quyên lặp lại, thì thào,

"Ôm em, ôm thật chặt."

"Quyên, mặc lại áo, đừng thế…"

*

Phòng cũ đã có người thuê, Toàn chuyển lên tầng cao hơn, tám, diện tích và cấu trúc không khác. Cho chắc, Toàn giữ lại một phần tiền đủ cơm nước, xăng, cà phê, tiêu vặt trong vòng hai tháng, còn bao nhiêu Toàn đóng hết tiền nhà, đỡ lo chí ít cũng mấy tháng. Nghỉ thêm vài ngày để tìm lại những giây phút khó quên. Toàn sẽ ghé quán nhậu ven đê, sẽ đến ngồi trêm thềm ngôi miếu trong nghĩa trang để ôm, ve vuốt tấm thân thơm ngát của Thục Đoan, vàsẽ lại gặp Hạnh, sẽ cùng nàng chìm đắm trong những trận tình cuồng say.

Quản lý chung cư nói với Toàn,

"Phòng của cậu trước đây một cặp bóng ở, chúng nó đi, để lại toàn bộ vật dụng, cậu xem cái gì cần thì xài, không cần tôi cho nhân công dọn dẹp."

Toàn kiểm, bàn thấp, hai ghế, giường đôi, chén bát ly tách muỗng đũa, hũ cà phê bột, đường, phin lọc, thùng mì gói gần như đầy nguyên.

Toàn mừng rỡ,

"Vậy là tiết kiệm được một khoản tiền, cảm ơn sếp."

Toàn nhìn quanh, khá tươm tất. Cất quần áo vào tủ âm, sắp lên kệ vài cuốn sách rồi Toàn đi tắm. Đứng dưới vòi sen, nghĩ vẩn vơ những chuyện sẽ làm, điều quan trọng nhất là phải đi tìm việc. Trở ra thay quần áo sạch, Toàn ngả người xuống giường nằm lơ mơ, ngủ lúc nào chẳng hay. Dậy, Toàn xuống lấy xe ra phố.

Chiều nắng tắt, không khí nóng vẫn còn nhưng dịu hẳn, Toàn chạy xe khắp các đường chính trong thành phố. Chỉ mới năm tháng thôi mà những công trình xây cất mới đã làm thay đổi hẳn diện mạo thành phố in sẵn trong đầu Toàn lâu nay. Đà này, nếu đi xa vài năm, khi trở lại, nhiều khả năng nhận không ra chốn cũ. Toàn bỗng nhớ bài thơ Sông Lấp của Trần Tế Xương,

Sông kia rày đã nên đồng
Chỗ làm nhà cửa chỗ trồng ngô khoai
Vẳng nghe tiếng ếch bên tai
Giật mình còn tưởng tiếng ai gọi đò.

Toàn xem những tấm hình cũ chụp Sài Gòn vào những năm bốn mươi của thế kỷ trước, rồi Sài Gòn bây giờ, đầu thế kỷ hai mươi mốt, có cảm tưởng như những tấm hình này chẳng có mối liên quan gì với nhau. Làm sao tìm thấy điểm tương đồng giữa hình chụp đen trắng vàng ố ghi lại cảnh bờ sông Bến Nghé nhếch nhác, phu khuân vác tong teo mình trần quần cụt còng lưng dưới những bao gạo, những kiện hàng, với bưu ảnh màu mè rõ nét cũng ghi lại cảnh bến Bạch Đằng vươn cao ngạo nghễ những cần cẩu khổng lồ chuyển lên hoặc xuống tàu những container hàng chục ngàn kg thay sức người, và hầm ngầm xuyên lòng sông đến phố Thủ Thiêm hiện đại bên kia, nơi tiền thân chằng chịt kinh rạch mọc tràn, rậm rịt bần, dừa nước và rắn độc, ếch nhái? Chỉ cách nhau bảy mươi năm!

Đói, Toàn định ghé một tiệm quen, nhưng nghĩ, lát nữa xuống quán ven đê uống bia, ăn luôn.

Toàn vào quán. Không có gì thay đổi, vẫn vài cô tiếp viên cười tươi với khách, vẫn chàng quản lý ngồi sau quầy cao, mắt hấp háy xem chừng thiếu ngủ kinh niên, vẫn cánh đồng mù tối trong đêm, vẫn bên trái, phía xa, những cao ốc chập chùng hàng trăm cửa sổ sáng đèn… , Toàn gọi bia, uống chậm, chất men ngọt quen thuộc, càng uống càng ngọt. Thục Đoan nói,

"Hồi mới uống, em thấy đắng nghét, chẳng ngon lành gì, đi với anh, uống riết, giờ thấy ngon, mới chết."

"Sao lại chết?"

"Thì bắt đầu ghiền, không chết à?"

Toàn cười,

"Cuộc đời sẽ nhạt thếch nếu không ghiền một thứ gì."

Thục Đoan cũng cười,

"Triết lý ba xu của những anh hèn, một cách biện minh cho sự hư hỏng của mình."

"Vậy anh ghiền em cũng để biện minh cho sự hư hỏng?"

"Đem chuyện nọ xọ chuyện kia, anh thiệt…"

Chàng quản lý bỗng nổi hứng, tiếng nhạc đang êm đềm chợt được thay bằng dòng kích động chát chúa trống kèn, Toàn cau mặt. Không muốn ngồi lâu thêm, Toàn gọi tính tiền, lấy xe chạy về hướng nghĩa địa. Chỉ mười phút Toàn đã đến nơi muốn đến. Ánh đèn pha quét một vòng rộng phía trước, ngôi miếu dưới gốc cổ thụ nổi rõ giữa nền trời đêm. Toàn tắt máy, chưa kịp xuống xe thì Thục Đoan đã đứng cạnh, nàng vận bộ quần áo sẫm màu, chực lẫn vào bóng đêm không trăng, giọng nàng như gió thoảng,

"Hôm nay anh uống ít thế?"

"Tỉnh để được gặp em, nhớ muốn điên."

"Em cũng nhớ anh."

Chung quanh bóng tối phủ trùm, gió nhẹ, những rễ phụ đong đưa, tiếng dơi đập cánh trên tàng lá rậm, đom đóm thấp cao chập chờn ngoài xa. Dưới gốc đa, lọt trong góc khuất, Thục Đoan nằm gọn trong lòng Toàn, khuy áo sổ tung, váy tốc lên cao, bàn tay Toàn thám hiểm mọi ngõ ngách trên thân thể nàng, Thục Đoan cười khúc khích,

"Nhột em…"

Thời gian như ngừng trôi, tiếng dế râm ran càng làm cảnh quang thêm tịch mịch. Bỗng Toàn dừng tay, chợt nhớ đến Quyên, Toàn thở dài,

"Anh có lỗi với em và Quyên."

Thục Đoan ôm mặt Toàn, an ủi,

"Anh không có lỗi."

"Lẽ ra anh phải quyết liệt hơn với bản thân."

"Anh là người bình thường, nào phải thánh thần gì."

"Có những giới hạn không nên vượt qua…"

"Đấy không phải là vấn đề, nếu đã vượt qua, chúng ta phải hành xử thế nào?"

Câu hỏi của Thục Đoan đẩy Toàn vào ngõ cụt. Lòng không yên, Toàn ngồi dậy,

"Mình về em, anh không được khỏe."

Thục Đoan ôm hôn Toàn

"Em hiểu những băn khoăn trong lòng anh, nhưng mọi chuyện đã và sẽ xảy ra trong cõi đời này đều đã được định đặt từ một bàn tay vô hình nào đó, không cưỡng lại được đâu anh. Có lần anh đã nói như thế khi đề cập đến chuyện Ngọc. Em cũng đã đồng ý."

"Đó là cái tệ hại nhất của con người, không loại trừ anh. Chuyện gì không vượt qua được, do hèn yếu, ngu dốt đều đổ lỗi cho phần số."

‘Anh có cực đoan quá chăng?”

“Anh suy từ anh.”

“Thôi, anh có vẻ mệt, về ngủ nhé, em đi”

Thục Đoan lại hôn Toàn rồi nhanh chóng tan nhòa vào bóng đêm, phảng phất mùi hương còn đương luẩn quẩn trong không gian mù tối. Toàn chạy xe về lại chung cư, căn phòng mới, theo lời gã manager, trên chiếc giường kia, Toàn tưởng tượng, đã có hai gã đàn ông hàng đêm bên nhau, ôm ấp nhau, hôn hít, âu yếm, làm tình với nhau, rót vào tai nhau những lời yêu đương nồng cháy. Cuộc đời lắm màu sắc thật.

Không ngủ được, Toàn dậy pha cà phê, nhìn những giọt đen nhỏ chậm xuống cốc thủy tinh, Toàn nghĩ đến thời gian trôi qua đời người, cũng chầm chậm, dửng dưng, không ngưng nghỉ. Thoáng chốc đã sáu năm, từ vùng biển đầy gió cát đến thành phố này, rồi gặp Thục Đoan, rồi yêu thương, rồi bất ngờ chia lìa. Thục Đoan ra đi vĩnh viễn, để lại trong lòng Toàn một vết thương sâu, hình bóng Thục Đoan, khuôn mặt, ánh mắt, nụ cười mãi mãi khắc sâu vào trái tim Toàn, vô phương tẩy xóa. Toàn tự hỏi tại sao yêu Thục Đoan đến vậy? Thời sinh viên Toàn đã trải qua hai mối tình, nếu so với Thục Đoan, nhan sắc những người nữ này không thua kém, thế mà họ lại không để lại dấu ấn nào khi chia tay. Cái gì đã khiến Toàn bi lụy vì Thục Đoan? Toàn không lý giải được, nếu có nhân quả, có lẽ kiếp trước Toàn từng có món nợ lớn với Thục Đoan.

Toàn nhấc phin cà phê ra khỏi ly, màu đen sóng sánh phản chiếu ánh đèn, Toàn cho vào một muỗng đường, khuấy đều rồi nâng ly hớp một ngụm, đắng nhưng ngon. Biết uống hết ly cà phê này sẽ thức tới sáng nhưng mặc, Toàn nghĩ, ngủ ngày cũng không sao, đời Toàn còn tự do mà. Toàn ra đứng sau mặt kiếng, nghiêng đầu nhìn xuống từ cửa sổ, hai giờ sáng, mặt đường đã thưa xe. Một chiếc xích lô máy phóng qua, tiếng động cơ nổ giòn dội vào lòng đêm. Toàn lấy trên kệ xuống cuốn sách lớn, nặng, sưu tập hội họa Toàn đã mua tháng trước, The Great Book of French Impressionism. Toàn vốn thích trường phái ấn tượng của Pháp, với những ông khổng lồ ai cũng biết, Van Gogh, Renoir, Degas, Rousseau, Chagall, Monet, Gauguin… , mải mê xem, đêm tối rút đi lúc nào không hay. Toàn ngáp dài, nhắm mắt, chìm ngay vào giấc ngủ. Bình minh lên nhanh, vạt nắng mai tuôn qua cửa sổ, một phần căn phòng được chiếu sáng.

Thức dậy đã xế trưa, Toàn xuống phố ăn cơm. Sau khi ngồi uống nước trà nhìn thiên hạ ngược xuôi một lúc, Toàn đến nhà hàng mini của Hạnh.Thấy Toàn, Hạnh chạy ra vồn vã,

"Đi đâu biệt tích gần nửa năm?"

Toàn ôm nhẹ cô bạn đặc biệt,

"Tai nạn, nằm dưỡng thương nhà Thục Đoan."

Toàn kể nhanh sự cố. Hạnh trách,

"Vậy mà không điện thoại cho em hay."

"Em biết tính anh, ghét kể lể, vả, cũng chẳng có gì quan trọng, có cớ để nghỉ ngơi vài tháng."

Toàn nhìn Hạnh từ đầu đến chân. Đẹp hẳn ra, tóc vấn cao quí phái, da trắng mịn, mắt ướt long lanh, môi thoa son nhạt óng mượt, cổ áo sơ mi mở cúc trên lộ rãnh sâu làm nền cho sợi dây chuyền lấp lánh hạt kim cương lớn trên chiếc vòng bằng vàng trắng trang trí hoa văn cầu kỳ, hai chùm kim cương bông tai lủng lẳng thòng sâu, cổ tay mang đồng hồ Rolex cũng nạm đá quý. Quần tây bó ống ngắn trên mắt cá, giày cao gót cột dây da, mông tròn căng, hông nở, toàn thời trang cao cấp, cô chủ quán cà phê bụi bặm trước kia với bà giám đốc nhà hàng mini bây giờ chẳng khác chi chén sành với chén kiểu, đèn dầu với đèn ô tô. Toàn kê miệng vào tai Hạnh nói nhỏ,

"Em ngon quá, nhìn, thèm quéo cả lưỡi."

Hạnh hứa hẹn,

"Tối nay đi nhậu, về, cho anh hưởng."

Toàn thốt kêu,

"Trời, thiệt không, chồng em đâu?"

"Tháng sau mới cưới, giờ em còn tự do. Cho anh, để sau ngày cưới sẽ không bao giờ nữa."

"Cảm ơn bạn dzàng."

Hai ông khách đứng tuổi mở cửa kính bước vào, Hạnh vui vẻ,

"Chào hai anh."

Trông cách đối đáp, Toàn cũng đoán được họ quen biết nhau, xem chừng khá thân. Hạnh nói với Toàn,

"Hai tay này thuộc hàng đại gia địa ốc, đang mời anh Tuấn bỏ thêm vốn làm khu shopping, hình như vùng Hóc Môn, Củ Chi gì đó."

Chiều xuống nhanh. Đèn đường và các cửa tiệm đã bật sáng, phố cũng đông thêm. Xe đủ loại, hai bánh, bốn bánh, mới, cũ nối đuôi nhau dưới lòng đường, trên vỉa hè người tấp nập ngược xuôi. Hạnh nói,

"Chừng ba mươi phút nữa mình đi."

"Đến quán ven đê nhé?"

"Không, em đưa anh tới chỗ này, đẹp lắm, sang nữa."

Khoảng nửa giờ sau, Hạnh gọi điện thoại nói chuyện với Tuấn, nàng bảo đi công việc, đóng cửa tiệm sớm, đừng đến nếu có ý định, đồng thời bảo tài xế lái xe về. Mọi việc xong xuôi, Hạnh nhanh nhẹn leo lên ngồi sau lưng, hai chân hai bên như đàn ông khi Tuấn khởi động chiếc dream, Hạnh nói,

"Đi anh."

Tuấn nói,

"Đi xe hơi quen, ngồi xe hai bánh chắc bực bội."

"Em thích thế này hơn, với anh."

"Chỉ với anh thôi?"

"Đúng, ngồi sau lưng anh được ôm, thân mật, trẻ trung, sướng."

Theo hướng dẫn của Hạnh, hai người đến một nhà hàng nổi ven sông Sài Gòn miệt Thủ Đức, cất chồm ra sông, lớn, rộng, trang trí mỹ thuật, sang trọng với những bức phù điêu hoành tráng đắp theo phong cách hiện đại, những góc tường lõm vào đặt các bức tượng cũng theo phong cách mới, được chiếu sáng bởi hệ thống đèn lắp đặt có tính toán nhằm tạo hiệu ứng tối đa cho những tác phẩm. Chủ nhân nhà hàng thuộc típ có vẻ am tường nghệ thuật, Toàn hỏi Hạnh có phải vậy không, Hạnh xác nhận,

"Đúng, ông ta là môt điêu khắc gia nổi tiếng đã về hưu."

"Thảo nào."

Nhạc thính phòng nhẹ, gió hiu hiu mát lạnh, những ánh đèn dầu từ các thuyền câu rải rác trên sông, vầng sáng ửng lên từ phía thành phố tạo cho nhà hàng vị thế cá biệt, quý phái, thoải mái và thơ mộng mà những nhà hàng trong nội thành khó có được. Hạnh cho biết thực đơn hải sản và các món dân dã miền sông nước ở đây rất xuất sắc. Hạnh chủ động gọi một số món đặc biệt của nhà hàng và chai vang trắng. Lúc đang dùng bữa, Hạnh nói về cuộc sống hiện tại của mình,

"Khá thoải mái, cả vật chất lẫn tinh thần, Tuấn yêu thương em rất mực, lo cho mẹ con em đầy đủ, không thiếu thứ gì, nhà hàng mini của em cũng phát triển thuận lợi, có lẽ sang năm sẽ mở rộng, anh Tuấn đang thương lượng với cửa tiệm bán đồ lưu niệm bên cạnh lấy luôn mặt bằng này."

"Thế thì em trở thành đại gia mấy hồi."

"Em đã trên ba mươi, đủ lớn để không bị những chuyện yêu đương lãng mạng, mơ mộng viễn vông của thời mới lớn nó vật, em đã hiểu từ nhiều năm rồi, chuyện yêu đương kiểu vừa nói và thực tế là hai phạm trù hoàn toàn đối kháng. Hình ảnh "một túp lều gianh hai trái tiêm dzàng" chỉ sản sinh từ tưởng tượng của những anh zăng nghệ sĩ dở hơi, cả đẫn, và nhiều phần nhan sắc hẳn xêm xêm Thị Nở, cũng như khả năng e chỉ như AQ của Lỗ Tấn, phét lác dzàng trời, tài cán bằng hột mè, nên cầm chắc cả đời chả tán tỉnh được em nào, đành hàng đêm chơi chị năm và mơ mộng!

Hạnh nói một thôi một hồi như để biện minh về chuyện sắp trở thành "đại gia" của mình. Toàn cười,

"Dưng không anh trở thành cái thùng rác cho em đổ hết những thứ phế thải!"

"Em xin lỗi."

"Thôi, chuyện chẳng dính dáng gì đến chúng mình, uống đi, no say rồi anh đưa em về, còn cả đêm để em tha hồ bày tỏ nỗi lòng."

Hạnh nâng ly cùng tôi uống cạn, rót ly khác, tâm sự,

"Nói thật, chuyện phòng the, sau chồng cũ của em, anh là người thứ hai."

"Ủa, thế Tuấn…"

Em nói Tuấn ráng chờ sau đám cưới, em muốn dành cho anh ấy sự trân trọng.

"Em thật lắm trò."

"Đời mà anh…"

Nó xong Hạnh nhìn tôi cười. Nụ cười và tia nhìn vẫn giữ nguyên một lúc trước khi tiếp,

"Tuy thứ hai nhưng anh làm em hài mãn nhất, biết tại sao không?"

"Cái gì thứ hai?"

"Quan hệ xác thịt với em."

"À…, tại sao?"

"Thú nhất, em yêu anh, trong quan hệ ái ân, đàn bà chỉ có cảm giác khi yêu thương đối tác, thứ hai, anh không ích kỷ, chỉ lo thỏa mãn riêng mình, anh quan tâm và giúp đối tác hưng phấn để nhanh chóng đến đỉnh. Ân ái với anh em lên đỉnh nhiều lần, rất thích."

"Nghe em nói anh rạo rực quá, mình đổi rượu mạnh hơn, uống say rồi về, cho em tha hồ hành hạ anh."

Buổi sáng đã đến từ lâu, đủ mọi tiếng động vang lên từ dưới đất, không huyên náo, chỉ vọng như từ một cõi nào xa xăm. Toàn dậy trước, mở mắt nhìn Hạnh còn say giấc, khuôn mặt tắm ánh sáng ban ngày hơi nhợt nhạt, mắt khép, môi phai màu son, Hạnh nằm ngửa, hai bầu vú bè bè, đôi chân dạng rộng, vùng nhạy cảm vồng cao mượt cỏ. Toàn lay vai Hạnh,

"Dậy, trưa trật rồi."

Hạnh hấp háy đôi mắt, ngồi dậy,

"Mấy giờ rồi anh?"

Toàn xem giờ trong điện thoại,

"chín giờ mười lăm"

"Chết, trưa quá rồi."

Nàng vội vã tắm rồi bảo Toàn đưa về nhà thay quần áo, trang điểm vội vã để kịp đến mở cửa tiệm.

Bước vào trong, sau khi cửa mở, Toàn nối theo, đèn chưa bật sáng, trong bóng tối nhá nhem, Hạnh ôm Toàn hôn dài,

"Về ngủ đi, chắc mệt lắm phải không?'

"Còn hỏi!"

Hạnh bật đèn. Ánh sáng chan hòa, Toàn nhìn Hạnh tươi mát, phơi phới, không thể không nhủ thầm, đàn bà hay thực.

Toàn từ giã Hạnh ra xe về lại chung cư, lên đến phòng, Toàn ngã vật ra giường, rã rời. Thục Đoan ngồi cạnh, dấm dẳng,

"Sướng con ku mù con mắt."

"Em ăn nói…"

"Chẳng phải à, cả đêm… không thượng mã phong, cũng lạ."

"Thôi mà… , Hạnh chỉ là phương tiện, em hiểu…"

Thục Đoan cười lớn,

"Em hỏi anh, trả lời thành thật nhé, khi anh vào ra cuống cuồng, bắn tinh xối xả sâu trong Hạnh, những cơ thịt thắt bóp, hành động ôm siết, nẩy giật, quằn quại, tiếng rên, những lời tán thán ngây dại…, nói chung, tất cả mọi động thái và ngôn ngữ khi lên đến đỉnh là của ai, em hay Hạnh?"

"Nhưng trong tim anh, trong đầu anh…"

Thục Đoan xua tay, ngắt lời,

"Đừng ngụy biện nữa, không đàn ông tí nào."

"Em ghen đấy à?"

"Em chỉ là một cái xác mục, sẽ vô lý lắm nếu bảo em ghen, chỉ muốn anh nên thành thật. Không phủ nhận anh còn yêu em sâu đậm, nhưng đừng dùng em để vơi nhẹ mặc cảm khi quan hệ xác thịt với ai khác. Anh còn trẻ, còn ăm ắp sinh lực, phải có sinh hoạt tình dục, điều đương nhiên."

Thục Đoan đúng, nhưng chỉ đúng mặt vật lý, mọi động thái và ngôn ngữ hài mãn là của Hạnh, sự sướng ngất của Toàn là từ Hạnh mà có, nhưng một điều có thực, lúc nào trong đầu Toàn cũng chập chờn hình ảnh Thục Đoan, ngay cả chỉ trong vài mươi giây khi chạm đỉnh. Vậy thì sai chăng nếu bảo kẻ nằm dưới thân xác Toàn trong lúc ái ân chỉ như phương tiện? Tất nhiên, nói thế là xúc phạm trầm trọng đến nhân phẩm đối tác, nhưng đau đớn thay, điều ấy không sai.

Toàn mong ngày đám cưới của Hạnh và Tuấn mau đến, để Hạnh thực sự làm vợ Tuấn. Với tư cách này Hạnh sẽ có đủ lý do dừng lại.

Hạnh cũng thế, nàng luôn cảm thấy có lỗi với Tuấn khi ôm Toàn, mở rộng chân đón nhận của Toàn đi sâu vào xác thân hừng hực mỗi lần cùng Toàn ân ái. Người đàn ông này có một hấp lực khó cưỡng, mạnh mẽ, cứng cáp, dai dẳng, Toàn hội đủ mọi yếu tố cần và thừa. Nàng không thể không tìm cách ái ân với Toàn khi gặp nhau. Hạnh hiểu không phải chỉ thuần vật lý khi Hạnh đến với Toàn, mà dứt khoát phải có tình yêu. Nhưng tình yêu ấy không đủ lớn để Hạnh buông bỏ tất cả.

Và cũng như Toàn, Hạnh mong ngày cưới sẽ chóng đến, để Hạnh thực hiện lời hứa với chính bản thân, sẽ không bao giờ phản bội Tuấn. Cảm giác bị phản bội đau đớn thế nào, Hạnh đã nếm.

Lê Thánh Thư

III

Bốn năm qua đi.

Toàn làm việc ở chỗ mới chỉ một tháng sau ngày lành vết thương, đến nay đã bốn năm. Cơ sở này khá lớn và thoải mái, lương tiền cũng hơn chỗ cũ. Bốn năm, từ nhân viên, Toàn bò dần lên chức quản lý, phụ trách một phân xưởng vài chục người dưới quyền. Thục Đoan, vẫn vậy, mỗi tuần, chí ít một đôi lần Toàn đến quán nhậu ven đô, và dĩ nhiên, sau đó ghé ngôi miếu nhỏ đầu nghĩa trang để gặp nàng, chuyện trò, âu yếm, đôi lúc ân ái dưới gốc đa, trên thềm, hay trong ngôi miếu, dưới bệ thờ có ánh trăng dội vào, liếm sáng một phần khung thờ phủ nhiễu đỏ bạc màu. Cảnh quang tịch mịch, nhuốm màu liêu trai làm tăng thêm khoái cảm, gây nghiện, Chừng dăm ngày không được quan hệ với Thục Đoan tại chốn này, Toàn cảm thấy bứt rứt không yên, thể nào cũng phải đến gặp nàng. Thục Đoan vẫn thường bảo ở đây âm khí rất nặng, ân ái không tốt cho sức khỏe, nhưng Toàn ngoan cố gạt đi, kệ, miễn sao được cùng nàng thăng hoa, chết ngay cũng cam… . Thục Đoan lắc đầu chào thua trước sự ngang bướng của Toàn. Bốn năm, nói theo ngôn ngữ… cải lương, bao nhiêu nước chảy qua cầu, vậy mà Toàn vẫn không quên được Thục Đoan, dù đã có môt vài cô đến với Toàn trong thời gian này, nhưng không người nào trụ lâu, và không người nào đẩy được Thục Đoan ra khỏi trái tim Toàn. Kỳ lạ, chính Toàn cũng đã bao lần tự hỏi tại sao, lý do nào… mà Thục Đoan mãi tồn tại trong lòng Toàn dài lâu đến thế. Không giải thích được, cuối cùng lại trở về với lý lẽ mơ hồ, nhuốm màu sắc tôn giáo mà chính Toàn cũng cảm thấy nghi hoặc: quả báo, có lẽ kiếp trước Toàn mang nợ khá nặng với Thục Đoan.

Thỉnh thoảng, Toàn có ghé nhà hàng của Hạnh, nay đã rộng rãi, bề thế. Hạnh giờ là vợ Tuấn, đại gia nức tiếng, chủ của một hãng sản xuất linh kiện điện tử lớn. Họ có thêm một cậu trai. Hạnh sống với chồng và hai con trong ngôi biệt thự hiện đại miệt ngoại ô, vườn rộng, hoa trái sai quả bốn mùa, không khí trong lành, yên tĩnh. Hạnh hạnh phúc, chồng thương, con ngoan, vật chất dư thừa. Lời hứa với chính bản thân, Hạnh đã thực hiện đúng. Thôi quan hệ xác thịt với Toàn vì không muốn phản bội chồng, bắt nguồn từ nỗi đau do người chồng cũ tạo ra, khắc sâu vào Hạnh vết sẹo lớn, lâu dần thành răn đe. Toàn cũng đồng tình với Hạnh. Cả hai vẫn duy trì tình bạn mật thiết, chia sẻ mọi chuyện, trừ gối chăn. Nhiều khi gặp mặt, nhìn nhau, nắm tay nhau, nhớ những lúc bên nhau, nhớ môi hôn, vòng ôm… nhưng cả hai cố tự kiềm chế, nhất định không để ham muốn cuốn trôi. Họ hiểu hậu quả sẽ thế nào nếu chuyện vỡ lở, nhất là với Hạnh, ngoài kinh nghiệm đau đớn do bị phản bội, Hạnh rất sợ mất đi những thứ đang có, hạnh phúc, cơ ngơi, tiền bạc… .

Nhiều lần Toàn nhớ Quyên và bác gái, mẹ nàng, muốn đến thăm, nhưng Toàn ngại sẽ xảy ra nhiều chuyện ngoài ý muốn. Làm sao quên được căn phòng hàng đêm Thục Đoan nằm cạnh, cùng những trao đổi yêu thương của ngôn ngữ và thể xác. Làm sao quên được khung cửa sổ, chỗ nhìn ra sân, nơi cây mít cổ thụ, chiếc xích đu, những khóm hồng rực đỏ dưới nắng trưa. Làm sao quên được bóng đèn trên chái hiên dội ánh sáng, tráng sữa non lên da thịt trắng mịn của Thục Đoan. Làm sao quên được những bữa cơm thanh đạm cá nục kho tiêu, canh mồng tơi sườn non, thịt ba rọi chấm mắm tôm… trong sự chăm sóc ân cần và ánh mắt bao dung đằm thắm của bà mẹ, trong rộn rã reo vui giọng nói tiếng cười của Quyên. Làm sao quên được khuôn mặt, đôi môi dày thắm đỏ đam mê mà hồn hậu thủy chung của Thục Đoan trong khung ảnh, trên bàn thờ, sau bát sành đầy chân nhang… . Đã bốn năm, không rõ họ thế nào, Toàn hẹn lần hẹn lửa sẽ đến thăm, sẽ thắp nén nhang thơm trên bàn thờ Thục Đoan nhưng chuyện xảy ra giữa Toàn và Quyên đã như một lực cản khiến Toàn chồn chân. Mình tệ và hèn quá, Toàn thường tự trách.

Quê nhà, mỗi năm ít nhất một lần, Toàn đều đặn về thăm mẹ, em ruột, cô em nuôi cùng thằng cháu trai vừa lên ba, kết quả của mối tình đau đớn mà Ngọc phải gánh. Toàn vui khi thấy mọi chuyện vẫn tiến triển như mọi thành viên trong gia đình mong cầu, kể cả Toàn, nghĩa là rất tốt đẹp.

Cho đến tối qua, Tâm gọi điện thoại bảo Toàn về gấp, chắc mẹ không qua khỏi. Xem clip Tâm gửi kèm, nghe giọng mẹ thều thào, "Toàn ơi, con về, mẹ nhớ con…". Mẹ bệnh mười ngày nay, Toàn vẫn tưởng như nhiều lần trước, chỉ là bệnh thời khí vớ vẩn, nhưng hôm qua, đột ngột bỗng trở nặng, phải đưa vào nhà thương. Nhìn mẹ nằm bất động trên giường, người như dán vào nệm, hốc mắt sâu, môi nứt nẻ, bàn tay đặt trên bụng tựa nhánh củi khô, nhăn nheo, quắt héo, Toàn đau xót, mẹ nguy thật rồi, Chỉ hơn một tuần, đã ra nông nỗi này! Toàn định sáng mai sẽ gọi order vé phi cơ đặc biệt về quê ngay. Nhưng chỉ nửa giờ sau Tâm lại gọi báo tin mẹ đã khá. Sau khi xem kết quả siêu âm bác sĩ cho biết mẹ bị viêm bao tử, không ăn được, kiệt sức. Mới thời kỳ đầu, chữa trị dễ. Người ta cho uống Dexilant 30mg, hôm nay đã khá. "Nếu trong ấy mua dễ, anh mua và gửi về cho mẹ vài hộp", Tâm nói. Toàn thở phào nhẹ nhõm, chuyện nhỏ, Tâm sẽ nhờ một anh bạn bác sĩ kê toa, nếu loại thuốc này cần toa. Toàn cũng nghĩ hai năm rồi chưa về thăm gia đình, Toàn nhủ sẽ thu xếp về một thời gian, vừa thăm mẹ, các em vừa nghỉ dưỡng. Mẹ đã qua cơn nguy kịch, Tâm đã yên phận, chỉ còn Ngọc, tuy tin tức từ Tâm vẫn rất tích cực nhưng không hiểu sao lòng Toàn vẫn không yên mỗi lần nghĩ đến Ngọc. Toàn linh cảm dưới mặt hồ phẳng lặng trong vắt kia là những con sóng ngầm hung hãn. Từ lúc Ngọc trở thành một thành viên của gia đình, Toàn mặc nhiên xem Ngọc như Tâm, cô em gái ruột thịt, Toàn âu lo cho hạnh phúc, khổ đau của Ngọc không khác gì của Tâm.

*

Ngọc ngồi lặng trước ba xửng hấp lớn đang sôi sùng sục trên ba bếp gas sắp hàng ngang, ngọn lửa xanh khè ra dưới đáy nồi tỏa tròn như đài hoa. Đêm chưa tan, bóng tối còn mịt mùng từ ngoài sân đến mọi ngóc ngách trong nhà. Một tháng nay, kể từ hôm Toàn rời gia đình trở vô Sài Gòn, Ngọc dần quen với công việc mẹ Toàn vẫn làm bao năm. Cài điện thoại báo thức khoảng ba giờ, làm vệ sinh cá nhân xong là bật lò gas nấu những món bà mẹ và Ngọc đã làm sẵn tối qua. Công đoạn cuối này, nấu chín những món ăn, khá nhàn nhã. Một mình với ba cái lò to đùng cùng bóng đen thăm thẳm ngoài trời, với tiếng sóng biển vỗ đều nhịp nhẹ vọng lại từ bên rừng thông dẫn xuống bờ nước, Ngọc suy nghĩ mông lung, gia đình, mẹ cha, những đứa em, bạn bè, căn phòng riêng có cửa sổ nhìn ra con hẻm nhỏ bên ngoài hàng rào kẽm gai cao quá đầu, cuốn truyện dài cho nhỏ Quỳnh mượn chẳng biết nó trả chưa, chiếc quần jean lên lai còn ở nhà may Thịnh chưa lấy về… . Những chuyện chẳng liên quan gì với nhau, đến đi liên tục, cuối cùng cũng dẫn về chuyện trọng tâm như tất cả mọi lần, khiến Ngọc không ngừng hoang mang. Hình ảnh Phúc, căn nguyên dẫn đến mọi sự cố đang xảy ra cho cuộc đời Ngọc. Có thể nào chàng trai đó, khuôn mặt cương nghị, cằm vuông, mắt sáng, nụ cười hào sảng, nói năng chững chạc, từ tốn, lại là một tên sở khanh? Ngọc tự nhủ vài tuần nữa, khi đã quen với địa phương này, Ngọc sẽ dò tìm tin tức Phúc, Ngọc hy vọng sẽ rõ sự thực, một sự thực không như đã xảy ra. Ngọc nhớ rừng cây phía sau chùa Cổ Lũng, trên vuông cỏ xanh, dưới tán lá rậm phủ đầy bóng mát, gió nhẹ mơn man da thịt, Phúc ôm Ngọc, bàn tay xoa chậm bầu vú săn cứng sau lớp vải áo,

"Yêu cưng quá."

"Em cũng yêu anh nhiều lắm."

"Mai mốt lấy nhau rồi, anh nghĩ vợ chồng mình sẽ là một cặp uyên ương hạnh phúc nhất."

Ngọc cười vui,

"Làm như trên thế giới này chỉ có chúng ta."

"Dĩ nhiên không phải thế, nhưng chúng ta là nhất."

"Thôi đi ông, nói trạng."

Phúc cúi hôn sâu môi Ngọc, nút chiếc lưỡi mềm ướt nước, bàn tay di chuyển từ gò vú xuống bụng rồi sâu hơn.

"Anh, đừng…"

"Yêu em hơn bất cứ gì trên đời, cưng ơi…"

Một cách chậm nhưng chắc, Phúc từ tốn thực hiện từng bước đầy kinh nghiệm, tự tin. Ngọc chết lặng dưới bàn tay và môi lưỡi điêu luyện của Phúc, da gà nổi khắp người, tê liệt. Cuối cùng, cái quý nhất của đời con gái Ngọc đã trao cho Phúc, không phải một lần, mà nhiều lần sau đó, suốt ba tháng hè, mọi nơi, khắp vùng Kinh Bắc.

Đêm nghiêng về sáng, một mình trong căn bếp này, nhớ đến những phút giây mặn nồng, những ngày tháng ăm ắp yêu thương, những môi hôn nồng nàn, những vòng ôm quấn quít…, Ngọc vẫn tự hỏi, không biết bao nhiêu lần, có thể nào? Có thể nào con người đó lại là một gã sở khanh? Bao kỷ niệm tuyệt vời đó lẽ nào chỉ là trò lừa bịp? Không, nhất định Ngọc phải tìm hiểu cho ra nhẽ.

Bà mẹ đã dậy, kéo cái đôn thấp vào ngồi cạnh Ngọc.

"Bác dậy sớm làm gì, sao không ngủ cho khỏe."

"Già, ít ngủ, nằm thêm mệt, với lại buổi sáng trời lành lạnh, ngồi gần bếp, thích hơn cuộn trong chăn."

Tâm cũng đã dậy, cô đứng ngay ngạch cửa ngăn căn bếp và nhà trên, mặt còn ngái ngủ, góp tiếng,

"Mẹ nói đúng, dưới này ấm, thích quá."

Ngọc cười,

"Ngủ chưa đẫy giấc, lát vô lớp ngủ gật, đẹp mặt."

"Dễ gì ngủ được với mấy thằng quỷ lúc nào cũng vây quanh, phát ớn."

"Chắc có nhiều "thằng quỷ" bao vây Tâm lắm phải không?"

"Toàn bọn chưa sạch cứt mũi, chán… . À, chị thu xếp hồ sơ, vài bữa nữa em đưa chị đi ghi danh nhập học."

Bà mẹ nói,

"Phải đấy, con phải lo việc học, tương lai của con, của cháu bé sau này."

"Dạ, con hiểu."

Trời bắt đầu nhá nhem, Ngọc nhìn đồng hồ, xôi đã chín (nấu nhiều và hàng ngày nên cách nấu đã như in thành công thức, nếp bao nhiêu, nước bao nhiêu, lửa thế nào, thời gian chín… để nhỡ vắng bà, ai cũng làm được), Ngọc tắt bếp, nhấc ra, dùng vá lớn lùa xôi xuống thau, đợi nguội, múc nén vào khay móp nhỏ, bọc lại bằng giấy kiếng. Những nồi kia cũng lần lượt, vẫn động tác tương tự. Việc dễ lại quen tay nên nhanh. Bảy giờ là xong, chỉ còn đợi khách đến lấy. Tâm đi học, bà mẹ đem sổ sách ghi chép, tính toán. Việc nếu khéo sắp xếp, sẽ dư thời gian cho học hành. Vài hôm nữa, Ngọc sẽ nhờ Tâm đưa đến trường ghi danh. Tuần trước Ngọc cũng đã nhận đầy đủ hồ sơ do trường cũ gửi đến, theo yêu cầu của Ngọc, nàng đã chuẩn bị chu đáo. Nỗi đau cũ tuy vẫn còn nguyên, nhiều lần cứ ngỡ không chống đỡ nổi, nhưng nhờ an ủi của Toàn, Tâm và bà mẹ… , Ngọc từ từ gượng dậy, tự hứa với mọi người và chính mình, sẽ đứng lên và bước tới. Mạnh mẽ, nghị lực ấy, Ngọc thừa hưởng từ cha, ngày xưa ông vốn là lính đặc cộng, vào sinh ra tử.

Bóng nắng đổ vào mái hiên hơn một nửa, không xem đồng hồ nhưng Ngọc đoán đã trên dưới chín giờ, nhìn bóng nắng, với kinh nghiệm, phỏng đoán của Ngọc thường chính xác đến hơn tám mươi phần trăm. Mẹ Toàn nói với Ngọc,

"Con đi tắm rồi ngủ thêm một lát."

"Dạ, con tắm nhưng không ngủ đâu, con ra phố mua vài món cho việc nhập học nay mai."

"Con chưa rành đường, cẩn thận kẻo lạc đấy."

Ngọc cười,

"Thành phố có to tát gì, với lại, đường sá ở ngay miệng, lạc thì hỏi, dễ mà."

Ngọc tắm xong, thay bộ quần áo mới, dắt chiếc xe đạp, chiếc xe của Toàn ngày còn Trung học, dễ đã hơn mười năm, lên đại học mẹ mua cho chiến gắn máy, xe đạp bỏ xó bếp, Ngọc lôi ra, thay vỏ mới, vô dầu nhớt, vừa làm phương tiện di chuyển, vừa tập thể dục. Ngọc đạp xe vào trung tâm, đúng như Ngọc nói, thị trấn không lớn lắm, trở lại địa chỉ Phúc đã cho. Từ ngày ở nhà Toàn, đã hơn một lần Ngọc đến nơi này, ngồi hàng giờ trong quán giải khát đối diện bên kia đường, theo dõi, hy vọng sẽ thấy Phúc. Ngọc nghĩ, nếu vì mặc cảm, Phúc nói khoác là con nhà đại gia, Ngọc sẽ cảm thông, tha thứ. Yêu nhau nào quản giàu nghèo, miễn tâm đầu ý hợp là đủ, cự phú hay bần cùng đều có số cả, tháng trước nhà cao cửa rộng, hôm nay chui rúc trong hẻm nhỏ tồi tàn, làm sao biết trước. Khắp miền Nam, từ cầu Hiền Lương trở vào, nghe kể ngày xưa rất nhiều nhà quyền thế, giàu nứt đố đổ vách, ba mươi tháng tư một chín bảy lăm bỗng mất hết, tài sản, chức vị, xiêu bạt xứ người, hoặc vào trại cải tạo, vợ con nheo nhóc ra chợ trời mua bán chụp giựt tìm cái ăn. Giáo sư đại học, nhà văn tên tuổi ngồi lề đường bán sách cũ hoặc lang thang khắp hẻm lớn hẻm nhỏ rao mua ve chai. Sỹ quan cấp tá đi học tập về đạp xích lô, chạy xe ôm, làm thợ hồ, đẩy xe ba gác… . Hàng ngàn gia đình từ miền Bắc, trong chiến tranh chồng con chết mất xác ở một xó rừng nào đó nơi bạt ngàn Trường Sơn, nhà xiêu vách nát, đạn bom cày khắp ruộng vườn, quanh năm mắm muối tương rau, cơm độn ngô khoai, vào Nam, một sớm một chiều nhà cao cửa rộng, ô tô bốn bánh, máy lạnh rì rào. Ba Ngọc đã cống hiến trọn sức trai cho đất nước, đã từng bị bắt, đã từng nếm mùi tra tấn, sau chiến tranh, trở về từ Côn Đảo với hai chân teo tóp tật nguyền vì bị còng nhiều tháng dưới hầm sâu biệt giam. Trợ cấp thương binh không đủ ăn sáng dù chỉ xôi trắng muối mè, mẹ phải tảo tần nuôi chồng, nuôi năm anh em Ngọc ăn học, mong sớm đổi đời. Cuộc đời nào khác giấc chiêm bao, giả ảo, vô thường, thay đen đổi trắng, như nhà Phật thường nói.

Ngọc dừng xe trước tiệm, bước vào nhìn quanh. Cửa tiệm nghèo nàn, hai dãy kệ cũ dọc hai bên tường bày linh tính các thứ, bột mình tinh đóng gói, sữa hộp, mì ăn liền, đường thẻ… . Giữa phòng, sát vách là kệ nhỏ, bà chủ, Ngọc đoán, mập ú, nước da nhợt nhạt như người bệnh, ngồi sau kệ, hỏi Ngọc, ồm ồm thổ âm,

"Cô mua gì?"

Ngọc nói bừa,

"Bột ngọt"

Bà chủ chỉ tay về phía dãy kệ bên phải,

"Kia kìa, kệ áp chót, cuối dãy."

Ngọc nhìn theo hướng dẫn của bà chủ,

"Dạ, thấy rồi."

Ngọc đến lấy một gói nhỏ trong hũ thủy tinh lớn, đến quầy trả tiền, làm như không chủ ý, Ngọc hỏi,

"Bộ nhà không có ai sao bà chủ coi quán?"

"Có hai thằng nhỏ, đi học rồi."

"Không còn người lớn à?"

"Không, nhà chỉ ba mẹ con."

"Ủa, thế bác trai đâu?"

"Ổng đi làm ăn xa, tận ngoài Bắc, vài tháng mới dìa một lần."

Như vậy là đã rõ, Ngọc trả tiền, rưng rưng leo lên xe, đạp vô định khắp thành phố. Phúc ơi, anh ở đâu, em nhớ anh, đừng bỏ em, dẫu thế nào em vẫn yêu anh. Làm sao quên được những ngày bên nhau, ánh mắt, nụ cười, chiếc cằm vuông, khuôn ngực rộng, dáng cao to, bước đi chững chạc đầy tự tin. Làm sao quên được buổi sáng tinh mơ, cảnh vật còn nhá nhem, trong căn phòng nhỏ một nhà nghỉ trên cao, nhìn qua cửa sổ thị trấn chưa thức, xa xa hai đỉnh nhọn gác chuông nhà thờ vươn lên hai cây thánh giá sừng sững giữa màu xám đục của nền trời mù sương, xa hơn nữa, rặng núi chạy ngang sẫm màu. Em nằm gối đầu trên cánh tay anh, hít thở mùi da thịt anh nồng nàn, cảm nghe hơi ấm từ thân thể anh truyền sang, trong tay em phần nhạy cảm của anh cứng cáp, hùng dũng mời gọi, không cưỡng được, em trườn xuống… , anh ngóc đầu, mở mắt nhìn, đưa hai tay vùi vào tóc em kéo giật, rên nhỏ,

"Cưng yêu…"

Anh Phúc, em yêu anh, người đàn ông mà em muốn phó thác trọn đời mình. Bất chấp gia cảnh anh thế nào, chúng ta sẽ chung sức gầy dựng tương lai. Em tin với sức lực của anh, của em, vợ chồng mình thừa khả năng có được một mái ấm hạnh phúc. Em không mơ ước cao xa, chỉ vậy, đã đủ. Anh Phúc, anh đang ở đâu.

Ngọc đến bờ biển lúc nào chẳng hay. Dựa chiếc xe đạp vào vách đá, Ngọc leo lên mỏm cao, nơi vài tháng trước, Ngọc đã từ đấy gieo mình xuống mặt nước đen sâu trong cực cùng tuyệt vọng. Nay bình tĩnh, Ngọc thấy hành động của mình thật nông nổi. Ngọc chưa thể chết, không thể chết. Ngọc phải sống, sống để tìm cho ra Phúc. Nếu anh ấy là người chẳng ra gì thì cái chết của mình thật phí phạm. Nhưng nếu vì hoàn cảnh, Phúc trở thành kẻ bội bạc, Ngọc sẽ tha thứ, sẽ cùng Phúc làm lại từ đầu.

Ngọc đưa bàn tay xoa bụng, con đang tượng hình, không lâu nữa con sẽ chào đời. Chứng nhân hùng hồn cho một tình yêu, với mẹ, vĩnh viễn không gì thay thế.

Mặt trời lên tận đỉnh, nắng nóng, bãi cát trắng chạy dài chói mắt, tiếng trẻ con, người lớn nô đùa với sóng biển, không khí yên bình, Ngọc rẽ xe vào nhà sách mua hai cái sơ mi, một tập giấy trắng, hai bút chì rồi trở về nhà.

Bụng mỗi ngày mỗi lớn, như mọi thiếu phụ khác Ngọc ớn cơm tanh cá, chỉ thích ăn chua, nhìn Ngọc cắn và nhai rào rạo trái xoài xanh, Tâm lè lưỡi,

"Eo ôi, khiếp."

Ngọc cười,

"Sao khiếp, ngon mà."

"Chị không thấy chùa à?"

"Chua, ngon chứ sao khiếp?"

Thân thể Ngọc cũng đẫy đà, tròn căng, đi đứng chậm chạp, nặng nề. Mẹ nói,

"Con phải cẩn thận, té ngã nguy hiểm lắm."

"Con hiểu mà mẹ."

Những bữa ăn hàng ngày mẹ cố tình mua thêm thực phẩm nhiều chất vôi như tôm cua và các loại sò, ốc,

"Cho em bé sau này cứng xương."

Buổi tối sau khi cùng mẹ sơ chế mớ thục phẩm để sáng mai dậy sớm nấu, Ngọc thường lang thang ra biển, leo lên mõm đá cao ngồi nhìn ra mênh mông bóng tối. Mùa hè, biển đêm êm đềm, mặt nước thẫm đen, sóng nhỏ đập vào bờ một nhịp đều nhè nhẹ, dãy núi mờ nhạt, những đốm sáng của thuyền câu, gió lồng lộn, vi vu. Ngọc nhớ về dĩ vãng, nhớ Phúc cùng những mặn nồng. Có lẽ sẽ mãi mãi không bao giờ nữa Ngọc có được những tháng ngày ứ đầy hạnh phúc như đã, bên người con trai ấy.

Ngọc nhớ dòng suối chảy chậm, len lõi qua những mỏm đá nhô lên từ đáy, nước trong vắt, mát lạnh, một nhánh cây rậm lá lốm đốm những nụ hoa trắng rũ xuống mặt nước. Dưới nhánh cây, Ngọc nằm trong vòng tay rắn rỏi, bắp thịt cuộn

cuộn của Phuc, một bàn tay ôm trọn chỗ nhạy cảm, xoa nhẹ. Ngọc rùng mình, hàng triệu tế bào hình như căng nở, rần rật khi bàn tay di chuyển xuống sâu, mơn man. Phúc rót vào tai Ngọc,

"Anh hôn em bé nhé?"

"Của anh mà."

Phúc bế Ngọc đặt nằm,thân thể ưỡn cong theo chiều cong của mõm đá, vùi mặt húp những giọt nước đậu trên da, trên thảm cỏ mượt. Hai chân Ngọcdạng rộng,hai tay ôm siết, vò rối tóc Phúc, ngây ngất.

Ngọc nhớ đỉnh núi bềnh bồng trong sương, con đường nhỏ uốn lượn đổ xuống đồng bằng, một bên là vách đá dựng đứng, vài thân tùng cong queo trổ ra từ những khe đá, sà nhánh thấp chỉ cách đầu người một hai sải tay, một bên là thung lũng đậm sương, sương dâng lên, tràn trên mặt lộ. Ngồi sau, áp mặt vào tấm lưng rộng của Phúc, Ngọc có cảm tưởng chiếc xe đang trôi trong một dòng sông sương mù trắng đục,

"Anh ơi, cẩn thận kẻo lao xuống vực hay đâm vào vách đá."

"Yên tâm em yêu, em đang ngồi sau một tài xế số một."

Ngọc siết mạnh vòng ôm,

"Nhưng em sợ."

"Có anh, em đừng bao giờ sợ bất cứ chuyện gì."

Ngọc cắn vào bả vai Phúc, yêu quá gã đàn ông này, một thân tùng bách đầy nam tính.

Ngọc nhớ căn nhà nhỏ mái tranh vách nứa nằm cheo leo trên một mảnh đất hẹp cạnh lưng chừng con đèo nhỏ uốn lượn quang co giữa trùng điệp cỏ cây xanh ngắc. Căn nhà có sàn nước phía sau bất tận tiếng nước róc rách một nhịp đều từ dòng chảy theo nửa thân tre lồ ô dẫn từ ngọn suối mảnh từ trên cao đổ xuống. Cái "phông tên" thiên nhiên này đã khiến Ngọc vừa ngạc nhiên vừa thích thú,

"Không thể tuyệt vời hơn."

"Mình là dân du lịch, tất nhiên cái gì lạ cũng làm mình thích thú. Nhưng hãy tưởng tượng xem nếu phải sống cả đời giữa cô tịch hoang dã này, thiếu thốn đủ mọi thứ, em nghĩ, chịu nổi không?"

'Nổi, với một điều kiện duy nhất, có anh."

"Thôi đi cô, kiểu lãng mạng chỉ có trong đầu các ông soạn giả cải lương."

"Anh thực tế đến đáng ghét."

"Hahaha… Em định làm soạn giả cải lương?"

Ngọc nhớ căn bếp nhỏ ám khói, phía trên ba cục đá là chiếc nồi méo mó ám đen, trong nồi một chiếc đùi con nai gia chủ vừa săn sáng nay được bà chủ nhà chặc khúc, hầm với vài món củ, lá rừng, theo bà "bổ và ngon lắm". Trên cao hơn nữa, đụng mái tranh là những bó bắp khô và những gói thịt rừng (theo lời bà chủ) treo lủng lẳng. Một lối "xông khói" thực phẩm của người miền cao. Ngồi trong căn nhà rộng nhìn xuống mênh mông rừng núi bên dưới, thưởng thức món thịt rừng "bổ và ngon", Ngọc thấy không nhà hàng sang trọng, không cao lương mỹ vị nào của thành phố sánh bằng.

Ngọc nhớ đã đưa Phúc vãng cảnh chùa Hòe Nhai và được nghe sự tích rất thú vị về bức tượng độc nhất vô nhị của Phật giáo Việt Nam nói riêng, thế giới nói chung, tương truyền do vua Lê Hy Tông cho tạc đặt tại chùa này để tỏ lòng sám hối của ngài với Phật giáo lúc ngài ngồi trên ngôi cao. Chùa Hòe Nhai được xây dựng từ thời nhà Lý (1010 - 1225). Đây là một trong những ngôi chùa lớn nhất kinh đô Thăng

Long xưa, nổi tiếng với nhiều tượng cổ, trong đó có pho tượng kép, thể hiện một vị vua quỳ để tượng Phật ngồi trên lưng trong gian chính điện.

Tượng Phật ngồi lưng vua hay còn có tên gọi khác là Vua sám hối. Theo các nhà nghiên cứu, nguồn gốc của bức tượng bắt nguồn từ thời vua Lê Hy Tông (1663-1716), vị vua thứ 10 của nhà Lê trung hưng. Năm 1678, vua ra sắc lệnh đuổi hết tăng ni lên rừng, ai ngoan cố không rời khỏi kinh thành sẽ bị khép vào trọng tội và đem xử trảm khiến Phật giáo thời kỳ này rơi vào thảm cảnh. Thiền sư Chân Dung Tông Diễn, Tổ thứ hai của thiền phái Tào Động Việt Nam, thấy vậy đã dâng lên vua một chiếc hộp nói là ngọc quý, nhưng thực chất bên trong là một tờ sớ ghi lại những điều lợi cho xã hội mà Phật giáo mang lại. Nội dung bên trong chủ yếu nói về việc "đời Lý, Trần các vua vì hết sức coi trọng đạo Phật mà quốc gia thịnh trị, khiến người ta biết ăn uống đúng mực, không sân si, không giết người cướp của, Phật Giáo như một viên ngọc quý của quốc gia. Đọc xong tờ sớ nhà vua chợt bừng tỉnh, lập tức cho mời nhà sư vào triều để cúi mình tạ lỗi, thu hồi lại sắc lệnh cấm Phật giáo. Vua Lê Hy Tông hứa với thiền sư Tông Diễn, ông sẽ sửa mình và cho tạc bức tượng kép này, như một lời sám hối, đồng thời cũng để cảnh tỉnh hậu thế.

Những hình ảnh không ngớt hiện về mỗi lần hồi tưởng khiến đầu óc Ngọc lúc nào cũng như say, như đắm chìm vào cõi khác. Nhiều lúc mẹ gọi đến lần thứ hai, thứ ba Ngọc mới giật mình,

"Mẹ gọi con?"

"Sao mất hồn vậy? Lấy thêm cho mẹ vài trái ớt."

Nhiềm đêm ngồi canh lửa, Ngọc xoa xoa vùng bụng tròn căng, nói thầm với sinh linh nằm trong,

"Mẹ sẽ bằng mọi giá nuôi con khôn lớn nên người. Con là kết tinh của một tình yêu lớn nhất và duy nhất đời mẹ."

Hình như thai nhi nghe được tiếng lòng của mẹ, khẽ quẫy đạp, Ngọc sung sướng đến trào nước mắt,

"Con yêu..."

Đêm bắt đầu rút đi, hừng đông đang rạng phía chân trời. Một ngày nữa sẽ đến. Đã bao nhiêu ngày, trong căn bếp nhỏ này, em nhớ anh, không ngừng nghĩ về anh, Phúc ơi, em yêu anh.

Đến tháng thứ năm, Tâm đưa Ngọc đi siêu âm, bác sĩ vui vẻ,

"Chúc mừng em, con trai."

Mừng thật, Tâm nghe bác sĩ nói, reo như trúng số,

"Con trai, thích quá."

Về nhà, nghe tin, mẹ Toàn cũng rạng rỡ,

"Nhà sắp có thêm đàn ông, thế chứ."

Mẹ Toàn đi chợ mua giò heo, đu đủ xanh hầm rục bắt Ngọc ăn,

"Cho có sữa, con bú."

Ngọc nói,

"Còn bốn tháng kia mà, ăn ba thứ này con thành bao gạo, bọn bạn trong trường ghẹo chịu sao thấu."

"Ai ghẹo? Mạnh khỏe, con cái sinh ra mới khôi ngô, đĩnh ngộ, không ốm đau quặt quẹo."

Ngọc cười,

"Nhưng mẹ bắt ăn mãi, ngán chết."

Từ bao giờ không nhớ, Ngọc gọi bà bằng mẹ, và bà cũng mặc nhiên xem Ngọc như con, xưng hô thoải mái, tự nhiên.

Bà còn mua về đủ loại vải dày, mỏng, cắt may hàng mấy chục bộ quần áo trẻ con, cả nón, cả vớ... chuẩn bị cho em bé trong tương lai. Cô sinh viên khoa ngữ văn với bụng mang dạ chửa hàng ngày đến giảng đường trên chiếc xe đạp khiến không ít bạn đồng môn tò mò, tuy nhiên không ai có thêm tin tức gì ngoài những điều do chính Ngọc nói ra, cô sẽ là bà mẹ đơn thân trong tương lai gần, chấm hết. Điều quan trọng hơn cả, việc học hành của Ngọc tiến triển khả quan, Ngọc sẽ ra trường sau ngày sinh khoảng sáu tháng. Dù tin tức về Phúc mỗi ngày mỗi trở nên mù mịt, dù mỗi nửa đêm về sáng Ngọc ngồi lặng trước ba ông lò, nhìn ngọn lửa xanh, nghe tiếng nước sôi sùng sục trong các chõ xôi, Ngọc không ngừng nghĩ đến Phúc, không ngừng nhớ về những kỷ niệm đằm thắm ngày nào, nhưng Ngọc đủ nghị lực và sáng suốt để hiểu, nếu không tìm thấy Phúc nàng sẽ là mẹ đơn thân, sẽ nuôi con, dạy con… , đứa con chung của mình và Phúc. Muốn chu toàn trách nhiệm đó, Ngọc phải có công ăn việc làm và học là con đường duy nhất, học cũng là liều thuốc tìm quên hữu hiệu.

Mẹ nói với Tâm,

"Gọi điện thoại cho thằng Toàn biết, nó mừng."

Tâm gọi. Mở lớn tối đa volume để mẹ và Ngọc cùng nghe. Tiếng Toàn vui khi nghe Tâm báo tin,

"Anh sắp lên chức bác, chà, đã ế càng ế dài!"

Tâm trách,

"Thôi đi ông, cứ rong chơi mãi, ế thật đó."

Mẹ lên tiếng,

"Bao giờ mày mới chịu lấy vợ hả con?"

"Yên trí, con sẽ mang về cho mẹ một cô dâu rõ ngoan."

Mẹ dỗi,

"Đợi tôi chết, mang về thắp hương cho tiện thể!"

Toàn đánh trống lảng, chuyển hướng sang Ngọc,

"Ngọc ơi, anh muốn nói chuyện với em."

"Em nghe đây."

"Chia vui nhé, con trai, mai mốt em được nhờ"

"Chỉ mong lớn lên nó không hư hỏng là mừng rồi, nhờ vả gì."

"Ngày em sinh anh sẽ về."

"Nói phải giữ lời, đánh trống bỏ dùi, em giận đấy."

Toàn cười lớn,

"Ha ha ha, anh hứa, thôi chào cả nhà, mẹ và hai em khỏe."

Toàn cúp máy, mẹ chép miệng,

"Cái thằng, mới nói vài câu đã lặn."

"Tính anh ấy xưa nay vẫn vậy, rất kỵ cái điện thoại." Tâm nói.

Thai nhi mỗi ngày một lớn, việc đi đứng của Ngọc trở nên nặng nề. Mẹ không cho Ngọc đi học bằng xe đạp nữa, Tâm lãnh trách nhiệm đưa đón, cả hai học cùng trường nên cũng tiện. Thời gian lừng lững qua, đến ngày, nửa đêm Ngọc lết sang phòng mẹ, ôm bụng kêu lớn,

"Mẹ ơi, đau quá."

Mẹ choàng thức, hối Tâm thu vén ít vật dụng, gọi taxi, cả ba đến bệnh viện. Một giờ sau Ngọc sinh, khá nhẹ nhàng. Bé trai, ba ký sáu.

Mẹ nhận cháu bé từ tay cô y tá, vui hơn được của,

"Thằng bé kháu quá."

Tâm đứng cạnh nhìn, cười,

"Mẹ này… tài ghê, đỏ hỏn, sao mẹ biết kháu?"

"Ừ thì mẹ suy từ mẹ nó ra, không kháu mới lạ."

Ngọc có vẻ xanh nhưng rạng rỡ. Nàng nói với mẹ,

"Cho con nhìn một tí."

Mẹ đặt em bé nằm cạnh, Ngọc nghiêng người ôm, hôn lên vầng trán phơn phớt lông tơ,

"Con trai của mẹ."

Mẹ nói,

"Thời bây giờ sinh đẻ thực sướng, có thuốc giảm đau, đâu như ngày xưa, hồi mẹ sinh thằng Toàn, đau tắt thở."

Nằm thêm hai ngày nữa, Ngọc được cho xuất viện. Toàn giữ đúng lời hứa, ba mẹ con về nhà chưa bao lâu đã thấy Toàn xuất hiện. Vừa bước chân qua khỏi ngạch cửa, Toàn đã bô bô,

"Đâu, cháu trai của bác đâu?"

Toàn cúi xuống nựng thằng bé đang say giấc đã được bọc kín trong chiếc khăn lông,

"Cũng đẹp giai đấy, nhưng chắc không bằng bác."

Tâm nguýt yêu anh,

"Nổ, anh có thường soi gương không? Râu ria lởm chởm thấy ghê."

"Ha ha ha, không đẹp giai sao anh đắt đào, đuổi như đuổi ruồi vẫn không hết?"

"Lại nổ!"

Mẹ hỏi kỳ này về chơi được bao lâu, Toàn bảo đang giữ chức quản lý không thể vắng mặt lâu, tuần sau phải trở lại nhiệm sở. Mẹ phàn nàn, lúc nào anh cũng có lý do này nọ, cứ biền biệt, mai mốt tôi chết, chắc khi anh về, tôi đã thành cái xác trương phình, giòi bọ lúc nhúc dưới ba thước đất.

"Mẹ nói nghe ghê."

" Không phải à?"

Toàn quay qua Ngọc

"Anh chả biết mua gì mừng em, thôi thì tặng cái này để em tùy nghi."

Toàn nhét vào tay Ngọc cái phong bì, Ngọc nhăn mặt,

"Anh về thăm em như thế này là em mừng và vui quá rồi. Mẹ con em mang ơn mẹ, anh và Tâm không biết để đâu cho hết, đừng làm em áy náy, em không nhận đâu."

"Ha ha ha, lương anh cao lắm, xài bớt hộ anh, kẻo nhiều quá ngày nào cũng nhậu, em đâu muốn anh nát rượu, chết sớm, đúng không?"

Tối, cơm nước xong, Toàn lại ra chỗ cũ ngoài bãi biển. Trăng thượng tuần vằng vặc, ánh sáng trắng xóa trên đầu những ngọn sóng nhỏ lăn tăn giạt vào bờ. Một đàn cá nhỏ từ dưới nước chợt phóng lên, ánh bạc lấp lánh một mảng rộng gần bằng sân bóng rổ. Toàn nhớ mình từng được nghe kể, mùa cá chuồn, dân chài thường cúng kiếng rất trọng thể trước khi ra khơi. Nhiều ghe chài được tổ nghề phù hộ, trúng mánh những đàn cá chuồn lớn, cả triệu con bay lên (loại cá này có hai vi lớn, có thể bay cao khỏi mặt nước năm, bảy... thước), phủ rợp một góc trời rồi rơi xuống như mưa, đầy cả khoang thuyền. Thuyền cứ thế về bến, khỏe như đi chơi. Toàn rất thích món cá chuồn om sả ớt, xưa mẹ thường làm khi đến mùa, ngon lạ lùng.

Thục Đoan ngồi cạnh, ánh trăng viền một đường sáng lên khuôn mặt nhìn nghiêng, đẹp, Toàn không cầm lòng được, vòng tay kéo nàng ngả dài trên đùi, cúi xuống hôn sâu cánh môi ướt đẫm trăng,

"Yêu em quá."

Thục Đoan mỉm cười, vít đầu Toàn xuống sát ngực, nói qua hơi thở,

"Em cũng yêu anh nhiều lắm."

Toàn luồn tay vào áo, se se đầu vú, một thói quen mỗi lần gần người yêu,

"Em nè, em thấy Ngọc thế nào?"

Thục Đoan co người, ngã hẳn vào lòng Toàn,

"Nhột em, thế nào là thế nào."

"Nó có ổn không?"

"Ngọc trông bề ngoài yếu đuối nhưng rất kiên cường, vững vàng. Bây giờ thêm thằng bé, Ngọc sẽ có thêm động lực"

Toàn chuyển cái hôn xuống sâu, đậu trên một bầu vú,

"Anh mong thế, tội nghiệp con bé, chỉ mới hai mốt, còn quá trẻ."

Toàn vươn lưỡi rà quanh đỉnh tròn, Thục Đoan vặn mình,

"Anh..."

Toàn ở chơi đúng bốn hôm rồi về lại Sài Gòn.

Ngọc không đến lớp thường xuyên như trước nhưng bài vở vẫn chu toàn. Cậu bé khó tính, khóc đêm, cả nhà vất vả, nhất là mẹ và Ngọc.

Mẹ,

"Cứ để cháu cho mẹ lo, con phải giữ sức để còn học hành."

Ngọc,

"Con còn trẻ, chịu được, mẹ lớn tuổi rồi, thức khuya dậy sớm không ổn đâu."

Hai mẹ con ai cũng dành phần vất vả, rốt cục cả hai đều vất vả, mẹ không ngủ đã đành, người già vốn ít ngủ, Ngọc làm thế nào ngủ được khi thấy mẹ loay hoay bế bồng dỗ dành lúc thằng bé nhõng nhẽo, lè nhè.

Cũng may, đến tháng thứ ba thằng bé bỗng đổi, không còn khóc đêm.

Ngoài sữa mẹ, Ngọc cho con bú dặm thêm sữa hộp, phòng hờ sau này đi làm sẽ dễ dàng hơn cho bà ngoại.

Đúng như kế hoạch, tháng thứ sáu kể từ lúc sinh, Ngọc ra trường, hạng ưu. Cầm mảnh bằng, Ngọc vui, dự tính sẽ nghỉ thêm một thời gian lo cho con cứng cáp, sau đó Ngọc sẽ xin vào làm việc ở resort gần nhà, khu này đang phát triển, cần thêm nhiều nhân viên, với thành tích học tập trên, chắc Ngọc sẽ được nhận, chỗ làm đi về thuận tiện.

Nhìn cu Lộc thay đổi không ngừng, mẹ nói với Ngọc,

"Thằng bé lớn nhanh như thổi ấy nhỉ."

"Dạ, cái áo mới tháng trước nay đã chật."

Ngọc thấy con mạnh khỏe, lòng nhẹ nhõm. Vẫn nhớ Phúc, vẫn mong sẽ tìm thấy người yêu, nhưng nỗi nhớ và mong cầu không còn quắt quay như một năm trước. Đứa con như sợi dây vô hình gắn kết hình ảnh Phúc với Ngọc, kéo gần lại những kỷ niệm đã có với nhau, một thời. Những quận huyện, những làng xã, những danh lam thắng cảnh khắp vùng Kinh Bắc, những hội hè, những tế lễ, cầu đảo, câu hò, điệu múa… cứ hiện về, mang theo bóng dáng chàng trai có chiếc cằm vuông, đôi mắt to với tia nhìn sáng quắc thông minh, mang theo vầng trán rộng, khuôn ngực vạm vỡ, dáng đi chững chạc tự tin và những giờ phút bên nhau ngất ngất đắm say. Ngọc nhớ, và luôn nghĩ, không thể nào con người đó, chàng trai đó lại là một kẻ lừa đảo, bạc tình. Ngọc không tin, chắc chắn phải có một uẩn khúc nào đó, Ngọc sẽ tìm ra, phải tìm ra, không sớm thì muộn, Ngọc đã tự hứa với lòng như thế. Thục Đoan từng nói với Toàn, phía sau thân xác nhỏ bé, mỏng manh kia là một nghị lực lớn, cộng với lòng thủy chung, đã biến Ngọc thành một loại tùng bách bám rễ vào cuộc đời cằn khô nhưng vẫn trổ cành, ra lá tươi xanh.

Phần mẹ, như tất cả những người già lớn tuổi, trong thẳm sâu tâm hồn, mẹ thầm mong sẽ có một đứa cháu, để nâng niu, bế bồng, chiều chuộng. Đã bao lần, gián tiếp rồi trực tiếp, mẹ bày tỏ mong muốn của mình với thằng con trai đích tôn, nhưng nó dường lãng tai, không nghe, không đoái hoài gì đến mong cầu của mẹ. Rốt cục, mẹ sợ cho đến ngày về với đất, mong ước của mẹ sẽ như đám mây xa, tan nhòa vào bao la trời cao thăm thẳm, không dấu tích.

Bất ngờ, Ngọc đến, và đứa cháu ra đời. Dù không máu mủ nhưng sự gần gũi và mong cầu rực đỏ trong trái tim đã giúp mẹ hồi sinh.

Mẹ yêu hai mẹ con Ngọc chẳng khác gì họ là một phần thịt xương của mẹ.

Bao năm qua, cảnh nhà vắng lạnh đã khiến nhiều lúc Tâm có cảm tưởng mẹ và Tâm đang sống tách biệt giữa một hoang đảo, thế nhưng từ ngày có Ngọc, và nhất là thêm một thành viên tí hon, cảnh hoang vu bỗng sinh động hẳn, mẹ như trẻ lại. Học về, vừa vất chiếc cặp lên bàn là Tâm chạy vội đến chiếc nôi trong phòng Ngọc, sà xuống nhìn, nựng thằng bé. Ba tháng đầu, đêm hôm khuya khoắt, tiếng khóc của thằng bé vẫn thường lôi Tâm ra khỏi giấc ngủ, nhưng lạ lùng thay, tiếng khóc ấy không hề làm Tâm bực bỏ, trái lại, Tâm còn vội chạy qua, rối rít,

"Sao vậy chị, em giúp được gì không?"

Mẹ cũng có mặt ngay,

"Nào, ngoại bế, đái ướt đít khó chịu chứ gì, Ngọc, lấy cái tã mới mẹ thay cho cháu của ngoại."

Ngọc nói,

"Con mới thay mà mẹ."

Mẹ sờ đáy tả, chưa ướt, mẹ cười, hôn lên miếng tả,

"Cháu của ngoại nhõng nhẽo đây mà. Thôi để ngoại ru, cháu chóng ngoan nhé."

Mẹ bé thằng bé đong đưa trên tay, vừa hát ru, vừa đi lòng vòng khắp phòng,

Ầu ơ, còn cha còn mẹ thì thơm,
Không cha không mẹ như đờn đứt dây.
Ầu ơ, đờn đứt dây còn xoay còn nối,
Con mất cha mẹ rồi con phải mồ côi....

Ngọc nhìn theo mẹ, lòng rưng rưng cảm động.

*

Thay xong bộ veston màu xám nhạt, đứng trước gương, Ngọc xoay một vòng rồi hướng về mẹ, hỏi,

"Mẹ thấy thế nào"

Mẹ nghiêng đầu ngắm, tán dương,

"Lịch sự, sang lắm."

Sau khi sinh, Ngọc lột xác, trở nên hấp dẫn. Đúng là "gái một con trông mòn con mắt", da mịn trắng, ngực lớn, mông tròn, lưng thẳng, vai ngang, trông Ngọc quyến rũ như vũ công. Tuy không sắc nước hương trời nhưng Ngọc có duyên ngầm, môi trên hơi vểnh khêu gợi, đôi mắt nâu đen lúc nào cũng như sũng ướt, cánh tay phơn phớt lông tơ, hai chân mày rậm, dáng người thon thả, nhất là hiện tại, với ưu thế "gái một con", Ngọc thừa sức khiến bọn đàn ông con trai không thể không ngoái nhìn khi ngang qua. Ngọc bước đến góc phòng nơi đặt chiếc nôi, cúi hôn quý tử đang say giấc, rồi ra cửa,

"Lát mười giờ mẹ cho bé ăn hộ con."

"Mẹ nhớ mà, con khỏi lo."

Ngọc khởi động xe, chiếc xe Ngọc vừa mua bằng tiền do mẹ tích góp bấy lâu nay. Từ ngày Ngọc phụ mẹ nấu thức ăn nhanh bỏ mối, mỗi tháng mẹ đều dành một khoản riêng cho Ngọc. Ban đầu, Ngọc không chịu nhận, nói được mẹ bảo bọc đã là một diễm phúc, Ngọc mang ơn không hết, còn lương tiền gì, nhưng mẹ lẳng lặng để riêng tiền này vào một trương mục, “rồi sẽ có lúc cần”, mẹ tiên đoán, người già bao giờ cũng kinh nghiệm hơn bọn trẻ. Khi Ngọc tốt nghiệp, sẽ đi làm, cần xe máy để di chuyển, mẹ trao lại số tiền đã tích góp. Mẹ bảo,

“Của con đấy, đủ mua xe chưa, thiếu mẹ cho mượn thêm.”

Ngọc ngạc nhiên, cầm xấp tiền,

“Là thế nào?”

“Thì lương của con tám tháng nay.”

“Con đã nói, không lương lậu gì cả, số tiền này coi như con vay, đi làm, có lương, sẽ gửi lại mẹ.”

“Cố chấp, thôi được, tùy cô.”

Chiếc xe của Trung Quốc, tuy cũ nhưng còn tốt, mua lại chỉ ba triệu, Ngọc tính trong tương lai tiền bạc thoải mái sẽ đổi xe khác. Đợi nóng máy, Ngọc sang số, chiếc xe lăn bánh,

“Mẹ, con đi.”

“Ừ, con đi, may mắn nhé.”

Ngọc chạy chậm trên con đường song song với bãi biển dẫn đến khu Resort, con đường trải nhựa bằng phẳng như còn mới, hai hàng thông rì rào gió, mặt biển mênh mông xanh thẳm, bãi cát trắng chạy dài, trên bãi lác đác vài người đi dạo. Buổi sáng có lẽ du khách còn ngủ hoặc đang dùng điểm tâm trong restaurant nên vắng. Khu Resort nằm cuối bãi, dựa lưng vào rặng đồi thấp, vây bọc chung quanh bằng vòng tường cao màu trắng. Ngọc dừng xe xuất trình giấy gọi cho người gác cổng trước khi chạy vào khu nhà bề thế tọa lạc ngay trung tâm. Khu nhà dài, ngói đỏ, tường vàng nhạt, nhiều cửa sổ kéo rèm nhựa trắng. Ngọc tìm đến phòng hành chính, đã có nhiều người ngồi chờ ngoài phòng đợi. Ngọc đang phân vân tự hỏi phải chăng Ngọc sẽ được tuyển hay không do quyết định của ai đó sẽ diễn ra sau cánh cửa đóng kín kia, thì cửa mở, một người đàn ông đứng tuổi bước ra nhìn một vòng,

"Ai là Trần Nguyên Phong?"

Một thanh niên trẻ đứng dậy,

"Tôi."

"Ai là Phạm Bích Loan?"

Thiếu nữ ngồi cạnh, trạc tuổi Ngọc, lên tiếng,

"Tôi."

"Mời anh chị."

Người đàn ông mở rộng cửa vào trước, đôi nam nữ theo sau.

Mỗi lần hai người được gọi tên, chừng mười lăm phút, trở ra, có người vui, có kẻ buồn. Lần thứ tư đến lượt Ngọc.

Một thanh niên chừng trên ba mươi và hai người nữa giữ nhiệm vụ sát hạch. Ngọc dễ dàng vượt qua, nhất là phần ngoại ngữ, Ngọc lưu loát tiếng Anh và tương đối trôi chảy tiếng Pháp. Ngọc được nhận, trở thành hướng dẫn viên của Resort.

Ngọc đậu, mẹ và Tâm rất mừng, hôm sau mẹ đi chợ làm tiệc. Nhà chỉ ba mẹ con nhưng cũng thịnh soạn, lại mỗi người một chai bia. Cao hứng, Tâm mở chai thứ hai rót vào ly của Ngọc một nửa, phần còn lại cho mình, Tâm nâng ly nói với Ngọc,

"Nào, chị em mình cụng."

"Say không?"

"Nhằm nhò gì."

"Thôi đi cô, nói trạng."

Tuy vậy Ngọc cũng cụng với Tâm, cả nhà hiếm khi vui như thế. Mẹ bảo Tâm gọi Toàn báo tin.

Toàn đang ngồi ở một quán cà phê sát vỉa hè ngoài phố Nguyễn Huệ. Tan tầm, trước khi về nhà, thuận đường, Toàn ghé nơi này, một thói quen trở thành quán tính. Buổi chiều mát trời, bóng râm từ dãy cao ốc bên kia đường phủ trọn nhiều căn phố bên này. Toàn nhìn thiên hạ lũ lượt bát phố, đông, vui, nói cười rộn rã với hàng trăm tiếng động, nghe nhịp sống của thành phố này, bao đời nay, không mỏi mệt.

Toàn nâng ly cà phê đá chiêu từng ngụm nhỏ, chất nước nâu đắng, lạnh, khiến Toàn tỉnh hẳn sau tám giờ chúi mũi vào đống giấy tờ ở sở. Điện thoại reo. Tiếng Tâm,

"Anh đó hả."

"Anh đây, có việc gì không?"

"Phải có việc mới được gọi anh sao?"

'Việc gì? Nói ngay, nếu không anh cúp đấy."

"Ông kẹ! Chị Ngọc trúng tuyển vào kho Resort gần nhà rồi."

Toàn reo,

"Đưa anh nói chuyện với Ngọc."

"Em đây."

"Chúc mừng em, mai mốt anh đưa vợ hưởng tuần trăng mật chỗ này được bớt bao nhiêu phần trăm?". Toàn hỏi đùa.

Ngọc cũng đùa,

"Cưới vợ đi, em sẽ xin giám đốc Resort cho miễn phí nguyên tháng."

Toàn chọc,

"Nhân viên hạng tép riu như em, muốn gặp được giám đốc e khó, nói chi xin với xỏ!"

"Anh xem thường em út quá!"

Toàn cười ha hả,

"Hahaha, lời thật mất lòng."

*

Ba năm bình lặng trôi qua.

Cu Lộc đã chập chững biết đi và líu lo ngọng nghịu luôn mồm, cả ngày quẩn theo bà ngoại, kể cả đêm, dù đã có giường riêng vẫn thỉnh thoảng mè nheo đòi ngủ chung với ngoại. Ngọc nghiêm khắc,

"Con trai con lứa gì mà tối ngày đeo dính ngoại, không mắc cỡ à?"

Nhưng ngoại bênh vực,

"Lâu lâu phá lệ một bữa, đã sao."

"Mẹ cứ chiều, nó được thể làm tới, ủy mị như con gái cho mà xem."

"Gớm, cô chỉ quan trọng hóa vấn đề."

Tâm cũng đã ra trường, cũng được nhận vào làm việc cùng nhiệm sở với Ngọc. Cô nàng đã có người yêu, một kỹ sư thủy sản. Cả hai dự tính cuối năm đám cưới. Mẹ dĩ nhiên hài lòng. Toàn trêu em,

"Gớm, nực nồng mùi cá mắm, chịu không thấu!"

"Nhớ nhé, đừng bao giờ nữa than với mẹ "ở Sài Gòn ăn thịt mãi, mẹ cho con ăn cá đi, thèm quá."

Riêng mẹ, mỗi lần có dịp, mẹ không quên chuyện "muôn thuở",

"Anh định hai đứa em con đàn cháu đống mới chịu lấy vợ à?"

"Mẹ, chuyện vợ chồng đâu phải muốn là được, số cả mẹ ạ."

Nhiều lúc nhẩm tính lại tuổi đời Toàn cũng thoáng nghĩ phải lấy vợ thôi, chẳng thể lông bông mãi thế này, nhưng sẽ lấy ai? Những người đàn bà đã và đang quan hệ với Toàn? Tất cả đều không đạt tiêu chuẩn Toàn mong muốn. Nhưng như thế nào mới đạt tiêu chuẩn? Toàn tự hỏi, để rồi tự trách, sao cứ mang Thục Đoan ra làm mẫu? Khách quan nhận xét, nhiều người nữ đến với Toàn sau Thục Đoan không tệ về mọi mặt, nếu không muốn nói một hai người có phần trội hơn. Nhưng lạ lùng, chẳng ai khắc đậm trong tim Toàn được ấn tượng sâu, đủ làm rung động tâm thân như Toàn đã có với Thục Đoan. Toàn sáng suốt để hiểu, đó là tình cảm chủ quan, thiếu vắng sự công bình nhưng khổ nỗi, dù chủ quan, nó, thứ tình cảm có phần mê muội đó vẫn dẫn dắt tái tim của Toàn.

Khu Resort không ngừng phát triển, nới rộng, xây thêm phòng, nhiều hạng mục giải trí, vui chơi được tạo thêm. Chẳng hạn, có cả một phòng lớn với hàng trăm máy kéo, hàng vài chục bàn đánh bài dành cho khách ngoại quốc muốn chơi trò đỏ đen. Một nhà hát có sức chứa trên một ngàn người, được cho các bầu show thuê bao hàng tuần với nhiều ca sĩ, kịch sĩ, danh hài… đến trình diễn, thu hút khách đi xem văn nghệ và nhân tiện… ghé vào khu bài bạc thử thời vận. Một hồ nước ngọt to rộng như sân bóng đá phân chia minh bạch nông, sâu, nóng, lạnh và cầu nhảy, cầu trượt có đủ. Chưa kể rải rác trong diện tích gần hai ngàn thước vuông, những vòng quay, những xích đu, những giàn sắt chuyền tay dành cho trẻ em, người lớn được lắp đặt nhan nhãn. Một restaurant với thực đơn hấp dẫn bởi các đầu bếp hàng đầu Châu Á. Nói tóm, không thua gì Vinpearl Resort trên đảo Hòn Tre.

Từ một nhân viên tiếp tân bình thường, sau ba năm,

Ngọc dần thăng tiến, từ quản lý một nhóm nhỏ, rồi lớn hơn, và bây giờ có tên trong ban tiếp tân Resort, trở thành một trong ba người phụ trách tuyển chọn nhân viên mới.

Thanh niên –Nghiêm - ba năm trước phỏng vấn Ngọc trở thành bạn khá thân, anh ta có vẻ phải lòng thiếu phụ trẻ này, nhưng bản tính nhút nhát và ăn nói vụng về nên không biết bày tỏ nỗi lòng bằng cách nào, vả, Ngọc không để ý đến bất kỳ ai, hình ảnh Phúc vẫn nghẹt cứng trong tim Ngọc, khó ai thay thế. Sự thủy chung đến mù quáng và phi lý không làm sao giải thích được với người ngoại cuộc, nhưng đó là sự thực.

Hai anh em, hai mối tình, tuy khác nhau nhiều yếu tố, nhưng bản chất giống nhau: mê đắm, cực đoạn.

Những năm gần đây, việc tổ chức đám cưới tại các khu Resort rất thịnh hành, một hoặc nhiều cặp, vui. Địa điểm thơ mộng, phòng trăng mật đẹp, tiện nghi, sang trọng, ẩm thực ngon, tiếp viên vui vẻ, ân cần. Có ca nhạc, nhảy nhót nếu thêm tiền. Hầu hết giới trẻ đều thích lối tổ chức này, vừa đỡ tốn công sức vừa hiện đại, tiện lợi.

Nhờ tọa lạc cạnh bờ biển khí hậu mát mẻ, trong lành, thêm những tiêu chuẩn cao khác, khu Resort mà Ngọc đang là nhân viên được khách quan tâm chiếu cố, hầu như tuần nào cũng có một, hai… đám cưới.

Nghiêm thì hiện đang làm trưởng bộ phận tiếp tân, một bộ phận bận rộn luôn luôn. Sáng nay, vừa ra khỏi phòng họp của ban Giám Đốc, Nghiêm đã vội vã về ngay văn phòng của mình, tập họp nhân viên dưới quyền để triển khai công tác mới,

"Ngoài lịch làm việc chúng ta phải thực hiện trong thời gian tới, ba tuần nữa, vào ngày… , chúng ta sẽ có một đám cưới rất đình đám, phải lưu tâm nhiều, tôi và Ngọc sẽ trực tiếp chỉ đạo, thực hiện."

Nghiêm quay sang Ngọc,

"Em sắp xếp nhân sự cũng như mọi công đoạn khác, ẩm thực, văn nghệ, trang trí, MC… sao cho thật chu đáo và hoành tráng. Tiền bạc không quan trọng, thân chủ chẳng ngại tốn kém, miễn sao họ vừa lòng"

"Đại gia à?"

"Anh không rõ, nhưng đám cưới này rất đặc biệt,"

Ngọc trố mắt nhìn Nghiêm vẻ muốn hỏi, anh nhún vai,

"Của một bà Việt kiều với một tay chơi khét tiếng ở Bình Thuận."

Nghiêm giải thích thêm,

"Cô dâu chừng bốn mươi ba, chàng rể chỉ khoảng hai mươi lăm, họ gặp nhau ở khu Resort tỉnh Bình Thuận, yêu nhau, quyết định lấy nhau, tổ chức đám cưới này nhằm quay phim gửi bạn bè trong ngoài nước và đưa lên mạng. Họ mời cả một ê-kíp dàn dựng với đầy đủ đạo diễn, chuyên viên make-up, ánh sáng, nhiếp ảnh gia, caméra thâu hình chuyên nghiệp từ Sài Gòn ra."

Ngọc nhún vai,

"Đám cưới lớn nhỉ."

"Dân có tiền mà. Nghe đâu cô dâu là giám đốc công ty thủy sản lớn ở Âu châu, về Việt Nam tìm thêm nguồn hàng, gặp một tay chơi khét tiếng, họ cùng bị tiếng sét, nhanh chóng đi đến quyết định vĩnh viễn sở hữu nhau. Bất chấp tuổi tác chênh lệch, nàng bốn ba, chàng chỉ hai lăm xuân xanh, họ đưa nhau đến chỗ chúng ta tổ chức tiệc tùng,"

"Vấn đề là có yêu nhau thật không, muốn sống với nhau đến đầu bạc răng long không, hay chỉ ba bảy hăm mốt ngày, Ngọc linh cảm cặp đũa so le này có điều gì không ổn."

Nghiêm cười,

"Tin đồn chàng DonJuan (1) có lẽ muốn đổi món, cây nhà lá vườn mãi cũng chán. Trong dĩ vãng, trước khi "hoàn lương", đã có vài chục bóng hồng qua tay, nay muốn dừng chân chăng? Hay đám cưới chỉ là phương tiện để chàng mở rộng địa bàn? Phần nàng, có thể chỉ là trò chơi. Họ bỏ ra vài trăm triệu, thậm chí bạc tỉ để tổ chức một cái đám cưới, hợp thì cùng nhau hưởng hạnh phúc, không hợp, xóa bài, thoải mái. Năm bảy trăm triệu, một hai tỉ, nhằm nhò gì."

"Mà thôi, không phải chuyện của mình. Chuyện của mình là anh bảo Ngọc sẽ phải làm gì?"

"Trước tiên Ngọc thảo ngay một giấy mời đưa lên mạng, thành phần là mọi nam thanh nữ tú không phân biệt tuổi tác, thích một bữa ẩm thực ngon, một khung cảnh thơ mộng, sang trọng, một sàn nhảy mênh mông với dàn nhạc và ca sĩ nổi tiếng, hãy ghi danh tham dự tiệc cưới của... tổ chức tại... , buổi tiếp đãi hoàn toàn miễn phí. Để tránh trường hợp lượng khách nhận lời tham dự quá đông, ngoài dự liệu, Ngọc ghi chú, ưu tiên cho những người ghi danh sớm, bắt đầu từ số thứ tự một đến sáu trăm, những người ghi danh trễ, ban tổ chức phải đành xin lỗi."

Ngọc hỏi,

"Tên họ cô dâu, chú rể?"

"Lê Ngọc Trụ và Phạm Nguyễn Lệ Thủy."

"Họ có thân nhân chứ?"

"Thân nhân của cô dâu hầu hết ở ngoại quốc, chú rể không nghe nói."

"Cũng ở ngoại quốc à?"

"Không rõ, anh sẽ hỏi lại."

Hết giờ làm việc, Ngọc vừa định về thì Nghiêm xuất hiện, anh đứng trước đầu xe,

"Khoan về vội, tôi mời Ngọc giải khát, sẵn dịp mình bàn thêm về cái đám cưới vừa nói trong buổi họp."

"Vậy mình đến bar đi."

Ngọc lui xe vào vị trí cũ, cùng Nghiêm đi bộ đến bar cách đó ba trăm mét. Nơi này có mọi loại thức uống, kể cả bia rượu, và món ăn nhẹ, chủ yếu để nhâm nhi. Bar rộng, thiết kế trẻ trung, màu sắc nhẹ nhàng, vui mắt, nhạc êm dịu, mặt tiền hướng ra biển lộng gió, sáng chiều dập dìu bikini, vú vê mông đùi ngồn ngộn, một điểm rửa mắt tuyệt vời.

Nghiêm nói với Ngọc sau khi đã ngồi và gọi nước uống,

"Anh gọi điện thoại, hỏi, chú rể bảo thân nhân cũng định cư ở nước ngoài hết."

"Nghĩa là họ chỉ có những khách mời "chùa"?"

"Đúng vậy."

Hai người bàn chuyện sẽ hợp đồng ban nhạc nào, ca sĩ gồm những ai, MC trẻ đẹp dẫn chương trình... , nói chung, về tất cả mọi chuyện liên quan đến đám cưới đặc biệt sẽ diễn ra sau ba tuần tới. Thâm tâm Ngọc có hơi ngạc nhiên, những chuyện này lẽ ra sẽ được bàn luận ở văn phòng, trong giờ làm việc, đâu gấp gì? Với Ngọc, ngạc nhiên, đúng. Nhưng với Nghiêm, nó chính là cái cớ để Nghiêm bày tỏ nỗi lòng. Nhưng phải nói thế nào? Ba mươi hai tuổi, Nghiêm vẫn là trai tân, chưa qua mối tình nào. Chuyện khá lạ trong xã hội bây giờ. Sinh ra, lớn lên, đi học, ra trường, đi làm, cuộc đời cứ thế chảy êm, không lên thác xuống ghềnh, nên gần như Nghiêm chẳng có chút kinh nghiệm nào ngoài những trang sách của mười sáu năm mài đũng quần… , cho đến khi gặp Ngọc, chỉ sau lần đầu, biết Ngọc là mẹ đơn thân. Nhưng kỳ lạ, thiếu phụ trẻ này như thỏi nam châm, sức hút càng ngày càng mạnh, nhất là sau ba năm, Nghiêm chỉ thấy một lộ trình duy nhất của Ngọc: từ nhà đến nơi làm việc, và ngược lại. Thế thôi, không người tình, không bạn bè giao du. Cuộc sống của Ngọc, xem ra, chẳng khác lắm với cuộc sống của một nữ tu. Thỉnh thoảng Ngọc có ra ngoài nhưng chỉ với mẹ hoặc em gái. Vài tháng gần đây, Nghiêm nhận thấy không thể câm nín mãi, phải trải lòng ra, nhưng bằng cách nào? Nghiêm cảm thấy mình khổ sở.

"Ngọc này,,,"

Nhìn vẻ mặt và thái độ, Ngọc lờ mờ hiểu Nghiêm muốn gì, Ngọc cảm thấy tội nghiệp gã con trai. Với phái nữ, mẫu nam nhi như Nghiêm khó tạo ấn tượng, nhất là với những người như Ngọc, lỡ biết đến cái lịch duyệt, hào hoa của một nam nhân. Ngọc nhìn thẳng vào mắt Nghiêm, nói chậm, rõ,

"Ngọc biết anh muốn gì, nhưng anh cũng hiểu, Ngọc đang là mẹ đơn thân."

"Anh biết, chuyện ấy không quan trọng."

"Không quan trọng với anh, nhưng anh còn gia đình, họ hàng, dễ gì họ chấp nhận."

Nghiêm nhìn Ngọc, ánh mắt toát ra vẻ quyết liệt,

"Anh đã ngoài ba mươi, chẳng phải mới lớn, một người trên ba mươi, không tự chủ được sao?"

Ngọc thở dài, từ tốn,

"Chuyện không đơn giản như anh nghĩ đâu. Vả lại, đối tượng của anh là em, mà em thì chưa sẵn sàng với bất cứ ai, bây giờ và rất có thể nhiều năm nữa. Xin lỗi anh"

Nghiêm hiểu, cánh cửa Nghiêm muốn bước vào đã khép.

(1) Huyền thoại Don Juan (tiếng Việt: Đông Gioăng, Phiên âm tiếng Tây Ban Nha: Đôn Hoan) bắt nguồn từ một câu chuyện có thật: một thanh niên Tây Ban Nha quyến rũ một cô gái trong tu viện sau đó ruồng bỏ cô ta. Và theo truyền thuyết đó thì nên viết Dom Juan thay vì Don Juan.

Trong tiếng Việt DonJuan được dùng như Sở Khanh, nhưng với ý nghĩa ít tiêu cực hơn

Vào thế kỷ 16 và 17, Tirso de Molina, một nhà soạn kịch Tây Ban Nha viết vở El burlador de Sevila y el cambido de pierra. Trải qua nhiều thay đổi, xuất hiện dưới dạng hài kịch ứng tác, Don Juan được Molière viết lại vào năm 1665. Tiếp đến Don Juan được Mozart viết trong vở opera Don Giovanni và Baudelaire viết trong thơ của mình. Rồi Mérimée, Byron, Dumas cùng rất nhiều tác giả, nhà soạn nhạc và nhà làm phim lấy cảm hứng từ nhân vật gian dối này, kẻ dám thách thức những quy tắc đạo đức và xã hội.

*

Ngày đám cưới đặc biệt của bà Việt kiều giám đốc công ty hải sản ở Âu châu và chàng Don Juan khét tiếng tại một tỉnh duyên hải Việt Nam đến. Ê-kíp dàn dựng từ Sài Gòn đã ra trước một hôm, họ rất chuyên nghiệp.

Sân khấu lộ thiên được lắp ráp ngay trên mặt hồ bơi, ánh sáng thiết kế hợp lý, khoa học tạo cảm giác huyền ảo, lung linh. Âm thanh cũng phân bố đều khắp. Trên đường vòng rộng dọc bờ hồ kê bàn ghế, được tính toán sao cho khách ngồi ở bất cứ vị trí nào cũng đều có thể nhìn thấy mọi diễn biến trên sân khấu, từ mục cô dâu chú rể ra mắt chào, cảm ơn, đến lần lượt phần các ca sĩ trình diễn, và các cặp đôi đưa nhau vào sân lớn bên trong khiêu vũ.

Hoa và lồng đèn giăng mắc khắp nơi hệt lễ hội, tạo ấn tượng người tham dự và cả giới truyền thông. Sáu trăm chỗ kín người ngồi, chưa kể gần một trăm chỗ dự bị cho những khách ghi tên chậm, nhà tổ chức được chỉ thị từ đôi uyên ương, không từ chối bất cứ người nào muốn đến chia vui.

Khác với những đám cưới khác, khai mạc thường không đúng giờ, có khi trễ cả tiếng tiếng là thường, đám này theo sát chương trình. Đúng bảy giờ, tiếng MC vui vẻ,

"Cô dâu chú rể chào mừng quan khách"

Tiếng nhạc trỗi lên rộn rã reo vui, những tia đèn màu quét dọc ngang sân khấu, từ góc trái một cặp đôi xuất hiện, quàng tay nhau tiến ra phía trước, ánh sáng hội tụ chiếu vào chỗ đứng của tân lang và tân giai nhân. Chú rể sang trọng trong bộ veston đuôi tôm lụa xám, thắt nơ đỏ, tóc dài chấm vai nghệ sĩ, khuôn mặt cương nghị, cằm vuông, mắt to đen dưới hàng chân mày rậm, dáng cao, tướng đi chững chạc tự tin, một mỹ nam tử. Tân giai nhân tuy hơi lớn tuổi nhưng đẹp sang cả, ngồn ngộn sức sống, thể hiện qua qua đôi mắt long lanh ướt, môi dày, ngực lớn, hông nở, mông tròn căng, lộng lẫy trong chiếc áo cưới lụa trắng dài kéo lê trên sàn sân khấu. Cả hai nếu loại trừ tuổi tác, rất xứng đôi.

Nghiêm và Ngọc từ chập tối đến lúc cô dâu chú rể xuất hiện đều ngược xuôi quần quật hướng dẫn, chỉ đạo thuộc cấp chu toàn công việc. Khi mọi chuyện đã ổn, họ ra đứng sau cánh gà đối diện phía cô dâu chú rể, ở vị trí này họ có thể nhìn bao quát phòng tiệc. Ngọc há hốc mồm nhìn trừng chú rể, Lê Ngọc Trụ, không, Phúc mà. Phúc đây sao? Ngọc chới với chực ngã, Nghiêm đứng cạnh thấy Ngọc chao đảo, anh đưa tay đỡ,

"Ngọc, sao thế?"

Cặp uyên ương rất lịch thiệp và duyên dáng, lần lượt bày tỏ lòng biết ơn quan khách đã đến tham dự ngày đại hỉ của họ, đồng thời rất mong bữa tiệc sẽ làm hài lòng tất cả. Tiếng vỗ tay, tiết huýt sáo vang lên từng chập. Hai người cúi đầu thấp về mọi hướng rồi xoay người đi về phía Ngọc, nơi dẫn xuống sân hồ bơi đã đặt sẵn chiếc bàn lớn dành cho họ cùng nhiều vị tai to mặt lớn của tỉnh.

Ngọc gượng đứng thẳng, và một cách vô thức, vượt ngoài chủ động của lý trí, Ngọc vọt miệng khi Phúc ngang qua,

"Anh Phúc."

Gã Don Juan nhìn nhanh Ngọc, khuôn mặt lạnh băng không biến sắc,

"Xin lỗi, chắc cô nhầm, tôi không phải tên Phúc, tôi là Trụ, Lê Ngọc Trụ."

Gã thản nhiên sánh vai cô dâu bước tiếp.

"Gì vậy anh?"

"Cô ta nhầm anh với ai đó."

Bà giám đốc công ty thủy sản nhún vai rất đầm,

"Nhầm? Em rành quá, lại một con nhạn trong dĩ vãng của anh chứ gì?"

Tiếng đối thoại ra khỏi tầm nghe. Ngọc lại chao đảo, muốn ngã.

Tiệc tàn, cặp uyên ương đã về phòng trăng mật, căn phòng cực kỳ xa hoa và thơ mộng mà chiều nay Ngọc và Nghiêm đã chỉ đạo nhân viên mất nhiều công sức trang hoàng thiết kế, thực khách cũng đã vãn, Ngọc nói với Nghiêm,

"Mình xuống bar uống rượu, Ngọc muốn say."

"Ngọc không biết uống rượu, say thật đó."

"Anh này, nhảm chưa, đã bảo Ngọc muốn say mà!"

"Bình tĩnh lại đi Ngọc ơi, rượu chẳng giải quyết được gì cả."

Không trả lời, Ngọc sải nhanh về phía Bar, Nghiêm đành phải đuổi theo.

Đã hơn nửa đêm, quán vắng, chỉ còn một cặp tình nhân ngồi trong góc khuất. Họ gần như nhập vào nhau thành một khối, gã đàn ông siết chặt vòng ôm quanh tấm thân thiếu nữ đang nằm gọn trong lòng. Họ đắm đuối với nụ hôn bất tận, không quan tâm đến ngoại cảnh. Dưới bãi cũng đã vắng khách. Những con sóng nhỏ đuổi nhau tung bọt trắng vào bờ cát, tiếng rì rào nhè nhẹ, trời cao thăm thẳm, không trăng nhưng chi chít sao. Như tất cả các vùng dọc duyên hải, mùa hè thật dễ chịu, nhất là nửa đêm về sáng. Khí hậu trong lành, gây gây lạnh, là thời khắc lý tưởng cho những cặp uyên ương bên nhau, trong nhau. Thảo nào người ta luôn chọn mùa này để tổ chức đám cưới. Ngọc gọi hai cốc rượu mạnh và nói với Nghiêm,

"Ngọc cần say, một lần duy nhất hôm nay, lần đầu cũng là lần cuối."

"Để làm gì?"

"Chắc anh cũng đoán ra, Phúc là bố của con trai Ngọc. Chuyện đã xảy ra bốn năm trước..."

Ngọc nâng ly rượu nhắm mắt uống một ngụm lớn. Lần đầu tiếp xúc với men rượu, Ngọc không ngờ nó "kinh khủng" đến vậy, Ngọc rùng mình liên tiếp, bụng cồn cào chực ói. Tự hỏi, làm sao người ta nghiện được chất nước cay đắng này? Lạ thực! Cố dằn sự nhộn nhạo, Ngọc chờ trạng thái bình ổn của cơ thể phần nào trở lại, rồi bắt đầu nói, giọng đều, chậm. Đối tượng nghe là mình nhưng Nghiêm có cảm tưởng Ngọc đang độc thoại, Ngọc kể về buổi đầu gặp gỡ, về những kỷ niệm khó quên suốt ba tháng hè ngà ngọc, những vùng đất đã đi qua, những địa danh đã khắc sâu nhiều dấu ấn, lần quyên sinh được Toàn cứu sống, người mẹ, đứa em gái nuôi có lòng tốt còn thân thiết hơn cả ruột thịt, và đứa con trai, kết tinh của một mối tình miên viễn vĩ đại… . Ngọc nói, không bỏ sót một chi tiết nào, Nghiêm im lặng lắng nghe, hiểu Ngọc cần nói, cần trút bỏ quá khứ. Cuối cùng, Ngọc kết luận,

"Ngọc muốn say, không phải để tìm quên, trái lại, Ngọc

muốn nhớ, nhớ hết, một lần nữa, để mãi mãi sau này Ngọc sẽ tìm mọi cách xóa bỏ, dồn sức lực, tâm huyết lo cho tương lai đứa con trai yêu quí của Ngọc. Khi sự thật phơi bày, Ngọc tưởng sẽ gục ngã, nhưng kỳ lạ thay, song song với nỗi đau xé nát trái tim, Ngọc thấy lòng nhẹ hẳn. Bao năm nay Ngọc sống trong một thế giới ảo do mình tự vẽ ra, về Phúc, về người đàn ông hào hoa, về những giây phút nồng nàn, đắm say, Ngọc tự huyễn hoặc, cố tình nhập nhằng giữa thực và mộng. Nhưng sau biến cố vừa rồi, như một thiền sư hốt nhiên đại ngộ, Ngọc bỗng hiểu rất rõ, rằng cái thế giới ảo Ngọc đã vẽ ra và sống với nó, cuối cùng cũng chỉ là ảo, hoàn toàn không thực, dù chỉ một phần trăm. Nó còn tệ hơn những mối tình hàm thụ trên mạng, dẫu gì thì những mối tình này cũng có hai đối tác bằng xương bằng thịt đang dùng không gian ảo để thả rông ước mơ, nó què quặt, tội nghiệp nhưng không viễn vông, hư huyễn. Hơn bao giờ hết, vì tương lai của con trai, Ngọc cần vô cùng sự tỉnh táo, người ta không thể vững chãi bước đi trong cuộc đời nếu chưa ra khỏi bầu khí dày đặc sương mù mộng ảo"

Sau hôm đó, dưới mắt nhìn của mọi người, Ngọc vẫn vậy. Vẫn sáng ra đi làm, vẫn chiều về với mẹ, em gái và đứa con thân yêu, tiếp mọi sinh hoạt bình thường, dù đôi khi, buổi tối, Tâm thấy Ngọc một mình lang thang dọc bờ biển, hoặc ngồi rất lâu trên mỏm đá, nhìn ra ngoài khơi xa.

Sau này, qua lời kể của Nghiêm, mẹ và Tâm cũng hiểu được mọi chuyện đã xảy ra, nhưng, như Nghiêm, họ im lặng, cả ba đều biết không ai làm thay đổi hay ảnh hưởng được người thiếu phụ trẻ tưởng chừng yếu đuối nhưng ẩn giấu bên trong một nghị lực mạnh mẽ đến lạ lùng.

Sáu tháng sau biến cố Toàn về thăm gia đình, buổi tối cuối cùng trước khi trở lại Sài Gòn, Toàn rủ Ngọc đi dạo ngoài bãi biển.

Trời đang mùa thu, sắp chuyển sang đông, khí hậu se lạnh, mặt biển không còn êm ả, những con sóng bạc đầu cao hơn, mạnh mẽ hơn, dữ dội hơn. Hai anh em ngồi trên mỏm đá, phía dưới, sóng vật vã, giận dữ, trên cao, bầu trời xám đục sà thấp. Toàn nói,

"Chỉ một hai tuần nữa mùa đông sẽ đến, lạnh phải biết."

"Cũng may Resort gần nhà, nếu xa, phải đi làm trong khí hậu buốt giá, cực lắm luôn."

"Ngoài Bắc mùa đông lạnh lắm không?"

"Rất lạnh, trong này ăn thua gì."

Toàn bỗng hỏi,

"Em có liên lạc với gia đình?"

"Có, anh. Ba mẹ em đã biết mọi chuyện và cũng đã tha thứ. Hàng tháng em vẫn gửi tiền về phụ lo gia đình. Chắc cuối năm, em sẽ mang cu Lộc về trình diện ông bà ngoại."

"Vậy thì tốt quá, anh mừng. Bản thân em, phải tính đi chứ."

"Tính gì anh?"

"Thì lấy chồng."

Ngọc cười,

"Em chưa nghĩ đến chuyện này."

"Theo anh thấy, Nghiêm được đấy, cậu ấy có vẻ yêu em."

"Em biết, nhưng Nghiêm không tạo cho em chút xíu ấn tượng nào."

"Tại sao?"

"Đó là mẫu đàn ông hoàn hảo, nhưng lại là kiểu hoàn

hảo trơn láng, tròn trịa của viên bi, đàn bà thường dị ứng với loại đàn ông này."

"Đàn bà rắc rối quá."

Ngọc nhìn con còng bò ra từ hốc tối, thân đen trủi, hai chiếc càng to, nâu đỏ vươn ra phía trước mạnh mẽ. Một đợt sóng ập vào, phủ trùm lên cả bờ đá, khi sóng rút đi, con còng cũng biến mất, có lẽ sóng đã cuốn nó vào bể nước thẫm đen. Ngọc nói,

"Kể ra họ rắc rối thực, anh để ý sẽ thấy, nhiều bà vợ khổ sở, đau đớn vì chẳng may vớ phải những ông chồng thích rượu chè, bè bạn, gái trai nhăng nhít, khổ nỗi, họ không bỏ được, lại rất thủy chung và ghen bạo, chứng tỏ họ rất yêu những ông chồng hư hỏng này, mới kỳ. Ngược lại, những bà vợ thường ngoại tình khi may mắn có được những ông chồng hoàn hảo! Họ điên chăng? Để lý giải chuyện này, có lẽ cần đến sự phân tích của các nhà nghiên cứu tâm lý, hay ít ra của các nhà văn. Trở lại chuyện Nghiêm, có thể trong tương lai xa, vài năm nữa chẳng hạn, em sẽ nhận lời lấy Nghiêm, bây giờ thì không."

"Không hay chưa?"

"Như nhau cả thôi."

"Em hãy nhớ, Nghiêm chẳng còn trẻ trung gì, cậu ta không chờ em đâu."

"Nào em có buộc Nghiêm chờ. Trái lại em sẽ mừng nếu Nghiêm gặp đúng đối tượng, em đỡ áy náy"

Gió càng lúc càng mạnh, sóng càng lúc càng lớn, bầu trời như thấp hơn. Toàn nói,

"Không khéo đêm nay sẽ có mưa."

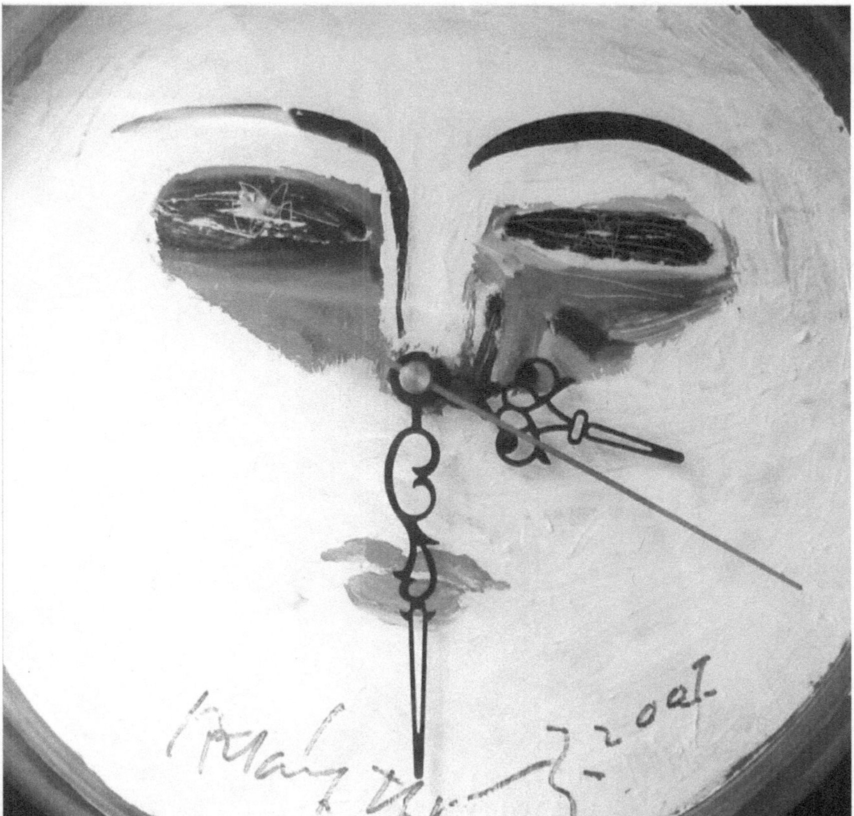

Lê Thánh Thư

IV

Quyên bước vào con đường tráng ciment dẫn đến tiền sảnh Đại Học Bách Khoa. Mùa thu, lá vàng rơi khắp nơi, lá vàng dạt vào vệ cỏ ven đường, lá vàng bị gió xua đuổi, cuốn theo bước chân, Quyên bỗng nhớ bốn câu thơ quen thuộc của Lưu Trọng Lư,

Em không nghe rừng thu
Lá thu kêu xào xạc
Con nai vàng ngơ ngác
Đạp trên lá vàng khô.

Mấy ông bà thi sĩ thời tiền chiến (đất nước chiến tranh liên miên, hết với Tàu, đến Pháp, rồi Mỹ, chưa kể chớp nhoáng kiểu nay keo sơn, môi hở răng lạnh, mai lại "dạy nhau một bài học" bằng hàng vạn sinh linh phơi thây tan xương nát thịt, tiền chiến nào?) và những ông bà thi sĩ khác, ở bất cứ thời điểm nào, đúng là, rảnh quá, hóa chạm mạch, luôn "mơ theo trăng và vơ vẩn cùng mây" như một ông xưa kia tự thú. Nếu không khóc than bi lụy cho những mối tình, chín mươi chín phẩy chín phần trăm, đều là sản phẩm của tưởng tượng, thì cũng than mây khóc gió đại loại như trên.

Có tiếng gọi,

"Quyên."

Quyên quay đầu lại, nhíu mày,

"Có việc gì không?"

"Chờ Thịnh với."

Người vừa gọi, sải nhanh chân sóng đôi với Quyên. Dáng cao, tóc cắt gọn, ria mép lún phún xanh, quần jean bạc màu, cặp vải mang xéo trên vai, trông trẻ trung và năng động,

"Gấp gì mà đi nhanh thế?"

Quyên dừng chân nhìn Thịnh, gắt,

"Chậm hay nhanh là quyền của tui, đuổi theo làm gì để trách cứ này nọ, vô duyên."

Thanh niên cười hiền,

"Thịnh nào trách cứ, để có cớ được nói chuyện với Quyên vậy mà."

"Nói thật nhé, tui không hứng thú chuyện trò với bất cứ ai, tất nhiên cả Thịnh."

"Khó thấy sợ."

Gần đến sảnh, Quyên dừng lại, quay sang Thịnh,

"Thịnh vào trước đi."

"Mình vào chung."

"Không."

"Lạ chưa, bạn học, đi chung có sao?"

"Ừ thì đã sao, nhưng tui không thích."

Thịnh lắc đầu bước qua khung cửa kính lớn, đợi Thịnh khuất một lát, Quyên vào, băng qua sảnh, lên cầu thang rộng. Giảng đường trên tầng hai, hành lang nhìn xuống sân lớn rải rác cây xanh, nhiều cây cao ngọn vượt mái ngói đỏ.

Suốt tiết học, những lời giảng của ông giáo sư trẻ không vào đầu Quyên được bao nhiêu, hình như những đốm nắng trên vách tường dãy lớp kế thu hút mắt nhìn và suy nghĩ của nàng hơn. Quyên nhìn chúng nhẹ đong đưa một cách chăm chú, những đốm nắng xuyên qua đám lá mít, rơi vãi trên miếng sân con có chiếc xích đu, từ cửa sổ phòng Thục Đoan nhìn ra, nơi Toàn đã trú ngụ nhiều tháng dưỡng thương, nơi mỗi sáng Quyên thường mang bữa ăn sáng vào, khi ốp-la bánh mì, khi xôi lạp xưởng, khi bánh hỏi chả lụa, và ly cà phê sữa bốc khói. Quyên thích thú với công việc này, nó tạo cho nàng cảm giác đang lo cho chồng bữa điểm tâm, cái cảm giác đưa mơ mộng của Quyên đi xa hơn, đến một mái ấm, ở đó có đôi uyên ương sáng chiều quấn quít. Những vòng ôm, những môi hôn, những đêm ân ái đắm say, những bình minh ánh sáng vãi trên hai thân thể quấn riết không rời dưới lớp chăn mỏng, bàn tay Toàn theo thói quen, úp trên vùng nhạy cảm của Quyên, hơi ấm từ bàn tay làm thịt da Quyên lại rạo rực, dù như mọi đêm, cả hai đều mệt nhoài sau một hai trận tình. Quyên xoay khuôn mặt Toàn về phía mình, hôn lên chóp mũi người yêu,

"Mình à."

Toàn ậm ự,

"Gì cưng?"

"Em muốn."

Toàn hấp háy mắt,

"Nữa?"

"Mình biết mà, chiều em đi mình."

"Nhưng anh buồn ngủ quá, cưng yêu anh đi."

Quyên tung chăn, lật Toàn nằm ngửa, quỳ gối hai bên hông lết tới, áp vào miệng Toàn,

"Hâm nóng em đi."

Tuy nói "buồn ngủ quá" song Toàn cũng nhanh chóng làm theo yêu cầu. Mùi hương quyến rũ quen thuộc làm Toàn ngây ngất say. Tiếng rên của Quyên càng lúc càng lớn, một lúc lâu Quyên lết xuống, Toàn ngập sâu trong Quyên, không ngừng ưỡn người khi Quyên dập xuống, chậm rồi cuống quýt, cho đến khi Quyên đổ ập, hai chân khép mở liên tục,

"Minh ơi, mình ơi, em tới…"

"Quyên!"

Bạn gọi đến lần thứ hai, Quyên mới giật mình ra khỏi cơn mơ. Quyên cười với bạn, nói như trần tình,

"Đêm qua thức khuya, sáng giờ buồn ngủ quá."

Hai người rời khỏi giảng đường xuống bãi lấy xe. Cơn mơ vẫn còn luẩn quẩn trong đầu, Quyên gọi thầm,

"Anh Toàn, bây giờ anh đang làm gì? Lâu quá không gặp, em nhớ anh, nhiều lúc muốn đi tìm anh, nhưng em luôn tự răn mình, sẽ không bao giờ nữa, kể từ đêm ấy, em chẳng muốn trở thành niềm trắc ẩn của anh, dù yêu anh vô cùng, em vẫn không thể hủy diệt lòng tự trọng, lá chắn cuối cùng em còn giữ được."

Xe ra ngoại ô vào con đường quen thuộc, Quyên đã khứ hồi không biết bao nhiêu lần. Xế chiều, hai tiếng nữa mới đến giờ tan tầm nhưng đường phố vẫn nhộn nhịp, một chiếc xe tải mười tám bánh dài ngoẵng lướt qua, gợi nhớ chiếc xe đã húc Toàn văng vào lề, gãy chân.

Lạ quá, cái gì cũng lôi Quyên về hình ảnh Toàn.

Ngôi nhà kia nữa, ngôi nhà có mái vòm cong, lối kiến trúc đặc thù của vùng Trung Đông mà có lần Toàn giải thích, với nhận xét,

"Thành phố thực kỳ lạ, tự do xây cất, không tuân theo một quy hoạch nào cả. Tây, Tàu, Mỹ, Nhật, Iran, Iraq… , tha hồ ai muốn xây kiểu gì tùy thích. Hầu hết các kiến trúc này hình thành theo ý muốn của chủ nhân, hay của con cháu, đã từng làm việc hoặc học hành tại các quốc gia khác. Một cách ngầm khoe, tôi, hoặc con tôi, cháu tôi từng làm việc, du học tại quốc gia, vùng lãnh thổ đó."

Cây cầu vượt nối hai vỉa hè của một đại lộ Quyên vừa chui qua gợi nhớ lời Toàn "Có lẽ tương lai không xa thành phố Sài Gòn cũng sẽ như vậy, có điều xe hai bánh sẽ nhiều hơn xe hơi, dân Việt tăng quá nhanh, nếu ai cũng đi xe hơi, đường đâu chứa?" Đó là lần Toàn du lịch sang Singapore, khi băng ngang một cầu vượt, nhìn dòng xe nối đuôi nhích từng thước đường bên dưới, Toàn đã nghĩ thế.

Giờ này chắc chắn mẹ còn ngoài chợ, Quyên dựng xe dưới mái hiên, mở cửa bước vào căn nhà lạnh lẽo. Từ ngày Toàn ra lại thành phố, căn nhà trở về trạng thái nguyên thủy, tịch mịch đến hoang vu. Quyên nhớ những thạch động trong truyện Kim Dung của các "chân nhân", Quyên nhìn lên bàn thờ Thục Đoan, vẫn ánh mắt đen láy reo vui, vẫn miệng cười e ấp, vẫn đôi má no căng, vẫn ngấn cổ cao, hình ảnh trẻ trung khỏe mạnh kia không mảy may báo hiệu cái chết sẽ đến. Quyên lại chợt nghĩ mình có thua gì chị? Vậy tại sao Toàn không yêu mình. Ngực Quyên bỗng nghèn nghẹn tức thở.

Quyên thay xong quần áo, ra sân tưới luống hoa dọc hàng rào, luống hoa Toàn trồng khi Thục Đoan còn sống đã nhờ Quyên thay những gốc hồng già cỗi bằng những cây mới khỏe hơn. Xong, Quyên vào bếp vo gạo nấu cơm, mang ít thực phẩm từ tủ lạnh ra, làm vài món đơn giản để chờ mẹ về cùng ăn tối. Những bữa cơm tẻ nhạt chỉ hai mẹ con, chẳng bù cho những ngày tháng có Toàn ở đây, không khí bữa ăn bao giờ cũng sinh động, ấm cúng, Có Toàn, Quyên năng vào bếp, năng vào mạng tìm kiếm những món dễ làm, để sau đó, được nghe Toàn khen ngon. Toàn dùng bữa ngon lành, Quyên vui, mẹ cũng vui. Bà ăn nhiều hơn, khỏe ra, lên cân chút đỉnh, phải chi Toàn ở hẳn đây. Nghĩ tới đó, Quyên thở dài, ngực lại nghèn nghẹn tức thở, cảm thấy mệt. Chợt nhớ đã nửa tháng rồi chưa có tháng. Tuy kinh nguyệt thỉnh thoảng cũng trồi sụt, nhưng cũng chỉ trong khoảng từ hai đến ba ngày, chưa bao giờ lâu như thế này. Ngày mai phải đi khám bác sĩ mới được. Cũng đã khá lâu Quyên không thăm viếng thầy thuốc. Thường, để bảo vệ sức khỏe, phải đi khám tổng quát chí ít mỗi năm một lần, nhưng đã hơn hai năm, vì lười Quyên chưa đi, ỷ y vào sức trẻ vốn là căn bệnh mãn tính mà mọi người trên dưới hai mươi luôn mắc phải, thôi mai, nhân tiện khám luôn.

Ra đến bãi đậu xe, tiếng vị bác sĩ vẫn còn vang trong đầu,

"Cô đã có thai, gần một tháng rồi."

Có thai, Quyên bàng hoàng. Lẽ nào, Quyện tự hỏi đi hỏi lại không biết bao nhiêu lần từ phòng mạch về đến nhà. Cuối cùng, Quyên đành chấp nhận sự thực. Phải làm cách nào bây giờ, Quyên lại tự hỏi, đầu óc rối mù, không thể bình tĩnh suy nghĩ chín chắn. Có thai, thời phong kiến, "tội" không chồng mà chửa, bị cạo đầu bôi vôi, nhốt vào rọ heo thả trôi sông. Đọc sách, còn biết ở Trung Hoa xa xưa, "tội" này có hình phạt cực kỳ dã man, phạm nhân bị lột truồng, trói trên lưng ngựa, yên là một miếng ván chính giữa gắn một cọc gỗ dài khoảng hơn tấc thẳng đứng, thọc vào âm đạo, đến giờ hành hình, người ta quất roi thật đau vào mông ngựa, con vật lồng lên phi nước đại. Tưởng tượng xem, với cọc gỗ thúc mạnh và liên tục, máu tuôn xối xả, phạm nhân mình đồng da sắt mới có cơ sống sót. Chết, tất nhiên, nhưng trước khi lìa đời phải chịu đau đớn khủng khiếp, đáng sợ hơn cái chết ngay lập tức gấp nghìn lần. Ngày nay, dĩ nhiên không còn những hình phạt man rợ kia, nhưng miệng đời chắc chắn không tha, bạn bè, gia đình, người quen thân, sơ. Nhắc đến gia đình, nghĩ đến mẹ, lòng Quyên quặn đau, người đàn bà này, cuộc đời gắn liền với hai chữ bất hạnh, chồng bỏ, con gái đầu chết, bây giờ đến con gái thứ, chửa hoang! Làm sao mẹ chịu đựng nổi. Bàn thờ Thục Đoan còn kia, còn thoang thoảng mùi nhang khói sáng chiều, nỗi đau chưa vơi lại đối diện với tai ương mới.

Mẹ ơi! Con có lỗi với mẹ.

Phải làm cách nào bây giờ? Câu hỏi không tìm ra lời giải đáp, nó như vết chém sâu tươm máu, câu hỏi như hình cụ tra khảo, Quyên có cảm tưởng như mình bị ném vào một đống bùi nhùi, càng vẫy vùng càng bị bó chặt. Phá chăng? Nhưng làm sao phá? Đến bệnh viện công? Nghe nói nơi này thiếu trách nhiệm, không khéo mất mạng hoặc mang bệnh mãn tính suốt đời. Tìm các mụ lang vườn? Càng nguy hiểm hơn. Mua lá rau răm vắt lấy nước uống? Nghe nói nước này cực mạnh, nhanh chóng thải cái thai sắp tượng hình qua đường tiểu tiện nhưng nhỡ không xong, thai nhi lưu lại, thành dị tật thì sao? Lối giải quyết nhất chín nhì bù nhuốm màu đỏ đen này mạo hiểm quá. Tới bác sĩ tư, ai, ở đâu? Đầu Quyên căng như sợi dây đàn, đêm trằn trọc không sao chợp mắt, tìm hết cách vẫn không xong, mọi con đường đều dẫn vào ngõ cụt. Nhưng dần dần bình tĩnh lại, Quyên mơ hồ nhận ra hành vi phá đồng nghĩa với giết người, kẻ bị giết chẳng ai khác hơn là con của mình, là kết tinh từ trái trứng trong tử cung mình với người đàn ông mà Quyên đã tình nguyện trao thân. Vậy thì chủng tử đang hình thành trong khoang bụng mình nào tội tình gì để phải chịu hậu quả? Hành động của mình vừa bất công vừa ích kỷ. Vả lại, nghĩ kỹ, Quyên nhận ra, hành vi dâng hiến đã ngầm chứa mọi hậu quả, nếu có, Quyên mặc nhiên nhận chịu.

Gần sáng, nhìn qua cửa sổ, Quyên thấy nụ hồng mơn mởn trồi lên ngoài chấn song, rung nhè nhẹ trong gió sớm mát lạnh, nụ hồng hình như vừa nở trong đêm, hôm qua tưới nước, Quyên không nhìn thấy. Quyên kéo tấm chăn mỏng phủ kín ngực, nhắm mắt cùng quyết định sẽ giữ bào thai. Ra sao thì ra, Quyên tiên đoán những ngày sắp tới sẽ phải đối mặt với vô vàn chướng ngại. Mặc vậy.

Mẹ đã dậy từ tờ mờ sáng, đang loay hoay dưới bếp nấu nước sôi pha trà, và hình như bà đang làm món điểm tâm. Quyên xuống, che miệng ngáp,

"Mẹ nấu gì thế?"

"Mẹ định thái ít lạp xưởng chiên cơm, vừa ăn sáng vừa mang ra chợ ăn trưa."

"Đừng quên thêm vào hai trái trứng. Con thích."

"Ừ."

Quyên vào phòng vệ sinh rửa mặt, chà răng. Nhìn mặt mình trong gương, Tâm chép miệng,

"Mất ngủ một đêm mà mặt mày thấy sợ."

Đôi mắt sâu thâm quầng, má hóp, môi khô, Quyên thở dài, nhủ thầm, "không nghĩ gì nữa, đã quyết định, cứ thế, mọi chuyện tùy hoàn cảnh sẽ ứng biến." Khi trở ra mẹ đã múc cơm nguội vào chảo, đang đảo đều, bà nhìn Quyên, hỏi,

"Con có vẻ xanh, bệnh à?'

"Dạ không, có lẽ hôm qua con thức khuya."

Ăn sáng xong, mẹ ra chợ, Quyên chuẩn bị đến trường. Hôm nay Quyên có tiết học từ mười giờ đến mười hai giờ. Tan học Quyên sẽ đến nhà sách lớn của thành phố tìm mua loại sách liên quan đến dưỡng thai.

Buổi trưa, Quyên buồn quá, nỗi buồn như bệnh ngứa, gãi đến trầy da, rướm máu, vẫn ngứa, càng gãi càng ngứa. Quyên buồn tưởng muốn đâm đầu vào xe vận tải sáu bánh thỉnh thoảng lướt qua. Đang trên đường về nhà sau giờ tan học nhưng Quyên chẳng muốn về, nghĩ sẽ lặp lại những bất biến, thay đồ, ra sân tưới hoa, vào nhà nấu cơm, lôi rau cá ra làm vài món qua quýt, chờ mẹ về cơm tối, dọn dẹp, học, mười một giờ lên giường, trăn qua trở lại với nỗi nhớ, thiếp đi… . Ngày nào cũng thế, bao lâu nay, hàng nghìn lần. Ban đầu còn chán, lần hồi chán biến thành bực bội, và trở nên ám ảnh đến sợ. Nhưng nếu không về thì biết đi đâu. Đến bạn bè quen, những câu chuyện nhạt, những thăm hỏi đãi bôi, không biết từ bao giờ Quyên bỗng thấy bọn cùng trang lứa trở nên trẻ con, nhi nhô đến ngô nghê. Trong đầu chợt lóe lên hình ảnh quán nhậu một lần Thịnh có nói, nhiều lúc buồn Thịnh hay đến đó uống vài chai bia, nhìn dân nhậu thi nhau cụng, văng tục, đấu hót rôm rả, ồn ào, cảm thấy đỡ buồn, thử vào đó xem. Nhưng mình không biết uống, lại nữa, con gái một mình vào quán nhậu, không khùng cũng có vấn đề. Lại tự nhủ, ừ, thì tôi đang có vấn đề, nhưng con gái chẳng thể vào đó một mình. Dù mẹ vẫn bảo Quyên ngang bướng, muốn làm việc gì là làm bằng được, không sợ trời kiêng đất. Nhưng vào đó mồ côi, không được thật. Đành đi thôi. Quyên vặn tay gas, chiếc xe rời chỗ, chợt có tiếng gọi gấp,

"Quyên."

Quyên chậm lại, Thịnh phóng lên, chạy song song,

"Đi đâu vậy?"

Quyên bốc đồng,

"Nhậu không?"

Rất ngạc nhiên song Thịnh vẫn hỏi,

"Nhậu? Ở đâu?"

Quyên hất hàm về phía quán,

"Lúc nãy Quyên định vào nhưng ngại, giờ có Thịnh, tốt quá."

Thịnh vui,

"Thịnh định ghé đó làm vài ve, hôm nay bỗng buồn. Quyên có chuyện?"

Không trả lời vào câu hỏi, Quyên nói,

"Vậy trở lại."

Quyên vòng xe, Thịnh theo sau. Quán có sân lộ thiên. Hai người chọn chiếc bàn dưới tán cây bàng, những chiếc lá lớn xanh đậm phủ mát một diện tích rộng, lác đác vài trái bàng vàng ươm lấp ló. Quyên nhớ hồi còn học lớp tám, đám con trai đua nhau trèo hái, rồi đưa Quyên lấy điểm. Đứa khác dùng đá đập bể, lòi cơm, Quyên chỉ việc ăn, béo ngậy. Thịnh gọi hai chai ba ba, một đĩa mồi. Người phục vụ mang mọi thứ đến, Thịnh rót bia, nâng lên,

"Cụng."

Quyên cũng nâng ly, nhìn bọt trắng trào xuống bàn, Quyên tự hỏi, ra sao nhỉ? Lần đầu tiên Quyên tiếp cận chất men này. Thỉnh thoảng đi dự sinh nhật, đám cưới hay tiệc tùng ở các gia đình bè bạn hoặc nhà hàng, nhiều người mời nhưng Quyên quyết liệt từ chối, vì nghĩ mình không thích, vả, trong dĩ vãng Quyên đã chứng kiến không ít các tửu đồ say xỉn, chân nam đá chân xiêu, mặt mày đỏ gay, nói năng bậy bạ, phun thoải mái mọi ngôn từ tục tĩu hay những chuyện thầm kín của chính mình, của người khác. Sức khỏe tổn hại, nhân cách triệt tiêu. Uống để rước về hậu quả như thế thì uống làm gì, Quyên tự nhủ sẽ không bao giờ uống. Nhưng hôm nay, Quyên phạm lời hứa, đồng thời nghiệm ra, con người có hàng nghìn lý do dẫn đến men rượu, và có lẽ lý do nhiều nhất, nếu Uyên đoán không sai, tại buồn, tại gặp điều bất ưng. Men rượu giúp người ta quên, hay ít ra cũng giúp người ta xem nhẹ mọi điều. Quyên nhấp một ngụm nhỏ, hơi đắng, men xông lên mũi, Quyên nhăn mặt, tuy vậy, không khó uống lắm như Quyên tưởng, Thịnh mỉm cười nhìn Quyên, hỏi,

"Thế nào?"

"Uống đi."

Quyên lại nâng ly cụng với Thịnh, uống hết ly, Quyên cảm thấy toàn thân nóng bừng, cơn hưng phấn khiến Quyên nổi hứng,

"Rót ly khác cho Quyên."

Quyên nâng ly bia Thịnh vừa rót đưa về phía Thịnh,

"Nào, cụng,"

Quyên uống, lần này làm một hơi gần nửa, đặt ly xuống bàn, Quyên hỏi Thịnh,

"Có bao giờ Thịnh yêu chưa, yêu thực sự chứ không vớ vẩn nhé?"

Thịnh nhìn Quyên khá lâu, nhỏ giọng,

"Có."

"Quyên nói yêu thực sự chứ không vớ vẩn."

"Thực mà, không vớ vẩn."

"Thôi được, Thịnh thấy thế nào?"

"Thịnh không giải thích được, chỉ cảm nhận lúc nào hình ảnh đối tượng cũng hiện diện trong tâm."

Quyên lướt mắt chung quanh, ngày ngả sang chiều, quán đã đông kín, bên trong không còn ghế trống, bên ngoài cũng thế, tiếng ly cốc chạm đụng, tiếng nói cười, tiếng chửi thề, tiếng thách đố nhau ồn ào, huyên náo. Không khí quán nhậu, đúng như Thịnh nói, sinh động, đỡ buồn thực, Quyên lại nâng cốc uống, bắt đầu không còn thấy còn sợ mùi cồn nữa,

"Nghĩa là Thịnh chưa khổ vì yêu, sẽ đến một lúc nào đó Thịnh khổ, khổ lắm nếu phát hiện ra đối tượng không đoái hoài đến mình, giản dị, mình chỉ yêu đơn phương, một chiều. Nói thế nào nhỉ. Nó giống như hình ảnh chiếc phi cơ bay ngang bầu trời, từ dưới nhìn lên ta thấy nó nhẹ nhàng, êm ả, nhưng giả sử đến gần được, ta sẽ đinh tai bể óc vì tiếng động cơ chát chúa, vì lớp không khí chung quanh bị xé ra, chuyển động dữ dội. Chưa kể, nếu đi vào khoảng đậm mây, sẽ nhồi lắc như con thuyền nhỏ giữa vũng nước xoáy."

"Hình như Thịnh đang thế."

"Hoặc có hoặc không, làm gì có chuyện hình như."

Thịnh nhìn Quyên muốn bày tỏ mọi chất chứa trong lòng bao lâu nay nhưng không biết nên mở lời cách nào, Thịnh lúng túng, bực bội, mình tệ quá, nhát hơn thỏ! Quyên lại nâng ly. Càng uống, Quyên càng nói nhiều, những chuyện mù mờ, dĩ vãng chen vào hiện tại, Thịnh không nắm hết song cũng tạm hiểu có một người nào đó đã làm trái tim Quyên tan nát vì đã không đáp lại tình cảm của Quyên dành cho. Đêm xuống từ lâu, quán càng ồn. Tiếng ly cốc bể vỡ, tiếng cãi vã, văng tục ầm ỉ, có cuộc ẩu đả bên trong quán. Một gã trung niên bị hai gã khác, cùng trang lứa, rượt chạy ra bên ngoài,

"Đụ mẹ, đứng lại, tao đập chết mẹ mày."

Gã bị rượt ném lại,

"Đụ mẹ, chết mả cha bọn mày, tao đéo ngán."

"Đéo ngán, đụ mẹ thì đứng lại mới ngon."

Quyên say, chực gục xuống bàn, Thịnh cũng say nhưng tỉnh hơn. Tình hình lộn xộn này coi bộ không êm, rút cho chắc. Thịnh gọi tính tiền rồi dìu Quyên ra lề đường sau khi đã nói với chủ bãi giữ xe, sẽ để xe lại, trả thêm tiền, ngày mai đến lấy. Điệu này cầm chắc cả hai không thể chạy xe hai bánh. Thịnh hỏi Quyên,

"Nhà Quyên ở ngoại ô, xa quá, làm sao bây giờ?"

Quyên bấu chặt cổ Thịnh, mắt lờ đờ, giọng nhão,

"Không về đâu… đến phòng trọ..."

Thịch gọi taxi, nói ý của Quyên, tài xế đưa hai người đến một khách sạn nhỏ gần bến xe đò miền Đông.

Vừa vào phòng, Quyên ói xối xả, bao nhiêu lương thực cùng dễ chừng năm chai bia đưa vào bao tử từ đầu đêm đã tuôn hết ra ngoài, lênh láng trên nền gạch, bám vào quần áo, ướt sũng, bầy nhầy, nồng nặc mùi thức ăn và cồn. Quyên ngả vật ra giường không còn biết gì nữa.Thịnh than,

"Chết thật."

Thịnh bối rối, hoang mang, cơn say như giảm, Thịnh loay hoay qua lại hàng chục lần trong căn phòng nhỏ, không biết phải xử lý cách nào, chẳng thể để Quyên tơi tả, nhầy nhụa thế kia, nhưng Thịnh chẳng dám cởi quần áo ra đưa nhân viên khách sạn giặt, hành động này chỉ thực hiện được giữa vợ chồng. Nhưng, cuối cùng Thịnh tặc lưỡi, liều thôi. Thịnh đến gần Quyên, giờ như miếng giẻ rách bẩn thỉu nằm tênh hênh trên mặt nệm. Liều thôi. Thịnh nhủ thầm một lần nữa rồi lọng cọng cởi vội quần áo ra khỏi người Quyên, vào buồng tắm nhúng khăn ướt lau sạch chất bẩn trên thân thể trần truồng, xong, vội vã kéo chăn phủ kín, bốc điện thoại gọi bồi lên thu dọn, lau phòng, thay ga mới và đem xuống giặt sấy ngay bộ đồ bẩn, dặn sáng mai mang lên. Khi bồi phòng đi rồi, Thịnh ngồi thừ rất lâu trên chiếc ghế góc phòng, suy nghĩ mông lung. Nhớ lại tấm thân thiếu nữ lúc nãy vì quá run đã không kịp suy nghĩ, nhớ lại đôi môi mọng, chiếc cằm no, ngấn cổ dài, nhớ đôi ngực vun, săn cứng, hai núm nhuận hồng, nhớ vùng bụng mượt mà, nhớ âm hộ căng tròn, phơn phớt lông đen mịn, nhớ hai mép môi như hai múi cam, nhớ cặp đùi màu mỡ đổ xuống đôi chân dài… , Thịnh nhớ và choáng váng, có lẽ sẽ không bao giờ nữa Thịnh có lại cái diễm phúc như đã. Bất giác Thịnh đứng lên, và như bị đồng nhập, Thịnh tiến về phía Quyên, quì dưới nền gạch, vươn tay nhẹ mở tấm chăn, tấm thân thiếu nữ lại phơi ra. U mê, Thịnh chồm lên hôn đắm đuối đôi môi mọng, nụ hôn bò xuống cằm, ngấn cổ dài, đậu lâu trên hai bầu ngực, há miệng ngậm núm vú, nút, nhả ra, nụ hôn di chuyển khắp vùng bụng, sâu hơn, trên đồi cỏ mượt, sâu hơn nữa, lách miệng vào hai múi cam, bỗng hai tay Quyên chuyển động, vùi mười ngón tay vào tóc Thịnh, hạ thể ưỡn cao, hai chân mở rộng, mắt nhắm, thì thào,

“Hôn nó đi cưng, em thèm quá bấy lâu nay…”

Thịnh đủ sáng suốt hiểu những lời trên không dành cho Thịnh, Quyên đang lạc vào cõi mộng nào. Nhưng mặc, càng tốt. Mùi hương từ vùng cấm xộc vào khướu giác, Thịnh ngất ngây, cần mẫn thực thi bài học đã từng xem nhiều lần trong các phim XXX trên điện thoại. Quyên quằn quại rên siết hoảng loạn khiến Thịnh mê đi, nhanh chóng cởi vội quần áo, leo lên, tìm cách đi sâu vào Quyên. Khó, nhưng cuối cùng cũng vào được, Quyên nấc lên,

“Đau quá cưng ơi, nhè nhẹ, ui, ui…”

Thịnh cố gắng kềm chế, thật nhẹ, thật chậm, khi cảm thấy Quyên đã quen, tiếng hít hà nhỏ dần, Thịnh tăng tốc. Đến một lúc như thể không còn chủ động nổi, Thịnh cuống cuồng dồn dập, và bắn xối xả vào sâu trong Quyên. Thịnh đổ ập xuống tấm thân trần truồng, thiếp đi.

Nắng buổi sáng tràn ngập căn phòng, Quyên ra khỏi giấc ngủ, đầu nhức, mắt hoa, Quyên tung chăn ngồi dậy, chợt phát hiện mình trần truồng, Quyên hốt hoảng nhìn sang bên cạnh, Thịnh cũng thế, không mảnh vải che thân, đang ngủ mê mệt. Quyên nhớ lại mọi việc, từ lúc vào khách sạn, sau đó đứt phim, song Quyên suy đoán, cũng hiểu, đã say, đã mất hết tri giác, đã biến thành dơ dáng dại hình. Bất giác Quyên bật khóc, tiếng khóc càng lúc càng lớn, đánh thức Thịnh. Vội vàng ngồi dậy, mặc nhanh quần áo,

"Thịnh, Thịnh xin lỗi…"

"Khốn nạn, Thịnh là đứa khốn nạn."

Có tiếng gõ cửa, Thịnh ra mở he hé, bồi phòng đưa bộ quần áo của Quyên vào, Thịnh cầm, kể nhanh sự cố tối qua, dĩ nhiên bỏ qua cuộc ân ái, rồi kết luận,

"Quyên mặc đồ đi."

Thịnh lỉnh vào buồng tắm lánh mặt, Quyên mặc đồ. Vẫn khóc, dù tiếng khóc đã nhỏ.

• Sau lần ấy Quyên tránh mặt Thịnh, ngược lại, Thịnh tìm mọi cơ hội để gần Quyên, cả hai như mèo với chuột. Suốt tháng, Thịnh chỉ gặp và nói được với Quyên không quá ba câu, ngắn, vô thưởng vô phạt, Thịnh bực lắm, định hôm nay nhất quyết phải làm cho ra nhẽ (Nhẽ gì? Thịnh bỗng bật cười, mình lẩm cẩm quá rồi). Tan học, Thịnh đi nhanh đến đầu cầu thang dẫn xuống sảnh, đường duy nhất ra bãi để xe.

"Quyên."

Thịnh gọi, đứng chắn ngay lối xuống khi thấy Quyên từ xa đi tới. Quyên trừng mắt,

"Gì? Tránh ra cho tui đi."

"Thịnh muốn nói chuyện với Quyên."

"Nhưng tui không muốn, tránh ra."

Quyên bước đến gạt mạnh cánh tay Thịnh đang nắm thành cầu thang chắn lối, cái gạt quá mạnh, Thịnh buông, Quyên mất thăng bằng ngả chúi, lăn lông lốc, chân vướng vào một chấn song, sức nặng của cả thân thể đang lăn, ống chân bị kẹt giữ lại, cấn, gãy, đau buốt, Quyên hét lớn, bất tỉnh. Thịnh phóng tới bế Quyên chạy ra đầu sảnh, gào lên,

"Gọi xe cấp cứu."

Năm phút sau xe đến, hụ còi, mang Quyên vào bệnh viện. Thịnh chạy xe gắn máy theo, trên đường, Thịnh không quên gọi mẹ Quyên báo tin dữ, bà đóng quán lên taxi vào ngay với con. Gặp Thịnh ngoài cửa phòng cấp cứu, bà hớt hải hỏi,

"Nó thế nào rồi con?"

"Chưa biết bác à."

"Sao ra nông nỗi này trời."

Bà mẹ suy sụp, hết tai này đến nạn khác, bà như chiếc lá khô giữa dòng nước chảy xiết, Thịnh nhìn bà, lòng đau, Thịnh yêu Quyên, thương bà như mẹ ruột, Thịnh an ủi,

"Bác bình tĩnh, cháu nghĩ chắc không sao."

"Nhỡ nó mệnh hệ nào, làm sao tôi sống nổi."

Bà mếu máo, ngồi so vai trên băng ghế dài trước phòng cấp cứu, mặt xám xanh, mắt không ngừng dán vào cánh cửa khép, phía trong cánh cửa kia là con gái bà, đứa con còn lại duy nhất, mất thêm nó, bà sống nữa làm gì?

Ai cũng vin vào cứu cánh để sống, cứu cánh của bà là Thục Đoan và Quyên. Đứa con gái lớn bất ngờ ra đi, bà tưởng không chịu đựng nổi. Thế nhưng nỗi đau dù lớn đến đâu rồi cũng qua, thời gian nhận chìm mọi thứ, bà dần gắng dậy, những tưởng phần số thôi không gieo tai ương nữa, ai ngờ. Cửa mở, vị bác sĩ già bước ra, bà nhào đến,

"Con tôi thế nào bác sĩ?"

Ông thầy thuốc già đưa ngón tay lên sóng mũi nâng cặp kính cận, vui vẻ,

"Không sao, chỉ gãy xương ống, chúng tôi sẽ băng bột, ba tháng lành thôi."

Dừng một chút, ông tiếp,

"Cũng may, nếu chân không bị kẹt vào chấn song, lăn hết cầu thang, nguy cơ sẽ sẩy thai cao. Giờ thai vẫn tốt."

Nói xong ông đi nhanh về văn phòng. Bà mẹ ngẩn ngơ,

"Thai? Là thế nào?"

Tin bác sĩ vừa loan chẳng những làm bà mẹ ngẩn ngơ mà Thịnh cũng bất ngờ, toàn thân bỗng rơi vào trạng thái lơ lửng, vừa mừng, vừa ngỡ ngàng. Quyên có thai? Thịnh bỗng quỳ xuống trước mặt bà, giọng như khóc,

"Bác tha lỗi, con…"

Thịnh vấp váp kể lại sự cố rồi nắm tay bà, thiết tha,

"Bác ơi, con yêu Quyên, ngay hôm nay con sẽ về xin mẹ sang hỏi cưới Quyên, bác an tâm, con thề trước vong linh ba con, sẽ bảo vệ Quyên ngày nào con còn sống."

Bà mẹ bàng hoàng,

"Cậu…"

Nhưng chuyện đã xảy ra, không ai tính trước được. Bà mẹ nghĩ đến số mệnh, bà tin có một quyền năng vô hình nào nó đã sắp xếp hướng đời của mỗi con người, nếu không, tại sao mọi chuyện lại tiến triển một cách lớp lang thế này?

Khi Quyên được đưa từ phòng cấp cứu xuống phòng bệnh, hai người được vào thăm, nhìn chân trái Quyên treo cao như Toàn một năm trước, bà mẹ lại rơm rớm,

"Đau lắm không con?"

Quyên xanh xao trong bộ quần áo xanh bệnh viện nhưng vẫn nở nụ cười tươi,

"Hết rồi mẹ, dưỡng thương vài tháng sẽ lành thôi."

Nhưng đến lúc nghe mẹ nói về cái thai và lời nhận tội của Thịnh cùng tin Thịnh sẽ về thưa với gia đình sang xin cưới, Quyên sa sầm nét mặt ngay, quắc mắt nhìn Thịnh,

"Cưới? Ai cưới ai? Cái thai của Thịnh? Buồn cười nhỉ."

Quyên nghiêm nét mặt, nói rành rọt,

"Nghe kỹ đây, tui có thai nhưng không phải với Thịnh."

Quay sang mẹ, giọng Quyên nhỏ xuống,

"Con xin lỗi đã gây khổ cho mẹ, nhưng việc đã lỡ, không còn cách nào khác, con xin phép được giữ bí mật tác giả của thai. Đó là điều duy nhất con giấu mẹ, ngoài ra không khuất tất với mẹ bất cứ chuyện gì. Con lỡ một lần với Thịnh vì quá say, sở dĩ con phải ngậm miệng vì hiểu phần lớn lỗi do con, nếu không bốc đồng say sưa tệ hại, làm gì xảy ra cớ sự. Thế thôi, hoàn toàn con không có chút tình cảm nào với Thịnh, và như đã nói, cái thai không phải với Thịnh, vậy chuyện cưới hỏi do Thịnh nghĩ ra là chuyện ba láp, con thấy thật buồn cười, quái gở."

Quyên lại nói với Thịnh,

"Yêu cầu Thịnh từ nay đừng làm phiền mẹ con tui nữa. Từ nay cũng yêu cầu Thịnh đừng đến nhà tui nữa, và tuyệt đối không đón đường đòi trò chuyện, tui hoàn toàn không muốn, Thịnh hiểu chứ?"

Ra về, bước chân xuống các bậc thềm, Thịnh buồn bã nói với mẹ Quyên,

"Con phải làm sao? Quyên nằng nặc đẩy con ra."

"Tính nó xưa nay vẫn vậy, chị nó nhỏ nhẹ, nhu mì bao nhiêu thì nó cứng cỏi, ngang bướng bấy nhiêu. Bác nghĩ nó giận con nên nói thế, để từ từ bác phân tích phải trái, khuyên răn, nó nguôi giận, sẽ thay đổi."

"Mọi sự nhờ bác giúp đỡ, con khổ quá."

Thịnh vẫn đinh ninh bào thai Quyên đang mang là với mình.

Cả hai đều không hiểu căn nguyên dẫn đến cách cư xử Quyên đối với Thịnh. Họ vẫn tưởng thái độ bất hợp tác của Quyên bắt nguồn từ sự tức giận hành vi của Thịnh tối hôm đó. Hiểu lầm này kéo dài nhiều năm sau, cho đến khi mọi chuyện được bạch hóa.

*

Do bụng mỗi ngày mỗi lớn và cái chân bó bột, Quyên ít đến trường, tuy vậy, bài vở vẫn chu toàn do bạn bè lấy cours về cho Quyên học ở nhà. Trước ngày sinh ba tháng, Quyên tháo bột. Ca sinh không khó nhưng cũng khá đặc biệt. Hôm ấy, Quyên đến thư viện tìm một cuốn sách đọc thêm thì chuyển bụng. Đau quá, Quyên ngả ngồi xuống nền gạch, vừa tựa được lưng vào kệ sách thì nước ối vỡ ra, chảy thành dòng. Quyên cắn răng cố kềm tiếng rên, một thanh niên đứng gần đó vội chạy lại, Quyên hổn hển,

"Gọi xe cấp cứu…"

Người ấy mở điện thoại bấm số Emergency.

Xe cứu thương đến, chở Quyên vào bệnh viện. Nửa giờ sau Quyên sinh, con trai, mẹ con đều khỏe. Bà mẹ được bệnh viện liên lạc trước khi Quyên vào phòng sinh. Bà đi như ma đuổi, ra đường đón taxi bảo chạy nhanh, không kịp đóng cửa quán, chỉ vội vàng nhờ đồng nghiệp bên cạnh coi hộ. Bà vui đến phát khóc khi thấy thằng cháu ngoại bụ bẫm, mạnh khỏe đang ngủ ngon, lớp khăn lông quấn quanh người, chỉ bằng bắp đùi mẹ nó, nằm gọn trong vòng tay mẹ. Quyên tuy xanh xao vì mất máu nhưng mắt lấp lánh niềm vui. Cậu con trai, bé Mỹ (ở nhà bà ngoại và Quyên thường gọi cu Mỹ) chào đời được nửa năm thì Quyên ra trường và có ngay việc làm, một công ty lớn vào tận lớp tuyển chọn năm sinh viên đậu cao nhất, có tên Quyên trong số này. Công việc tốt, lương cao. Quyên không cho mẹ ra chợ nữa, Quyên muốn bà ở nhà nghỉ ngơi, chơi với cháu. Từ lúc còn nằm nôi, bé Mỹ đã được bà ngoại cưng chiều, từ cái ăn cái ngủ đến tiếng khóc nụ cười đều được bà ngoại quan tâm đến độ, đôi khi Quyên nghĩ, bà ngoại cưng cháu quá, e một mai lớn lên thằng bé sẽ mất đi tính tự lập, trở nên ủy mị, nhút nhát, luôn ỷ lại vào người khác. Bà ngoại trề môi,

"Cô bị ba thứ sách vở nuôi con dạy con đầu độc, nên thở ra toàn mùi sách với vở. Bọn viết lách toàn một lũ vô công rỗi nghề, rảnh quá, ngồi nghĩ ra trăm chuyện, nói phách nói tướng, mười voi chưa được bát nước xáo, gớm. Trời sinh mỗi người một mệnh số, một bản tính, không ai giống ai. Hiền, ác, tốt, xấu, can trường, nhu nhược đều do trời định. Như trong nhà này, Thục Đoan nhu mì, dịu dàng bao nhiêu thì cô cứng cỏi, bướng bỉnh bấy nhiêu, nào tôi có dạy như thế đâu?"

"Sách vở là kinh nghiệm được đúc kết của những người đi trước mà mẹ."

"Đã nói mỗi người sinh ra đều có một mệnh số, không ai dạy được ai."

Rốt cục thằng bé vẫn được ngoại cưng chìu hơn con vua cháu chúa. Nó lớn dần, bụ bẫm, không ốm vặt.

Thịnh ra trường cùng lúc với Quyên, làm việc ở một công ty khác. Thời gian sau này Quyên bớt khắt khe với Thịnh, cho phép Thịnh đến thăm mẹ, cu Mỹ, với điều kiện không bao giờ nói đến chuyện thằng bé là con của mình,

"Thịnh vĩnh viễn bỏ cái suy nghĩ vớ vẩn kia đi, nếu còn muốn đến nhà Quyên. Đó là điều kiện. Thịnh biết tính Quyên, một là một, hai là hai, không nhập nhằng tranh tối tranh sáng, bằng lòng không? Nếu bằng lòng thì thề đi, thề sẽ không bao giờ xa gần nhắc đến chuyện kia,"

Thịnh thề, dù thâm tâm nghĩ khác,

Những lúc không có Quyên ở nhà, Thịnh đến, nói chuyện với bà mẹ, Thịnh vẫn than,

"Quyên cứng đầu quá."

"Bác đã bảo, tính nó là như thế, từ xưa đến giờ."

"Nhưng chuyện cu Mỹ..."

"Nó đã nói thế, bắt mọi người tin thế, biết làm sao!"

"Bác cũng tin lời Quyên ư?"

"Bác không ý kiến."

Theo thời gian, Thịnh trưởng thành hơn, chững chạc, mạnh mẽ, dáng cao to, để ria mép, mang kính cận, vẻ nam tính và trí thức khiến nhiều đồng nghiệp nữ để tâm, nhưng Thịnh không để ý đến ai. Trong lòng Thịnh, trước sau, Quyên vẫn giữ một vị trí quan trọng, không ai thay thế được. Đối với xã hội, Thịnh được nể trọng, ngưỡng mộ, thế mà đối với Quyên, Thịnh không là gì cả, hoàn toàn số không, từ bắt đầu đến bây giờ. Có lẽ thái độ này, của Quyên, càng trở thành hấp lực, mãi mãi cuốn hút gã đàn ông này.

Nhiều lần đến chơi, nhìn cu Mỹ khôi ngô, nhanh nhẹn, nói cười tía lia, Thịnh thèm quặn ruột được ôm và gọi tiếng con xưng ba với thằng bé, sẽ sung sướng và hạnh phúc biết bao nhiêu. Nhưng Thịnh không dám, nhỡ cu Mỹ mét mẹ, Quyên cấm cửa, Thịnh sẽ không bao giờ nữa được gặp con. Quyên thừa quyết liệt và mạnh mẽ làm điều đó, Thịnh hiểu tính Quyên và sợ. Chỉ một điều, Thịnh cầu mong Quyên cho phép và Quyên cũng đã cho phép là toàn bộ đồ chơi, quần áo giày mũ của cu Mỹ do Thịnh mua. Thịnh mang đến cho cu Mỹ hàng tháng chồng chất ê hề. Bà mẹ nói,

"Thôi con, một mình nó chơi làm sao cho hết."

"Có nhiêu đâu bác."

Quyên cũng nói,

"Số đồ chơi này bằng của cả một nhà trẻ. Thịnh đừng mua nữa."

"Trẻ con mau chán, Thịnh mua cái mới thay cái cũ."

Thằng bé được Thịnh cưng chìu còn hơn cả ngoại.

Hai ngày nghỉ cuối tuần, Quyên thường cùng mẹ, bé Mỹ xuống phố dạo chơi, ăn uống, xem phim, đi shopping, Thịnh nhiều lần xin theo nhưng Quyên nhất định từ chối, Quyên không muốn mọi người hiểu lầm, Thịnh buồn nhưng đành chịu.

Bốn năm trôi qua, bé Mỹ cao xấp xỉ thắt lưng ngoại, bớt ngọng nghịu khi phát âm, và nhờ ngoại hướng dẫn, đã thuộc được hai mươi bốn chữ cái, sẽ dễ dàng khi vào lớp một hai năm nữa. Bé Mỹ có vẻ thông minh, Quyên sung sướng nhủ thầm. Thịnh cũng nhận xét thế, với mẹ Quyên.

Thường ngày, mát trời, hai bà cháu vẫn ra sân chơi xích đu.

Hôm nay cuối tuần, Quyên đang nấu bún bò trong bếp, Thịnh vừa tới, trẻ trung trong bộ đồ thể thao màu sáng, áo Adidas, quần ngắn. Mẹ Quyên hỏi,

"Con mới chơi cầu lông về?"

"Dạ. Hôm nay nhà mình không xuống phố?"

"Có lẽ không. Quyên nấu bún bò, con chơi lâu, lát cùng ăn cho vui."

"Tuyệt quá, con thích bún bò lắm."

"Bác cũng thích nhưng cay vừa vừa, cay kiểu Huế bác ăn không nổi."

"Sở con có một ông đứng tuổi, ông kể sau ba mươi tháng tư một chín bảy lăm cả nước đói, thiếu gạo, chủ yếu ăn bo bo, khoai lang khoai mì thay cơm. Để bớt ngán, ông thường rắc ớt bột vào chén bo bo với nước mắm nguyên chất, mặn chát, trộn đều rồi ăn, cũng ngon đáo để. Nghe ông kể đã thấy bỏng cả lưỡi, người Huế ăn cay kinh khủng."

Bà mẹ cười,

"Ừ, vô địch!"

Bé Mỹ đang ngồi trên xích đu, gọi Thịnh,

"Bác Thịnh, đùn cho con đi."

Thịnh chạy lại, đùn. Bé Mỹ nói,

"Đùn mạnh."

"Cao quá ngã bây giờ."

"Con thích."

"Giữ chặt nhé."

Thịnh nói và mạnh tay hơn, chiếc xích đu tung cao, bé Mỹ cười sằng sặc thích thú, tiếng cười trong như thủy tinh dội vào lòng Thịnh tựa những nốt nhạc xô đuổi reo vui, Thịnh thấy yêu con quá, những muốn chạy lại ôm thằng bé siết mạnh, hôn tới tấp trên mái tóc mềm thơm mùi dầu gội đầu baby.

"Cao nữa, bác Thịnh." Thằng bé hét lớn.

Bỗng, phựt, sợi dây xích đu đứt, miếng ván chao nghiêng, cu Mỹ văng qua hàng rào gỗ, rơi xuống, bụng va vào một cọc gỗ cạnh bờ ruộng cạnh con đường đất dẫn vào nhà. Thằng bé giẫy giụa vài cái rồi nằm im, bất tỉnh.

Xe đến chở ngay vào phòng cấp cứu, cả nhà hoảng loạn. Bà ngoại mặt xám ngắt, đi nghiêng ngả không vững, luôn mồm lạy trời khấn Phật. Quyên như điên, khóc gào khản giọng. Thịnh tựa kẻ mất hồn, qua lại không biết bao nhiêu lần trước phòng cấp cứu. Một y tá mở cửa đi ra, nói,

"Em bé mất nhiều máu, chúng tôi định truyền, nhưng máu của bé thuộc dạng hiếm, chỉ cha con mới có thể truyền cho nhau. Vậy ai là cha đứa bé?"

Thịnh nhanh nhẩu,

"Tôi."

"Y tá mở cửa,

"Mời anh theo tôi."

Quyên gào lên,

"Không phải."

Nhưng Thịnh đã biến nhanh sau khung cửa.

Mười lăm phút sau Thịnh trở ra, vẻ hoang mang, thiểu não. Bà mẹ hỏi,

"Sao con?"

"Con không cùng máu với bé Mỹ."

Quyên khóc nghẹn. Đành vậy, Quyên nhủ thầm, bấm số.

Tiếng đàn ông,

"Ai đấy?"

"Em, em là Quyên."

Lặng vài giây, tiếng đàn ông như reo,

"Trời, Quyên, không ngờ. Bốn năm rồi."

Quyên nói nhanh trong tiếng nấc nghẹn,

"Con em bị tai nạn, cần tiếp máu, anh đến ngay, bệnh viện Nhi Đồng II, phòng cấp cứu"

"Con em?"

"Sẽ nói rõ sau, anh đến gấp, càng nhanh càng tốt."

Quyên cúp điện thoại, ngồi phịch xuống băng ghế, mặt xanh tái, tiếng khóc vẫn không thể kìm.

Chỉ hơn hai mươi phút sau người đàn ông xuất hiện. Bà mẹ há hốc miệng nhìn, Toàn. Cô y tá lại mở cửa,

"Cha của bé đến chưa?"

"Rồi."

Quay sang Toàn, Quyên nói nhỏ,

"Anh là cha của bé Mỹ."

Dĩ vãng chợt ùa về.

Quyên ôm siết, Toàn lặp lại,

"Mặc quần áo vào, đừng thế."

Nhưng Quyên như điếc, chẳng những không làm theo lời Toàn, nàng còn trỗi dậy, lật ngửa Toàn ra mặt nệm, xoay ngược, nằm chồng lên, áp âm hộ sát vào mặt Toàn, đồng thời ngậm dương vật nút mạnh. Một dòng điện từ hạ thể chạy rần rật lên óc, cộng với mùi hương từ vùng cấm của Quyên toát ra làm đầu óc Toàn mụ mẫm, mê đi, khả năng phản kháng bị triệt tiêu. Một cách vô thức, Toàn vùi miệng vào rảnh mềm ướt đẫm. Một lát, Quyên ngồi lên, lết tới, đưa dương vật sâu cửa mình…

Thục Đoan hôn lên mái tóc Toàn, âu yếm,

"Chạy trời không khỏi nắng, em như đống tàn tro, để lại dấu khói sẽ quẩn theo anh suốt cuộc đời này. Thôi, em đi, vĩnh biệt anh yêu."

Toàn nhìn trừng Quyên,

"Bé Mỹ…"

Quyên lặp lại,

"Vâng, là con của anh"

Cô y tá nói,

"Mời anh theo tôi."

Khép

nghìn năm dấu khói tàn tro
sông ngang dòng trắng buồn xo bến bờ
mưa ru lá đá ôm lời
thương nhau câu hẹn vợi vời lối mây

(phm)

Khánh Trường

Khởi viết ngày 01/01/2020, hoàn tất ngày 22/03/2020.

Lê Thánh Thư

PHỤ LỤC

Tiểu thuyết Tịch Dương
qua nhận định của
Nguyễn Thị Dư Khánh
Nguyễn Văn Sâm
Nguyễn Hưng Quốc
Nguyễn Vy Khanh
Nguyễn Thành

NGUYỄN THỊ DƯ KHÁNH:
Về Tịch Dương

1/ Đọc Tịch Dương như một tiểu thuyết.

Phần "mở" của cuốn Tịch Dương là những lời tâm sự của tác giả Khánh Trường với bạn đọc nhưng cũng có ý nghĩa như một sự định hướng cảm thụ cho người đọc, bởi đã có không ít bạn đọc xem Tịch Dương như là một hồi ký tự truyện, thậm chí có người đồng nhất tác giả với nhân vật trung tâm của tác phẩm.

Tịch Dương là một tiểu thuyết, là sản phẩm của sáng tạo, hư cấu, tưởng tượng của nhà văn. Cái thật ngoài đời và cái giống thật trong tác phẩm không bao giờ là một. Từ chất liệu có thật ngoài đời, nhà văn phải chọn lọc, tưởng tượng, hư cấu… để sáng tạo ra một thế giới giống thật của tác phẩm, mang hơi thở, nghĩ suy, khát vọng, tài năng của nhà văn với quá trình chủ quan hóa và hình tượng hóa sâu sắc.

Về cơ bản thì Tịch Dương vẫn mang lối kể chuyện truyền thống. Truyện được kể ở ngôi thứ ba. Tác giả mượn những hồi ức, liên tưởng của một ông già ngồi trên xe lăn, dưới bóng râm của tàng cây, kể cho chúng ta nghe câu chuyện về "hắn", với bao biến cố thăng trầm, chung và riêng trong một không gian và thời gian rộng lớn, trong đó có những sự kiện kinh thiên động địa làm đảo lộn tất cả. Nó tạo ra những dịch chuyển, những bước ngoặt bất ngờ ngoài dự kiến, ở đó, từng con người giống như những quân cờ trong bàn tay sắp xếp của cái mà ta thường gọi là số phận… .

Ở đây, ít nhất đã có ba nhân vật liên quan với nhau, rất có thể họ có "họ hàng" với nguyên mẫu ngoài đời và người đọc dễ đồng nhất nó với tác giả đã được phân thân.

Đọc Tịch Dương như một tác phẩm tiểu thuyết, ba nhân vật trên vẫn là ba nhân vật tách biệt, đóng những vai trò khác nhau để làm nên diện mạo tác phẩm. Ba nhân vật đó là:

a/ Tác giả, người viết truyện.

b/ Ông già, người kể chuyện.

c/ "Hắn", nhân vật trung tâm của tác phẩm. Cả ba nhân vật trên đều là những hư cấu nghệ thuật, kể cả người viết truyện (tác giả).

Hư cấu sáng tạo như thế nào, chắc chỉ mình Khánh Trường biết, tuy nhiên, trong tiếp nhận của người đọc, thế giới các nhân vật hiện lên trong tiếp nhận của người đọc, thế giới các nhân vật hiện lên trong tác phẩm Tịch Dương thật là sống động, chân thật, cả trong từng chi tiết nhỏ, hệt đời sống. Đọc Tịch Dương, người đọc hầu như không thấy bàn tay hư cấu của tác giả. Nói cho rõ hơn, ở đây, Khánh Trường đã có biệt tài giấu đi bàn tay hư cấu của mình. Hư cấu, sáng tạo mà như không hư cấu, sáng tạo gì hết… . Không cố tình làm mới, không kiểu cách, không tô vẽ, không làm dáng, chẳng lạ hóa, chẳng huyền thoại và chẳng luôn cả những thủ pháp tân kỳ, thời thượng khác. Sự chân thực và giản dị chi phối cảm hứng cũng như bút pháp của tác giả. Có thể do Khánh Trường đã có đủ trải nghiệm và đã vượt qua sự điêu luyện để trở về với cái giản dị, chân thực, vốn là tiêu chí hàng đầu trong sáng tạo nghệ thuật. Đây là dấu hiệu của một trình độ nghệ thuật cao tay, không phải nhà văn nào cũng có đủ bản lĩnh và tài năng để đạt tới.

2/ Sex.

Sex, một yếu tố được xem là nhạy cảm nhưng nó vốn là một hoạt động bình thường, tự nhiên của đời sống con người, được Khánh Trường đưa vào tác phẩm Tịch Dương với một liều lượng khá đậm đặc. Nó có thể làm không ít độc giả phải "cau mày" (từ của tác giả) nhưng như anh từng trao đổi với tôi, anh thấy không thể khác vì nhu cầu thể hiện đời sống vào tác phẩm như nó vốn có một cách trung thực nhất mà tác giả đã từng nghe, từng thấy và từng trải nghiệm… .

Nó là một hiện hữu, một chất liệu của đời sống thực. Vấn đề là nhà văn đã sử dụng chúng như thế nào và để làm gì? Chất liệu chỉ là phương tiện như tác giả đề cập. Tôi đồng cảm với quan niệm này của tác giả và tôn trọng cái "tạng" của anh.

Sex coi vậy mà cũng có năm, bảy đường sex. Nó có thể là "thói quen mất nết", "thói tật tệ hại", là sự nhăng nhít thấp kém, biểu hiện sự "vẩn đục bản năng" với những cuộc "mây mưa bất tận đầy dục tính" (từ của tác giả) nhưng nó cũng có thể là biểu hiện cao độ của tình yêu nồng nàn say đắm, của sự dâng hiến hết mình trong những mối tương quan khăng khít, chung thủy… . Tất cả những biểu hiện đó đã được Khánh Trường đặc tả tỉ mỉ, đến nơi đến chốn qua những nhân vật sáng tạo của anh. Bằng phương tiện sex, Khánh Trường đã lột tả được tính cách nhân vật và cũng qua đó, người đọc hiểu thêm được những đa diện của tính cách con người, thấy rõ hơn đâu là giá trị đích thực của sex. Nó có khả năng gợi nơi người đọc khát vọng về một tình yêu đích thực, trong đó có sự hòa quyện của thể xác và tâm hồn. Ở đó, sự hài hòa đồng điệu của tâm hồn chính là gốc rễ, là nền tảng. Sex trong Tịch Dương, do vậy, không có màu sắc khiêu dâm… . Tất nhiên, cảm thụ thế nào, còn phần lớn, lệ thuộc vào tạng của người đọc.

Xét về phương diện đặc trưng của thể loại, theo quan niệm truyền thống, thì, thơ thường không hạ cánh xuống cuộc sống đời thường với ngôn ngữ trần trụi, còn tiểu thuyết văn xuôi cho phép dung nạp mọi hình thức miêu tả, chấp nhận cả những tầm thường, suồng sã của ngôn ngữ biểu hiện. Vấn đề là thái độ của tác giả, lý tưởng thẩm mỹ của nhà văn như thế nào.

3/ Vui thôi mà.

"Tác giả viết cuốn sách này như một hình thức vật lý trị liệu, nhằm chống trầm cảm và bệnh mất trí nhớ của người già, vì thế, nó không được đầu tư thấu đáo. Bạn đọc hãy đọc tác phẩm trong tinh thần "vui thôi mà" (trích "Mở", Khánh Trường)".

Chắc ai cũng hiểu, "vui thôi mà" chỉ là một cách nói. Tác giả không đặt ra một sứ mạng lớn lao nào cho tác phẩm của mình. Viết, chỉ vì mục đích tự thân thôi.

Thật khiêm nhường (!) nhưng cũng thật kiêu hãnh (!), vì chúng ta đều biết, ở các nghệ sỹ lớn, có mấy ai tự đặt ra cho mình cái gọi là sứ mệnh cao cả nào đâu. Thậm chí, họ còn không tự nhận mình là nhà văn nữa kia. Nhưng, lẽ đời vẫn vậy, người không hẹn mà tự đến, nơi không mong mà tự hay, người xưa từng nói thế, chắc là để chỉ những trường hợp như thế này.

Theo tôi, Tịch Dương là một bức tranh tâm trạng rất riêng tư, rất cá biệt, nhưng lại là một bức tranh có ý nghĩa xã hội rộng lớn đầy ám ảnh mà đọc nó, chắc ai cũng thấy số phận của cá nhân mình, gia đình mình, cả đất nước mình nữa, những số phận bi kịch và thương đau, trong đó. Từ bình minh đến Tịch Dương, toàn những nghịch cảnh đau buồn. Kết thúc tác phẩm là một buổi chiều tà cùng một kết cục quá bất ngờ, bi thảm, thắt cả lòng chứ sao vui nổi mà vui… .

Nhưng, như chính Khánh Trường đã viết trong phần mở đầu của câu chuyện, "lịch sử nhân loại như một dòng sông đầy máu và xác chết nhưng hai bên bờ, người ta vẫn cất nhà, canh tác, trai gái vẫn yêu nhau, vẫn sinh con, trẻ em vẫn hát đồng dao, người già vẫn kể truyện cổ tích… ".

Cũng có thể xem Tịch Dương như là một cổ tích hiện đại, tuy kết thúc không có hậu nhưng trên cái nền bi thảm ấy, vẫn lấp lánh những tia sáng đẹp của khung cảnh thiên nhiên, của bầu trời sắc nắng, của những triền sông, những bến tàu, những phố thị với những món quà đặc trưng của xứ sở, để người tha hương có dịp ngóng về mà thương, mà nhớ… . Đặc biệt, những người phụ nữ không tên, những "nàng", những N, những Tr, những L… , được tác giả dành rất nhiều ưu ái. Dù trong bất cứ cảnh ngộ nào, họ cũng vẫn hiện lên thật đẹp đẽ - những con người luôn sống rất vị tha, dâng hiến hết mình cho người họ yêu thương… . Cái thiện lương bao giờ cũng ngự trị trong phần sâu nhất của tâm hồn họ. Đọc Tịch Dương, tôi bỗng nhớ đến câu nói khá nổi tiếng của nhà văn Nga Doxtoiepxki (1821-1881): "Cái đẹp sẽ cứu chuộc thế giới".

Nhân vật "hắn" trong Tịch Dương nhiều lần đã được

cứu chuộc bởi những người đẹp không tên này. Chính họ đã đem đến tình yêu, hạnh phúc cho "hắn", là chỗ dựa tinh thần, là nguồn cảm hứng sáng tạo cho "hắn", là cái neo cho "hắn" dựa vào trong những giờ phút chênh vênh… . Khánh Trường đã mô tả chất thiên tính nữ ấy ở họ một cách thật tự nhiên, không tô son trát phấn, không rơi vào khuynh hướng tô vẽ, lý tưởng hóa… .

Ngoài ra, nhân vật "hắn" trong suốt chiều dài tác phẩm cũng hiện lên thật đa dạng, sống động và rất cá tính: một nhà văn, họa sỹ, náu mình trong vóc dáng của một binh sỹ ngang tàng, quyết liệt trong hành vi, tư tưởng nhưng cũng thật đa cảm, yếu mềm… .

Bi kịch đời "hắn", gợi nhớ đến bi kịch của bao nhiêu văn nhân, nghệ sỹ nước Việt nói chung, trong cuộc chiến không ngang sức giữa nhu cầu sinh tồn và khát vọng luôn vươn tới cái chân thiện mỹ của nghệ thuật, của đời sống.

** Lời Kết

Theo Khánh Trường, Tịch Dương là một thể nghiệm của tác giả về lối dựng truyện phi truyền thống. Truyện không được kể theo trình tự lớp lang, không chương, hồi. Kiểu dựng truyện này, thực ra, không mới. Một lối viết theo dòng ý thức tương tự thế này đã hình thành từ lâu ở các nước Âu-Mỹ… . Ở Việt Nam, Nam Cao, Thạch Lam… , là những thành công nổi bật từ non một thế kỷ trước. Cái mới của Khánh Trường là sự sáng tạo từ một điểm nhìn trần thuật cách xa các sự cố cả nửa vòng trái đất và cả hơn nửa thế kỷ đầy biến thiên. Tầm nhìn về hiện thực, do vậy, được mở rộng trong không gian và thời gian. Bi kịch người Việt được đặt trong bi kịch của thế giới, toàn cầu, từ những liên tưởng, triết luận… của người kể chuyện, và cả trong tiếp nhận của người đọc.

Câu chuyện được kể qua hồi ức và liên tưởng, nó không chỉ gợi nhớ quá khứ mà còn là những chuyện của hiện tại và tương lai, nó ám ảnh khôn nguôi về thân phận con người, về số phận của dân tộc và cả nhân loại: sao nhân loại lại phải chịu nhiều đa đoan đến thế… .

Sau hết, cũng là ấn tượng đầu tiên, Tịch Dương là một tiểu thuyết hấp dẫn, lôi cuốn bởi lối văn giản dị mà thông tuệ, giàu bản lĩnh, đậm cá tính, một kiểu văn riêng biệt, khó trộn lẫn với bất kỳ ai… .

Sài Gòn, ngày 14/01/2020

Nguyễn Thị Dư Khánh

(Cựu giảng viên khoa Văn – Đại học Sài Gòn)

Phạm Hiền Mây đánh máy và hoàn chỉnh bản thảo

NGUYỄN VĂN SÂM:
Tiểu thuyết của Khánh Trường Cố tồn tại trong một xã hội có chiến tranh và sau chiến tranh

Khánh Trường viết mau và truyện của anh thu hút, mặc dầu anh ở trong tình trạng mà người khác đã bỏ cuộc nhiều thứ từ lâu, kể cả tự lo cho mình. Anh phải lọc thận tuần ba lần và ngồi xe lăn hơn hai chục năm nay. Vậy mà con người ấy từ chối quyết liệt chuyện bỏ cuộc văn nghệ. Anh vẽ bìa cho bạn bè, anh vẽ tranh cho mình, anh viết truyện và lên facebook trao đổi nầy nọ với nhiều người.

Sức sống của anh mãnh liệt để không bị căn bịnh hủy diệt. Anh có mặt với đời sống văn nghệ. Anh đào sâu những ký ức được xây dựng bằng vốn sống gian nan và lầy lội của một nạn nhân, chứng nhân trong một xã hội tan rã do chiến tranh và hậu quả sau cuộc chiến của bên thua trận để tạo nên tác phẩm của mình.

Ai gặp Khánh Trường lần đầu những năm gần đây đều ngạc nhiên thấy anh ngồi trên xe lăn di chuyển ung dung trong phòng khách rộng của gia đình với nụ cười hiền, tươi tắn. Và ngạc nhiên hơn nữa khi biết thời gian làm việc của anh, thời gian sống thiệt chỉ còn dưới nửa thời gian của người thường. Một tuần bỏ đi ba ngày nằm bẹp vì phản ứng của việc lọc thận, còn lại quá ít cho anh để sáng tác. Vậy mà cuốn truyện dài Tịch Dương hoàn thành chỉ trong vòng bốn tháng rưỡi (Khởi viết ngày 10 tháng 6/ 2020, hoàn tất ngày 29/ tháng 11/2020).

"Tôi đem vốn sống của mình ngày xưa lăn lóc với đời vô đó nên viết ra cũng dễ." Khánh Trường nhũn nhẵn tâm sự.

Ngày xưa tôi (NVS) cầm tập bản thảo Sông Côn Mùa Lũ của Nguyễn Mộng Giác thấy tác giả viết tay, chữ đều đặn, đẹp, không có chỗ bôi xóa nào trên toàn tác phẩm, tôi đã cảm phục. Nay việc viết mau và hấp dẫn, nói được nhiều điều cần nói về cái xã hội tan rã nơi anh sống qua hai chế độ, những năm trước khi đến Mỹ làm tôi kinh ngạc và thấy mình làm việc còn làng nhàng quá.

Tịch Dương, một cuốn tự truyện dưới dạng truyện dài. Một truyện dài rút ra từ những truân chuyên trong đời sống của tác giả. Cả hai đều đúng.

Bởi vậy truyện của Khánh Trường mang nhiều sự kiện thiệt đã từng xảy ra ngoài đời. Những điều đó anh là nhân chứng, anh nghe bạn bè kể lại hay anh là nhân vật chánh không quan trọng, quan trọng là tác giả đã viết ra và đó là những chứng tích của một thời đất nước ở trong hoàn cảnh đặc biệt để các sự kiện 'xấu' đó có cơ xuất hiện. Thời chiến tranh, xấu nhưng không bỉ ổi ở diện rộng, xấu nhưng chỉ là những tệ trạng phải có của thời loạn lạc. Các cô ca ve đi làm phải có mặt rô đưa đón, đưa đón bảo kê để hưởng ân ái tình dục. Xóm động bán hoa trẻ em mới hơn mười tuổi đã đứng đầu đường lớn giọng quảng cáo rao hàng đón khách làng chơi. Lính Mỹ, vui đùa trên thân xác phụ nữ, triệt tiêu nhân cách của họ. Lính Việt nhậu đã đời rồi xù bằng lựu đạn rút chốt ra hù dọa... Đời sống của các chị em ta, nhập nhụa với cảnh ban ngày rước khách, ban đêm nhậu nhẹt gây sòng sát phạt lẫn nhau. Chị em ta còn dụ dỗ trẻ em mới lớn để hưởng dục tình của người trẻ.

Với những cảnh có thể coi là xuống dốc của xã hội như vậy, ngọn bút của Khánh Trường thường nhẹ nhàng, anh không có xu hướng làm nhà văn tả chân xã hội, anh chỉ chú ý mô tả hoàn cảnh đặc biệt của nhân vật T. mà anh gọi là hắn. Hắn đi từ nơi nầy tới nơi kia để kiếm sống khi còn rất trẻ. Hắn sinh tồn bằng mồ hôi và công sức của mình, tuyệt nhiên không có những dự định xấu xa như lường gạt, giết chóc, buôn người, tố cáo ai đó để trục lợi... Những cuộc khơi động bản năng như chị Ch., như nàng L. sàng, như nàng vợ bé ông Quận trưởng, như Tr. đều là của lạ từ trên trời rơi xuống và hắn chấp nhận tự nhiên không nhiều tính toán, cũng không cố gắng để sở hữu lâu dài, khi tình thế không còn phù hợp.

Tôi thích mối tình đẹp của hắn với nàng sinh viên Văn Khoa hờ TT. TT yêu hắn điên cuồng với tình nồng thắm đầu đời để có thể bỏ chuyến đi sang Pháp đoàn tụ, để ở lại chịu nghèo với hắn một thời gian dài.

Trong truyện, thỉnh thoảng Khánh Trường có những nhận định phê phán chí lý về tình đời, về người văn nghệ, về các trường phái hội họa, về kẻ có chức quyền, về chiến tranh, về những sự kiện bỉ ổi ở trại tỵ nạn hay ngay trên nước Mỹ nầy giữa người đồng chủng với nhân vật hắn... Anh nhìn thấy những khuyết điểm của họ, của sự kiện, nhưng không kêu gọi chữa trị hay đề phòng những chuyện tương tợ sẽ xảy ra. Anh viết liền mạch tuôn tràn theo tình tiết của câu chuyện, nghĩa là Khánh Trường luôn luôn đứng ở vị thế nhà văn hơn là cố khoác vô mình sứ mạng nào khác.

Quyển sách có nhiều điểm nóng, có những chữ hạ thể, vùng đậm đen, vào sâu, mửa được nhắc lại nhiều lần. Đó là do cái tánh bất cần đời, phớt lờ của Khánh Trường mấy chục năm nay trước những phê bình đạo đức của người đời, thường không đứng trên mặt văn nghệ.

Trong một cuốn sách hơn 400 trang mà Khánh Trường cho thấy nhiều khía cạnh đời sống con người ở thời chiến, sau cuộc chiến, ở trại tỵ nạn, ở xứ tạm dung. Đủ hết. Điều đó rất đáng được trân trọng.

Theo tôi Tịch Dương có nhiều điểm giá trị, nhứt là văn chương trôi chảy, dễ đọc, lôi cuốn dồn dập từ đầu đến cuối. Những đoạn liên quan đến nàng TT thiệt đẹp, phần mô tả vẽ chân dung khỏa thân của TT quả là đáng giá vì Khánh Tường đã sống thực với sự kiện.

Đầu năm 2020, chúng ta có một quyển tiểu thuyết hấp dẫn dễ đọc một mạch từ đầu đến cuối khi ở một mình, nếu đừng khó tánh để nhăn mặt trước những đoạn không vừa lòng và những từ ngữ quá nóng.

Nguyễn Văn Sâm

Mồng 5 Tết Canh Tý, 2020

NGUYỄN HƯNG QUỐC
Truyện Tịch Dương của Khánh Trường

Tôi vừa nhận được cuốn tiểu thuyết "Tịch Dương" của Khánh Trường. Đang rảnh, đọc ngay. Mấy chương đầu thật hấp dẫn, không thể buông sách được, thế là, làm một lèo, liên tục trong gần hai ngày, hết cuốn sách dày 415 trang khổ lớn. Thích.

Những ai biết ít nhiều về bệnh sử của Khánh Trường (bị tai biến, phải ngồi xe lăn suốt cả gần 20 năm nay; thận hư, mỗi tuần phải vào bệnh viện 3 lần để lọc máu; chỉ đánh máy bằng một ngón tay duy nhất), hẳn không thể không kinh ngạc trước sức viết của anh: chưa tới 6 tháng, anh đã viết xong cuốn sách!

Không những viết nhanh, anh còn viết hay. Giọng văn hay. Tình tiết hay. Nhưng thích nhất là cách cấu trúc của cuốn sách: Mỗi chương gồm hai phần: phần in nghiêng, mở đầu, sau đó là phần in chữ đứng. Phần in nghiêng là hiện tại, tả một ông già ngồi trên xe lăn, nhớ vu vơ về quá khứ; phần in đứng là cái phần được nhớ, thuộc quá khứ. Các phần được nhớ ấy thường, nhưng không nhất thiết, có quan hệ về thời gian với nhau. Phần lớn chúng châu tuần chung quanh cuộc đời tình ái của "ông già". Có thể nói cuốn truyện như một tấm khảm của những mảnh hồi ức. Yếu tố nối kết chúng lại thành một cấu trúc chặt chẽ của cuốn truyện dài là hành vi nhớ của "ông già".

"Ông già" ấy có nét hao hao Khánh Trường. Cũng bị đột quỵ. Cũng ngồi xe lăn. Cũng là hoạ sĩ. Cuốn sách, do đó, tuy được gọi là tiểu thuyết, nhưng chắc mang nhiều yếu tố tự truyện. Đọc, thấy rất thú vị.

Nguyễn Hưng Quốc

NGUYỄN VY KHANH

Khánh Trường từ thuở Có Yêu Em Không? đến buổi Tịch Dương

Khánh Trường từ khi xuất hiện trên làng báo và làng văn hải ngoại từ năm 1987 đã sớm thành công và ông đã như phá vỡ "truyền thống" làm báo, viết văn, "tài tử" nhưng hết mình, tận tụy, khi chủ trương *Hợp Lưu* đồng phổ biến sáng tác của những cây bút sống trong nước. Với người làm báo, viết văn "chính thống" hay phân biệt chiếu trên chiếu dưới thì Khánh Trường ban đầu bị xem là "tài tử", "người ngoài", "nhảy dù", thì nay phải nhìn nhận ông là người tận tụy và trung thành với đường lối khai phóng tự vạch cũng như văn học nghệ thuật nói chung – chứ không phải của phe nhóm hay chế độ chính trị nào! Chúng tôi thiển nghĩ Khánh Trường là trường hợp làm văn học chung dòng hải ngoại nhưng "tách riêng" không vì phản kháng cũng không đồng tình, đồng thuận!

Chiến tranh Việt Nam đã chính thức chấm dứt ngày 30-4-1975 khi Cộng quân tràn vào thủ đô miền Nam bỏ ngỡ và ở những quốc gia đã mở cửa đón nhận người Việt tị nạn, thì sau ngày đó, dần dà hình thành các khu phố rồi cộng đồng ViệtNam. Sự có mặt sinh động của cộng đồng này đã là nguồn cảm hứng cho giới sáng tác văn học cũng như ca nhạc, kịch nghệ. Trong số có những truyện ngắn của Khánh Trường, đã ghi lại, một cách sống động, tả thực đến khó tin những thân phận bất toàn, tang chứng của chiến tranh ở quê nhà cũng như trên đất người. Chiến tranh thời vừa qua, những cuộc hành quân, đụng độ,... được nhắc nhở dưới nhiều tần số khác nhau, nhưng luôn xa gần hiện diện trong truyện Khánh Trường: anh hùng có, nhát sợ cũng có, cùng những chuyện vượt biển hãi hùng,.. Ngày cũ được đưa trở lại để tiếc nuối, biện minh hoặc đã nằm trong "tiểu sử" của các nhân vật, hoặc như hội chứng sinh ra những hành cử, thái độ, lựa chọn của hôm nay, ở xứ người... Khánh Trường qua các tập truyện *Có Yêu Em Không?* (Tân Thư 1990; bản dịch của Phan Huy Đường Est ce que tu m'aimes?, 1997), *Chỗ Tiếp Giáp Với Cánh Đồng* (Tân Thư & Thời Văn 1991), *Chung Cuộc* (Tân Thư 1997) – 3 tập này năm 2016 được nhà Nhân Ảnh tái bản thành 2 tập *Truyện Ngắn Khánh Trường*, thật vậy đã đưa người đọc đến với thế giới người Việt thời đầu, thuở **giao thời, thời tranh tối tranh sáng của ghetto Việt-Nam.**

Nhân vật của Khánh Trường có kẻ hết thời, sống bám đàn bà, … như "người đàn ông" hết bay nhảy vì bệnh tật sinh lý, không chịu được nhục vợ theo trai tìm thỏa mãn thiếu thốn, đã dùng súng giết bà trong Đọc Thấy Trong Mục Xe Cán Chó, như người từng có "dĩ vãng vàng son" của một thời lẫy lừng trước năm 1975, trách móc "xứ sở vô tình bạc bẽo này" chỉ vì bất tài, vợ con phải bỏ đi, trong Chắp Vá,... Nhiều nhân vật nam cũng như nữ của Khánh Trường sau khổ ải ở quê nhà hay sóng gió vượt biên, đến được bến bờ Âu Mỹ như cá gặp nước, chạy theo dục vọng với bất kể là ai (danh mục rộng và mở trong một xã hội nhà ai nấy ở!), lén lút và công khai. Có lúc suy nghĩ, muốn thay đổi nhưng hoàn cảnh đã dĩ lỡ hoặc *"Nhiều nhất chừng một hai tháng, rồi ngựa quen đường cũ, chàng lại lao vào cuộc chơi mới, dâm loạn hơn, ham hố hơn, miệt mài hơn. Những lúc như thế, chàng thường tự trấn an, một ngày nào mình mỏi mệt, tự động đâu sẽ vào đó, cưỡng lại làm gì cho khổ thân, sống được bao nhiêu năm nữa trên cuộc đời này mà cứ khư khư đạo đức với luân lý. Mình chẳng qua cũng chỉ là một xác thịt hèn mọn, nào thần thánh siêu nhân gì. Suy nghĩ đó, ban đầu, chỉ để tự trấn an, lâu dần, trở thành cứu cánh, lâu hơn nữa, từ bao giờ chẳng biết, đã biến thành chân lý. Và chàng cảm thấy lương tâm tương đối an ổn"* (CYEK tr. 106) như anh chàng trong Căn Nhà Chàng Đã Thuê.

Và cũng có những phụ nữ *"qua được xứ này bỗng nhiên biến tính"*, thiêu thân, sống chết vì ham hố giao hoan (dì thích cháu ngay trong nhà gần 20 năm sau thích bố mà không nỡ trong Cây Xăng Bên Kia Đường, hay mẹ và con gái cùng chú Luận trong Vết Roi Đầu Tiên), hoặc vì tham vọng, như Kh. trong Chỗ Trở Về: *"Tôi là hạng đàn bà có quá nhiều tham vọng. Chính tham vọng đó đã đẩy tôi ra khỏi nước, chính tham vọng đó đã giúp tôi xóa quên, hay tạm quên dễ dàng mọi thảm kịch, và cũng chính tham vọng đó đã trấn áp không cho tôi dừng lại ở bất cứ một điểm mốc tương đối nào"*, cho nên *"Những ngày địa ngục, tôi chưa quên, không thể nào quên, nhưng vết thương nào chẳng lành, tai nạn đã đến, đã đi, tiết hạnh đâu còn là điều ghê gớm để phải mãi mãi cưu mang. Vậy cái gì đã khiến tôi nên nỗi? Đã biến tôi thành một hình nhân loay hoay tháng ngày với vật dục chung quanh. Quần là áo lượt, phấn son, những bữa ăn thặng dư dinh dưỡng, những mối tình thừa mứa dục lạc. Từ bao giờ tôi đã đánh mất cái tôi quê mùa ngây vụng? Từ bao giờ tôi đã biến hình thay dạng để trở thành một sinh vật thuần chất bản năng?*

Hỏi, chỉ là một hình thức chạy trốn. Hỏi, chỉ là một cách trấn an (...) những loại đàn bà như tôi, những loại đàn bà thả mồi bắt bóng, tham lam, ích kỷ, đua đòi, sẽ cuối cùng chỉ bêu riếu chính mình, sẽ làm đồ chơi cho lũ đàn ông cũng ích kỷ, cũng tham lam, cũng thả mồi bắt bóng ". Chính vì "sớm" nhận chân sai lầm của mình *"trong thẳm sâu con người tôi, vẫn thiết tha muốn hướng về cái toàn thiện, dù tương đối, mà mỗi một chúng ta, khi sinh ra làm người, buộc phải cố giữ lấy, bằng bất cứ giá nào, kể cả cái giá đắt nhất: hơi thở của chính mình!"* (CYEK tr. 63, 65) mà Kh. sau một cuộc xô xát với vợ người đàn ông của … nàng, đã say rượu lái xe đâm vào gốc cây chết tại chỗ, khi tuổi đời mới 26 cái xuân. Chết tức đã có một chỗ trở về!

Vai vế vợ chồng đảo ngược ở xứ người: *"Quan hệ giữa mẹ và bố bỗng đổi khác từ ngày sống trên xứ người. Là đàn bà, lại có nhan sắc, mẹ dễ dàng và nhanh chóng hội nhập vào đời sống mới, bà bước qua một giai cấp khác lúc nào không hay. Trong khi mẹ mỗi ngày mỗi tiến nhanh về phía trước thì bố -ngược lại- cứ đứng mãi một vị trí, trở nên lạc hậu và có cơ nguy bị đào thải. Mẹ đi từ chỗ khó chịu về bố đến xem thường, cuối cùng là ngang ngược, hỗn hào. Ban đầu bố có phản ứng, nhưng dần dà có lẽ ông nhận thấy quyền hạn làm chồng đã mất, sự nể trọng không còn, phản ứng càng dữ dội bao nhiêu khoảng cách giữa ông với mẹ càng xa rời bấy nhiêu. Ông đành cắn răng đầu hàng. Cứ thế, ông trở nên một người đàn ông nhu nhược, sợ vợ và dĩ nhiên vô cùng cô đơn"* (Chỗ Tiếp Giáp Với Cánh Đồng, Truyện Ngắn Khánh Trường, 2, tr. 169).

Phụ nữ cũng đi làm, cũng trăm bề phải hội nhập, đối phó, và những lúc khác, cũng đi đêm đi ngày, nay có đông người tị nạn thì "tình đồng hương bỗng ngùn ngụt bùng cháy" cũng "ta về ta tắm ao ta" sau thời gian hôn nhân dị chủng (chủ chủ nhiệm báo, vợ sau của Mr. Trần),... thiếu nữ trẻ luôn có lợi khí đối với người đàn ông "nhạy cảm sinh lý thái quá" trong Căn Nhà Chàng Đã Thuê,... khiến xảy ra những chuyện khôi hài "cộng đồng" - như bà chủ báo sao cuốn nhật ký của cô nhân tình của chồng phát cho tai mắt cộng đồng trong bữa tiệc *"bất hạnh cho tôi, mà cũng may mắn cho tôi, qua tập nhật ký quý vị sắp được đọc, tôi đã có cơ hội nhìn ra chân tướng của một số quý vị, của ông nhà tôi, những người đang đại diện cho cả một thế hệ lưu vong, những chiến sĩ can trường cuối cùng trên tuyến đầu chống lại bạo lực hà khắc tại quê hương. Giờ này, tôi không còn biết nói gì hơn, chỉ mong quý vị, cũng như nhà tôi, xin hãy thôi đi, đừng nói, đừng bàn, đừng làm việc lớn nữa"* (Cuốn Nhật Ký, TNKT, 2, tr. 57).

Thế giới văn của Khánh Trường là một thế giới văn nhiều ám ảnh, mặc cảm nhưng ông tự tin, can đảm khi nói đến những "cấm kị" của tập thể. Những nhân vật của Khánh Trường sống cho bản năng - "làm vừa lòng xác thịt", bất kể luân thường đạo lý thứ mà nay không còn chỗ tựa/căn bản/ thể thống để có thể phê phán. Không truyện nào mà không có chuyện sex. Dù vậy, trong không gian ẩm ướt thu hẹp đó vẫn có những chuyện tình đẹp, như tình yêu với Trâm, người thiếu nữ bất hạnh mất một chân và cả gia đình vì chiến cuộc trong Tình Yêu - cũng là đoạn sau của đời chàng học sinh được bà chủ trọ nhập môn làm tình đến suy kiệt sức trai!

Các tập truyện *Có Yêu Em Không?* và *Chung Cuộc* của Khánh Trường gồm những truyện ngắn phần lớn viết về đời sống mới của những người đến từ một quá khứ, những thương phế binh, những con người cần trao đổi xác thịt như cần hơi thở, những dịch vụ share phòng, những cuộc rượu, những chia ly, tái ngộ, những cuộc tình không trơn tru, éo le về tuổi tác hoặc nhu cầu, đáp ứng ăn khớp và so le. Với người đồng chủng và dị chủng.

Những Vòng Tròn Không Đồng Tâm có thể vì cảm giác hơn 20 năm trước có thể đã không còn nữa khi phải đối đầu với hiện thực: Quỳnh Thư, sau khi hôn nhân đổ vỡ, tình cờ tại ngộ đã đã muốn chọn, trao gửi tình yêu thời con gái cho Huân, người họa sĩ với đôi chân tật nguyền. Cuộc kiếm tìm tưởng sẽ là hạnh phúc và định mệnh bất phân ly cho tái ngộ, cuối cùng chỉ là vô vọng: *"Huân vẫn dịu dàng, câm lặng, chịu đựng. Nhưng tôi hiểu hơn ai hết, tôi không thể tiếp tục đánh lừa mình. Tôi vẫn là tôi của những năm mười tám, hai mươi, vẫn muốn đi tìm sự hoàn hảo ở một người đàn ông. Hoàn hảo ở cả thể xác lẫn tâm hồn. Tôi biết, sẽ chẳng bao tôi tìm ra mẫu người lý tưởng đó"* (CC, tr. 131).

Có Yêu Em Không? là chuyện tình cảm của lính tráng, của một thiếu úy Nhảy dù: những lần về phép là trác táng, chửi tục, nhưng bạn nhậu Kh. bất ngờ chết trận: *"Kh. đứng trên gò đất cao, hét khản giọng: Thằng Toàn mang cây M60 qua góc trái... Rồi, bắn vào chỗ bụi cây kia cho tao... Không phải, bụi cây lớn sau đám tranh kia kìa... Đụ mẹ ngu như con bò. Tao bảo bụi cây sau đám tranh. Mầy không thấy lửa khạc ra chỗ đó sao? Tiếng đại liên nổ thành chuỗi giòn giã, lá cây tung tóe, những chiếc nón tai bèo phóng chạy như biến vào góc rừng. Tiểu đội khinh binh đâu? Theo tao. Kh. nhảy xuống gò đất, khoát tay ra lệnh cho bọn lính, miệng không ngớt: Lên, lên... lên mau... Tôi chạy lúp xúp sau Kh., một thằng lính vượt qua mặt tôi, nó hét: Chuẩn úy cúi thấp cái đầu xuống, coi chừng không có chỗ đội nón... Tôi chưa kịp nhìn xem thằng lính là ai thì hắn bỗng bật ngửa ra sau, giãy đành đạch, cái nón sắt văng khỏi đầu, lăn long lóc vào đám cỏ cao, cánh tay trái của hắn bung lên, đập vào ngực tôi, rơi xuống chân, co giật liên hồi. Tôi điếng người, vội nhủi vào một gốc cây, úp mặt sau lớp vỏ sần sùi, tay chân tôi run bắn, cây súng trên tay chực muốn rớt. (...) Nửa đêm, một trái pháo vu vơ rơi ngay hầm chỉ huy. Kh. chia ba với thằng tà lọt và tên lính truyền tin quả đạn. Khi đào hầm lên, phải cố gắng lắm bọn lính mới gom được một đống thịt xương trộn lẫn cùng đất cát. Phần Kh., tôi chỉ nhận ra hắn nhờ chiếc thẻ bài và hai cái hoa mai trên cổ áo. Cái chết đúng như lời một bài hát, chết thật tình cờ... Chết thật tình cờ! Phải, nhưng nhất định không nằm chết như mơ! (...) Đụ mẹ, bảy năm trong một đơn vị tác chiến thực thụ, tôi chưa bao giờ nhìn thấy một cái chết như mơ! Chỉ có chết tan xương nát thịt, như Kh., chết cụt đầu cụt tay, chết cháy đen giống cây than hầm, chết banh ngực lòi phèo lòi phổi, chết phơi bụng đổ ruột cứt dái lòng thòng... như bao nhiêu thằng lính lớn lính nhỏ. Chết như mơ. Đụ mẹ, nói phét cũng vừa thôi".* (Có Yêu Em Không?, tr. 178-180)

Kh. tử trận, nhà đang tụng kinh thì ở căn gác trên, anh bạn thiếu úy dụ dỗ Lệ, cô em vợ bạn: *"Tôi tuột chiếc quần mỹ a xuống sâu, co chân kẹp đáy quần kéo ra. Nửa thân thể con nhỏ phơi trần dưới mắt tôi, vòng hông con nhỏ đầy đặn, mu no tròn phơn phớt vàng sẫm. Con nhỏ mười bảy tuổi. Mười bảy. Tuổi dậy thì, tuổi mộng mơ, tuổi thèm khát vuốt ve mê đắm. Bàn tay tôi úp giữa háng con nhỏ, xoa nắn. Con nhỏ lại rùng mình liên tiếp, da gà nổi khắp người nham nhám. Điệp khúc đừng anh vẫn lặp lại đều đều, nhưng yếu hẳn, và đứt quãng giữa những tiếng thở gấp.*

"Anh yêu em thật không?... Thật chứ?" Con nhỏ bỗng hỏi nữa.

"Thật mà, anh yêu em mà". Tôi trả lời như máy."

"Có yêu em không?" đã là câu hỏi kiếp người, trở thành "lãng mạn" không cần thiết ở lúc da thịt cận chiến như lúc này. Lệ biên thư, báo tin có thai. Anh chàng không muốn và vẫn luôn nghĩ *"làm chồng Lệ, điều đó quả quá sức tôi. Chẳng bao giờ, không đời nào. Tôi thà biến thành tên sát nhân còn hơn phải chấp nhận cái giá kinh khủng này. (...) Không thể được, tôi tự nhủ. Trong tôi, niềm ân hận mỗi lúc một lớn, nó dày vò hành hạ tôi đến đau quặn buồng ngực. Nhưng không thể được. Cuối cùng tôi quyết định tiếp tục im lặng. Tôi chọn thái độ của một tên sở khanh. Đành vậy. Tôi thì thầm, với Lệ, mà như với chính mình. Xin lỗi, anh xin lỗi em"* (tr. 199). Chàng ta lấy vợ đẹp và quên dĩ vãng. Nhưng ngày 30-4, anh bị đi "học tập", vợ đã vượt biên với người khác; anh trở về, nghiện xì-ke, vá sửa xe đạp. Một ngày kia tình cờ gặp lại Lệ với thằng con trai bên người chồng đủ để cho anh ta thêm hối hận và mặc cảm.

Mưa Đêm là câu chuyện siêu-thực của cô gái điếm giang hồ và tên lính bại trận ngay sau ngày 30-4-1975. Tên lính bị thương, hết chỗ để về, đành sống trong căn chòi trong bãi tha ma với "con đĩ" thường làm nơi tiếp khách mua dâm: *"Con đĩ từ hai năm nay trở nên rạc rài thân tàn ma dại. Vốn xấu, càng xấu đau xấu đớn, người ngợm toát ra mùi hôi thối muốn lộn mửa, bởi con nhỏ bệnh tật cùng mình, lại lười tắm hơn hủi. Thuốc men không có, ăn uống kham khổ bữa đói bữa no, con đĩ xuống dốc nhanh chóng. Tôi cũng nào hơn gì, khắp người, vảy cá nổi lên sần sùi, háng lở loét tươm chảy nước vàng tanh tưởi. Tôi biết mình đang mang trong người căn bệnh bất trị, căn bệnh không biết do ai. Có thể do tôi, hậu quả những năm lính tráng sống bạt mạng giang hồ, cũng có thể từ con đĩ truyền sang, thứ điếm thối như nó, làm sao có được khách sộp, chỉ rặt toàn bọn ăn xin bụi đời đầu đường xó chợ, không bệnh tật sao được"* (CYEK, tr. 47)

Một cuộc sống như đã chết, nơi tận cùng địa ngục, với những màn ẩu đả từ chết tới bị thương giữa người với người, với ma, với thần chết,... Và những cơn mưa tầm tã kéo theo những cơn gió lốc mãnh liệt. Và chờ đợi vô vọng của tên lính: *"Con đĩ bao giờ mới về? Trời đang mưa lớn thế kia, con đĩ làm thế nào về? Nếu nó đi suốt đêm, nếu nó bắt được mối ngủ đêm, nếu xe bộ đội cán nó dập đầu? Cũng dám lắm chứ! Suốt ngày nay hai đứa nào đã có một hột cơm bỏ bụng, chính đó là nguyên nhân con đĩ dở chứngvới tôi. Đói, mệt, mưa tầm tã, con đĩ đi đứng lạng quạng dám đâm đầu vào xe lắm chứ! Tôi cố hết sức bò ra khỏi cửa. Có cách gì đến được hương lộ thì mới hy vọng gặp người lạ cầu cứu nhờ đưa tới nhà thương. Nhưng bán thân đã bất toại, hai tay tôi lại quá yếu, không cách nào lê nổi tấm thân, dù chỉ một hai thước. Tôi tuyệt vọng gục xuống. Cơn đau lại dội lên như muốn vỡ tung đầu óc.*

Đành chịu chết sao? Tôi lầm thầm cầu trời khấn Phật mong sao cho con đĩ xuất hiện.

... Gió lại thốc vào. Luồng gió quá mạnh. Cánh cửa bỗng bật tung, ngã sầm lên người. Tôi dẫy dụa tuyệt vọng, cánh cửa quá nặng so với sức lực tôi hiện tại, miếng tôn chỗ phần trên cánh cửa bung ra, cứa ngay cổ, tôi muốn rướn người thoát ra nhưng chỉ nhúc nhích được cái đầu chút đỉnh, càng đau thêm. Màn sương trắng chờn vờn ngang mắt, tôi biết mình lại sắp ngất. Thêm một luồng gió nữa thốc vào, cánh cửa chồm lên phập phồng, miếng tôn cứa ngọt chỗ yết hầu. Miếng tôn tiếp tục kéo cưa theo từng luồng gió thốc. Tôi chẳng biết mình có hét được tiếng nào trước khi chìm vào hôn mê?"

Con đĩ trở về cùng thằng ăn mày để nhìn gã lính *"miệng há hốc, chiếc lưỡi thè ra dài ngoằng, chỗ yết hầu, cạnh sắc của miếng tôn ngập sâu, lầy nhầy một vết cắt toang hoác, dòng máu ứa ra, chảy xuống, đọng vũng trên nền đất"* (tr. 49, 50).

Khung cảnh và không khí truyện Mưa Đêm gợi người đọc truyện Ba Con Cáo của Bình-Nguyên Lộc. Ở Ba Con Cáo, nhân vật là một cô gái ăn sương (hồ ly), một tên trộm cấp (Sáu Sửu) và một con cáo. Sống trên mồ mã, cả ba "con cáo" khi cần nhau thì tỏ ra có tình có nghĩa trước sau coi cho được nhưng cũng dễ *"cạn hết chất người"* phản nhau khi bản năng sinh tồn buộc phải ra tay. Một cõi nhân gian của Sài-Gòn vào những năm 1950 ở Sài-Gòn! Trong khi nhân vật bạo lực, mất nhân tính của Mưa Đêm sống vào thời chiến tranh đã trở nên khốc liệt, tồi tệ và dưới ngòi bút phản kháng của Khánh Trường, mọi sự đã không còn có thể cứu vãn được nữa!

Biến Cố Trong Rừng Tràm: nhân một buổi tiệc cuối năm nơi xứ người, những người bạn gặp lại nhau, có người từ ngày vượt biên. Chuyến đi thất bại, họ trốn chạy công an và lạc giữa rừng tràm. Đói khát, bản năng sống còn đã mạnh hơn lương tâm con người: *"cái đói đã làm đầu óc tôi mù lòa. Tôi cũng chồm tới, vớ một tảng thịt, đưa lên miệng. Tôi cố không suy nghĩ gì hết. Tôi cố tìm lý do bào chữa cho hành động của mình: Phải, đứa bé đàng nào cũng chết, và xét cho cùng, thịt gì cũng là thịt... Không ăn, làm sao sống? Nếu tôi kiệt lực, họ có thể hành xử tôi như đã hành xử đứa bé. Chỉ một ý nghĩ đó cũng đủ khiến tôi run lên, cũng đủ biến thành động lực mạnh mẽ giúp tôi vượt qua sự nhờm tởm. (...) Hiện tại, chỉ có một điều duy nhất tôi quan tâm: Đó là sự sống còn của bản thân. Tất cả đều là vô nghĩa, tất cả đều cỏ rác". (...) Tôi vội vã bước nhanh, đồng thời hình dung phía sau, bên cạnh ngọn lửa oan nghiệt, là đôi mắt của thiếu nữ, đôi mắt như hai ngọn đèn pha, chiếu rọi chói chang vào lương tri tối ám nhầy nhụa của tôi. Đôi mắt chắc chắn sẽ ám ảnh tôi suốt đời.*

"Xê ra, cút đi, tôi không muốn nhìn thấy anh... Đồ súc vật...".

Tôi đứng dậy. Không cảm thấy xấu hổ vì lời nguyền rủa của thiếu phụ, mà trong tôi, một nỗi chán chường buồn bã tràn ứ. Mười năm trời đã trôi qua. Thiên đường ước mơ tôi đã đạt chân đến. Cái thiên đường hàng triệu người, cũng như tôi, đã tới, đã sống. Cái thiên đường còn bao nhiêu triệu người nữa đang thiết tha muốn đến. Họ cũng sẽ sẵn sàng hy sinh tất cả, chà đạp lên tất cả. Họ cũng sẽ sẵn sàng biến thành những kẻ lừa đảo, gian trá, tàn bạo, thậm chí giết nhau, ghê khiếp hơn, ăn thịt nhau, để thực hiện bằng được ước mơ. Cái giá phải trả cho khát vọng đó đắt hay rẻ? Xứng đáng hay phí phạm? Tôi không biết. Nhìn bề ngoài, điển hình như thiếu phụ, từ một cô gái quê mùa, nhan sắc khiêm nhường, giờ đây đã biến thành một mệnh phụ đẹp sắc sang cả! Và như tôi, từ một anh học trò vừa qua khỏi trung học, ngày nay đã là một kỹ sư nhà cao cửa rộng, vợ đẹp con khôn, thì cái giá đã trả xem ra xứng đáng đấy chứ! Nhưng phía sau bề mặt có vẻ bình thường hợp lẽ đó, tôi vẫn thấy có một điều gì không được trôi chảy, thuận dòng. Một điều gì... đêm đêm vẫn khiến tôi giật mình hoảng hốt. Một điều gì... hình như tất cả chúng ta đều cảm thấy mà không thể lý giải cụ thể".

Người thiếu nữ ngày nào, nay là một mệnh phụ đã sống dở chết dở, trãi qua ba đời chồng luôn bất an sau biến cố trong rừng tràm "*... Thì ra biến cố trong rừng tràm đã biến Thu thành một người lãnh cảm. Thu sợ đàn ông, sợ chăn gối. Nỗi sợ ám ảnh nàng không rời, ngay cả khi nằm trong tay chồng. Nỗi sợ đôi khi biến thành phản ứng điên khùng như hôm ở nhà Huân*". Cuối cùng, Thu cũng tìm được chốn tạm ổn, "*Mười năm nay, tôi cứ suy nghĩ mãi về cái lẽ hỗ tương mâu thuẫn giữa thiện và ác, giữa khổ đau và sung sướng. Anh biết không, nếu các anh không... làm thịt đứa bé, nếu không nhờ đám khói và mùi thơm... thì đám săn chim đâu có phát hiện ra chúng tôi? Có lúc tôi căm thù, ghê tởm các anh, nhưng cũng có lúc tôi thầm cảm ơn các anh. Vậy đó, đời sống như một cõi sương mù mịt mà chúng ta thì cứ mãi quờ quạng bước đi, chẳng thể hiểu nổi đường nào sai, lối nào đúng...*" (TNKT, 2 tr. 145, 149, 152)

Những Mảnh Đạn thêm một lần đưa người đọc đến với những tan hoang tàn độc của chiến tranh và những hậu quả không thể tránh: *"Thuận nhớ quặn xót cảnh đời cũ, cảnh đời trong đó tôi và nàng đã đắm chìm hạnh phúc, cảnh đời mở ra một thế giới rất riêng giữa hai người. Thịt da và cảm xúc. Yêu thương và dâng hiến. Cho và nhận. Tìm kiếm và bổ sung. (...) Tính tình Thuận dần thay đổi, trở nên cau có, ủ dột, dễ nóng giận. Phần nữ tính trong nàng bị bào mòn. Thuận đi chùa, nàng hy vọng đức tin sẽ làm dịu đi những lượn sóng vỡ bờ ngày đêm ùa đập. Thuận tập thể dục, chạy bộ mỗi chiều, ngoài mục đích giữ lâu nét cân đối, nàng còn hy vọng sinh lực sẽ tiêu hao bớt..."*. Nhưng thân xác cần quân bằng, Thuận đến với Alex, nghĩ rằng *"Em sắp đặt tất cả, em đang sử dụng anh ấy như một phương tiện"*.

Những mảnh đạn đã và đang tiếp tục tàn phá con người toàn diện, thân xác và tư tưởng, tâm hồn, không tha thứ, không nhượng, bộ, đình chiến,... *"Trí óc con người có khả năng lưu giữ tất cả mọi sự việc đã qua, ngay từ lúc vừa chào đời. Thường thì chúng vĩnh viễn chìm xuống đáy sâu tiềm thức, nhưng cũng có khi một hai sự việc trồi lên bề mặt ý thức, do bởi biến cố mãnh liệt nào đó"*. Nhưng người bị thương thường sống với hy vọng: *"Chẳng nguy hiểm gì. Cơ thể con người dị ứng với những vật lạ. Em thấy đó, trong đầu anh cũng còn ít nhất sáu mảnh đạn. Thỉnh thoảng một cái bị đẩy ra ngoài"*. Nếu không thì "rắc rối đấy", vì *"Chiến tranh. Chiến tranh kỳ cục.*

"Nhưng chiến tranh cũng dạy cho con người nhiều điều. Một cách nào đó, anh rất cảm ơn những kinh nghiệm máu xương. Nó làm mình lớn lên."

"Bộ bao nhiêu người chưa từng trải qua kinh nghiệm đó đều là trẻ con cả ư?"

"Họ vẫn trưởng thành đấy chứ, có điều trưởng thành một cách khác. Tất cả chúng ta đều yêu cuộc sống này, nhưng những người không có kinh nghiệm gì với máu xương thường vị kỷ, hẹp hòi. Anh cho, chỉ khi nào trực diện với cái sống cái chết, con người mới đủ bao dung để nhìn cuộc đời một cách khách quan."

"Chừng nào thì nó trồi ra hở anh? Nó có trồi ra không?"

"Trồi chứ. Anh đã nói rồi mà, cơ thể của chúng ta dị ứng với những vật lạ. Nếu nó không trồi ra thì cơ thể sẽ tạo thêm một lớp mỡ để giấu nó đi, quên nó đi."

"Ước gì đầu óc con người cũng có khả năng giấu đi, quên đi mọi chuyện đã qua như thể xác anh nhỉ". (tr. 46, 47).

Những mảnh đạn "chết tiệt" đó: *"Tôi nghĩ, đến một lúc nào đó Thuận và Alex sẽ phải hiểu được điều giản dị này: tôi đã là một cái xác mục, một dĩ vãng cần lãng quên. Tôi cầu mong như thế"* (tr. 53).

Truyện đã kể, người đọc phải theo dõi kỹ mới hiểu, mới thấm; và đã để lại "vết thẹo" như những tàn tích chiến tranh.

Chỗ Tiếp Giáp Với Cánh Đồng: Cô gái ngồi xe lăn như "một món đồ hư hỏng chiếm quá nhiều diện tích làm vướng chân vướng cẳng mọi người", một "nhân dạng" không toàn vẹn, "như một cái giằm ghim sâu vào da thịt, nhổ ra chẳng đặng, để đó thì nhức nhối triền miên",... Tật nguyền, cô cũng có khát vọng yêu thương, có những *"ước muốn tôi không dám triển khai. Nó cũng què quặt và bất toàn như chính con người tôi"*, … Nhưng người mẹ vẫn tàn nhẫn với đứa con do mình sinh ra, luôn đánh đập, nguyền rủa *"Rắn độc cắn chết mày đi, đồ oan gia nghiệt súc"*. Thật ra, cô chỉ là cái cớ để bà nguyền rủa người đàn ông bố của cô, đã đến với bà,... Và người bố dượng thì ngược lại, như bóng mát, như bờ vai, như đối tượng khao khát mà ngồi trước khung cửa sổ hàng ngày phải chứng kiến người và thú làm tình khiến xác thịt không tránh được *"sần sượng tê dại"*: *"Tôi xấu, phải. Tôi bất toàn, phải. Nhưng tôi cũng là đàn bà. Đàn bà, đàn bà... Chứ sao? Tôi có cái quyến rũ của một con cái, một con cái trong mùa động cỡn, người ngợm tôi chắc phải tiết ra mùi vị nào đó, mà bọn đàn ông, kể cả bố, cũng phải ngửi thấy chứ?"* (TNKT, 2, tr. 174). Chỉ là một nơi tiếp giáp như vậy, vì cô ta vẫn sống với "một cái đầu đậm đặc những ảnh tượng tật nguyền"!

Chung Cuộc là chuyện gặp gỡ nơi xứ người rồi sống chung của một cựu "quân nhân, bị pháo kích, cụt chân, giải ngũ" và một bà đã có hai con lớn: *"Cuộc đời hắn, hiện tại, chỉ xoay quanh hai mục tiêu: chiếc giường và những chai rượu. Chiếc giường, bao giờ hắn cũng ở trong tư thế ứng chiến. Rượu, li bì từ sáng tinh mơ đến già nửa đêm. Càng uống, càng lầm lì trầm mặc. Càng uống, càng chứng tỏ khả năng vô giới hạn của một sinh vật thuộc giống đực. Người đàn bà ghét hắn, ghét cay ghét đắng, nhưng vẫn bị hắn khuất phục, một cách lặng lẽ, vô ngôn, mà đầy hiệu quả. Hắn có "khứu giác" tinh nhạy của loài chó, "ngửi" được ý muốn của người đàn bà, để tùy lúc, đưa bà ta đến những miền xứ lầylội, tê ngất, sượng sần, chết lịm. Hình như hắn cũng "ngửi" được sự mâu thuẫn trong nội tâm người đàn bà. Khi tỉnh táo, bà ta tìm đủ mọi lý do để bóng gió xa xôi hay rủa sả trắng trợn, với mục đích chứng minh cái vị thế nạn nhân của mình, đồng thời qui mọi tội lỗi cho hắn. Hắn, con vật nửa người nửa ngợm. Hắn, thằng hình nhân bất toàn dâm đãng. Phần hắn, vẫn vậy, một khúc gỗ đã được bào nhẵn, chẳng gai góc, dễ trơn trượt, vô nhiễm. Có lẽ hắn thừa hiểu, sẽ không lâu, khi màn đêm chụp xuống, khi thân xác và sự trống vắng trỗi dậy, người đàn bà lại sẽ mò vào với hắn, để rồi trong cơn đồng nhập, lại sẽ buông lỏng bản năng một cách mù quáng, như sợ hắn sẽ tan biến vào hư vô, như thể sẽ không bao giờ nữa, bà ta hưởng được cảm giác điếng ngất ấy thêm một lần nào. Giữa lý trí và thể xác, bao giờ thể xác cũng chiếm ưu thế. Nói chung, người đàn bà không hy vọng thắng được tiếng gào kêu man rợ của những cơ bắp thắt bóp nằm ở phần hạ thể."* (CC, tr. 77-79).

"... Xuyên qua cái giống, hắn và người đàn bà cuống cuồng tìm kiếm lạc thú, thứ lạc thú vừa tỉnh táo vừa mù lòa, thứ lạc thú của những kẻ mang bệnh khổ dâm. Thứ lạc thú đau đớn, bệnh hoạn". (CC, tr. 91). Nhưng rồi hắn bị tai nạn, bà vẫn đón về như để chứng minh rằng – *"Những sinh vật khốn khổ thường có khuynh hướng chối bỏ nhau tuy vẫn cứ phải dựa vào nhau"*. Một chung cuộc … nhân bản!

Những truyện ngắn khác, trích từ *Truyện Ngắn Khánh Trường*, như Thảm Cỏ Nát Trong Khu Rừng Hoang qua chuyện "chú Giản" nghệ nhân đa tài và đa tình, được cha "tôi" cho ở trong căn nhà cuối vườn, nơi bao cô gái trong làng đã qua tay ông, cả mẹ của nhân vật "tôi" 12 tuổi. Vì "tôi" chạy tìm Cô Tâm báo động mà sau đó đời sống gia đình "tôi" trở thành địa ngục. *"Cha mẹ tôi không bỏ nhau. Luân lý, phong tục, con cái... không cho phép họ làm điều đó. Nhưng cũng bởi những hệ lụy ràng buộc kia, họ đã biến thành những con thú khốn quẫn nhất, tồi tệ nhất. Mẹ tôi hốc hác rạc rài hẳn ra, chẳng hiểu vì hối hận, vì nhớ thương người tình giang hồ tài hoa hay vì những đòn thù của cha tôi. Cha tôi, người đàn ông trầm tĩnh, chừng mực, nghiêm khắc, đã không quên được mối nhục. Ông dai dẳng trả thù người vợ tội lỗi bằng cái cách bề ngoài xem ra rất... nhẹ nhàng nhưng lại hết sức tàn độc. Tôi từng nhìn thấy, nhiều lần, rất nhiều lần cách trả thù vô cùng hiệu quả của ông.*

Thỉnh thoảng, vào buổi sáng, khi mẹ tôi dọn lên bàn phần ăn sáng của cha tôi, ông giữ bà lại:

"Đứng đó, tui biểu."

Đã đoán trước việc gì sắp xảy ra, mặt mẹ tôi trở nên nhăn nhúm thất đảm. Cha tôi chậm rãi móc túi vất lên bàn tờ giấy bạc 10 đồng, hất hàm:

"Đó, trả công tối qua."

Mẹ tôi đứng chết lặng như một tượng gỗ. Cha tôi vừa kéo phần ăn sáng về phía mình, vừa thản nhiên nhắc: "Cầm đi, còn chờ gì nữa? Tui trả đúng giá đó, loại đĩ nhỡ thì như cô, giá rứa phải chăng lắm rồi. Tui đi chơi bời bên ngoài có khi còn rẻ hơn". (TNKT, 2, tr. 316-317)

Người mẹ bỏ đi và chết trôi sông. Vài năm sau, người cha cũng chết đuối té sông vì rượu. Bỏ đi hoang, sống giang hồ, "tôi" cứ bị ám ảnh và đâm ra nghi ngờ ai là cha ruột: *"Lại nữa, năm tháng qua đi, tuổi đời chồng chất, tôi càng thấy rõ hơn điều này: Ngoại trừ những thánh nhân - nếu quả thật có thánh nhân - tất cả chúng ta, những con người bình thường, đều mãi mịt mù trầm luân trong điều phải lẽ trái.*

Quả thật rất khó khăn khi muốn phân định rạch ròi đâu là biên giới giữa thiện và ác. (...) Xét cho cùng, mỗi người sinh ra đều gắn liền với một định mệnh. Chú Giản, mẹ tôi, cha tôi, và cả tôi nữa đều là những quân cờ nhỏ nhoi trên một bàn cờ nghiệt ngã mang tên định mệnh.

Nhưng tại sao tôi cứ mãi tìm cách biện minh, bênh vực chú Giản? Phải chăng trong huyết quản tôi, dòng máu của chú Giản đang cuồn cuộn chảy? Phải chăng sợi dây vô hình nhưng thiêng liêng của huyết thống đã trói buộc hai chúng tôi lại với nhau, đã khiến tôi không thể nào nghĩ về chú Giản như nghĩ về một kẻ thù đã từng gây ra bao nhiêu biến cố tai ương?" (tr. 323-324).

*

Trong lời tựa lần tái bản *Có Yêu Em Không*, ông quan niệm *"nhà văn không thể và cũng không có khả năng cải tạo xã hội, hắn chỉ có thể làm được công việc hết sức khiêm nhường là phản ánh trung thực môi trường hắn đang sống (...) mỗi nhà văn tự chọn cho mình một cách thế biểu hiện. Nhà văn, tuy không làm nổi công việc cải tạo xã hội. Nhưng mãi mãi sẽ là những sứ giả tận tụy, không ngừng sống chết với những ước mơ. Tôi là một nhà văn, tôi cũng đang cống hiến cho cuộc đời những ước mơ..."* (tr. I, II).

Và trong cuộc phòng vấn của Nguyễn Mạnh Trinh, Khánh Trường cho biết: *"Tôi chỉ thực sự cầm bút khi định cư ở Mỹ, vì "bực" những mặt hàng giả quá nhiều trong văn chương hải ngoại, phát sinh từ não trạng chật hẹp "ta, địch, bạn, thù", và thói đạo đức giả. Tôi viết, tôi "phản kháng". Một trong những vũ khí tôi dùng để chống lại các định chế, định kiến ấy, là tình dục. Bởi nghiệm cho cùng, có vẻ như mọi cơ sự xảy ra trong cõi trần ai này đều phát sinh từ tính dục (nếu anh bảo tôi ăn phải bả của Freud, cũng được). Dục tính chi phối con người, chi phối xã hội. Dục tính làm nên văn chương, nghệ thuật. Dục tính tạo ra hận thù, chiến tranh... Tôi viết về tính dục, tôi khai thác tính dục, tôi trưng bày, tôi soi ngắm mọi khía cạnh của tính dục, từ thánh thiện thanh cao nhất đến bỉ ổi thối tha nhất, không phải để khích động thú tính của con người, mà là để, từ đó, ta nhìn rõ ta hơn, "thấy" ta triệt để hơn. "Nhìn" và "thấy" là chức năng và bổn phận của nghệ sĩ. Giải quyết vấn đề thế nào là chức năng và bổn phận của các nhà xã hội học, đạo đức học..."* (Trích từ Chung Cuộc, tr. 201-202)

*

Đọc Khánh Trường không dễ. Con chữ sắc bén như cứa hoài không thôi hoặc *"như con dao hai lưỡi, nó cứa vào thịt da kẻ khác và cứa ngay trên trái tim mình, buốt nhức"*, những tâm tư, dồn nén, những cơn bệnh kinh niên hoặc theo thời tiết không thể chữa trị, … Các nhân vật của Khánh Trường gần như tất cả nếu không tàn phế thì cũng bệnh tật, luôn "có vấn đề", *"nhức nhối triền miên"*,... Giữa lòng xã hội thời ở quê nhà hoặc nay xứ người thì không đi đứng như đa số, mà phải chửi tục đầu môi, đấm đá, trốn chạy, lừa đảo,... Làm "chuyện ấy" thì bất kể đâu, bất kể với ai – mà thường là với người có vấn đề (khát tình, không thoả mãn, góa bụa, dở dang, dễ dãi,...),… Và những cơn mưa, như đến từ cõi âm, từ đêm tối: *"Văng vẳng từ cõi mịt mù, tiếng mưa rơi rào rào rất nhẹ trên mái tôn. Tiếng mưa như một điệp khúc lê thê không thay đổi âm độ ru tôi chìm hẳn vào giấc ngủ, dù ở chỗ tối tăm nào đó trong khối óc mù lòa, tôi vẫn cảm nhận được cái lạnh đang thấm dần vào da thịt, có lẽ do nước mưa từ chái hiên nhỏ xuống, mang theo bùn đất văng tung tóe khắp thân thể"*. (Chỗ Tiếp Giáp Với Cánh Đồng), …

*

Thế giới truyện của Khánh Trường nhìn lại rõ là của "hôm nay" - thời của các sáng tác này, một cái hôm nay bất toàn, vì ám ảnh, nợ nần của quá khứ cứ chực chờ đòi nợ, đòi giải quyết, một cái hôm nay xa lạ nhiều hơn thân quen, một cái quá khứ không ánh sáng của ngày mai, không đủ tin tưởng để hy-vọng... Tưởng dễ tìm cảm giác mạnh, gấp sách lại mới thấy cuộc nhân sinh không chỉ đơn thuần là cảnh đẹp, hạnh phúc dễ tìm, dễ sống,... Mà còn là bạo lực, cuồng loạn, đảo điên. Một cuộc chiến tạm ngưng, một đời sống có mới để sống-còn hoặc cơ hội vươn lên, nhưng hậu quả, phế tích, đổ vỡ và nhiều vết thương chưa thành sẹo, vẫn nhức nhối nhắc nhở và còn phải sống-với, như những bãi mìn chưa gỡ kịp, những mảnh đạn chưa hoặc không thể mổ gắp ra,... Tàn độc, ác tính như ung thư bất trị, như ác tật lâu ngày không thể chữa, như mặc cảm, tâm bệnh chỉ muốn chết,... Khiến bạo lực, cuồng loạn, đảo điên – và bạo dâm, tính dục bất kể và không cả tương xứng,... Như thần Chết chưa thể buông tha, như phải hứng chịu, buông tay! Từ đó nảy sinh ở Khánh Trường một thứ "luân lý" mới, "luân lý" của sống-còn, của tận đáy địa ngục, của lò lửa, của chẳng-còn-gì-để-giữ,...

Nhiều truyện ngắn của Khánh Trường có nhiều tiềm năng thử nghiệm một văn cách trình bày đa chiều, miêu tả thắt chặt với tâm sinh lý sinh động của các nhân vật. Như một bức tranh bí hiểm, phải để tâm và dùng tưởng tượng mới tiếp cận được.

Lời một nhân vật trả lời một thiếu nữ độc giả hỏi chuyện viết có thật không, có thể cũng là Khánh Trường: *"Kẻ làm văn giống tay thợ khéo, anh ta biết dùng các thứ chất liệu thô, nhám, rời rạc ấy trộn thành vôi vữa. Từ vôi vữa, qua bàn tay và thiên năng, tác phẩm hình thành. Những điều cháu đã đọc, hiểu theo nghĩa nào đó, rất thật, thế nhưng cũng chỉ là hư cấu. Thành công của một người làm văn chương, có lẽ, là hấp lực của từng con chữ anh ta ném xuống trang giấy; tạo nên cảm giác "thật" ở người đọc, dù có thể chính anh ta, kẻ sinh thành ra nó, đóng vai trò rất nhỏ, hoặc có khi hoàn toàn vắng bóng"* (Mắt Phượng, TNKT, tr. 62).

*

Nhiều năm sau tạp chí *Hợp Lưu* và các truyện kể trên, Khánh Trường như yên lặng, không xuất hiện trong các sinh hoạt văn học nghệ thuật. Mãi đến năm 2018, ông xuất hiện trở lại và đầu năm 2020 này, ông đã làm người đọc ngạc nhiên với truyện dài *Tịch Dương* do Mở Nguồn xuất bản. Trong Mở ở đầu sách, tác giả cho biết: *"Tác giả viết cuốn sách này như một hình thức vật lý trị liệu, nhằm chống trầm cảm và bệnh mất trí nhớ của người già. Vì thế nó không được đầu tư thấu đáo. Độc giả hãy đọc Tịch Dương trong tinh thần "vui thôi mà".*

Nhiều sự kiện trong sách là những trải nghiệm của tác giả, hoặc nghe kể lại, hoặc thoát thai từ tưởng tượng. Tuy nhiên dù thế nào, tác giả luôn trung thành với qui tắc: không thiên kiến, không tô son trét phấn. Tác giả muốn nhìn sự việc như nó "đã là, đang là", bình tĩnh và loại trừ cảm tính.

Tuy cuốn sách hình thành từ một phần sự thật song chủ yếu vẫn là sản phẩm của tưởng tượng.

Mọi kinh qua của bản thân cũng như mọi cảm nhận do cuộc đời mang lại, chả khác gì vôi vữa trong các công trình xây cất, nó kết dính những viên gạch, dựng lên những vách tường, làm thành ngôi nhà, khiêm nhường hay hoành tráng. Sự kiện có thể thật, có thể hư cấu, không quan trọng, điều quan trọng theo tác giả là từ chất liệu đó, ta sử dụng chúng như thế nào? Để làm gì?

Sự kiện chỉ là phương tiện"(tr. 11).

Sự kiện đối với nhà văn tự chúng không tốt cũng không xấu. Nhà văn không đóng vai nhà đạo đức hay phê phán xã hội. Nhà văn ở đây là nhân chứng vừa là nạn nhân, đã từng chứng kiến nhiều hoàn cảnh, sự kiện, con người của một thời chiến tranh và xã hội đi xuống.

"Mỗi phân đoạn sẽ bắt đầu bằng hình ảnh một ông già ngồi trên xe lăn, dưới bóng râm tàng cây. Truyện sẽ trải dài qua hồi tưởng của ông già, từ bình minh đến tịch dương. Như đời người, từ thanh xuân đến già nua, với chất chồng biến cố, đan xen, chợt đến, do liên tưởng bắt nguồn từ một yếu tố nào đó, không tuân theo qui trình thời gian" (tr. 12).

Như vậy, mỗi phân đoạn sẽ nhân một biến cố, hồi tưởng,... có thể nhỏ, không đáng kể với người khác, nhưng với tác giả, sẽ là cái cớ hay nguyên do, nuối tiếc, để nhớ nghĩ lại một kỷ niệm, một so đo với dĩ vãng, với cái đã mất, với người xưa, … *Tịch Dương* mang tính tự truyện dưới hình thức truyện dài từ những truân chuyên, khổ ải và hạnh phúc trong đời sống của tác giả. Khánh Trường cho biết thêm: *"tác giả muốn thể nghiệm một hình thức dựng truyện phi truyền thống, không chương hồi, không diễn biến theo trình tự lớp lang. Chỉ chia ra làm nhiều phân đoạn. Bạn đọc hãy hình dung tác phẩm như một giá gỗ dài đóng nhiều cây đinh, mỗi cây đinh được móc một tấm thẻ, người đọc hãy chọn và đọc bất cứ tấm thẻ nào, tùy thích. Mỗi tấm thẻ sẽ là một phân đoạn, có thể xem như một truyện ngắn độc lập. Song khi ghép những "mảnh" này lại, nó sẽ mang vóc dáng một truyện dài".*

Trong phân đoạn 1, tác giả định vị: *"Khoảng sân rộng, bao bọc một hàng rào thấp, bằng gỗ, sơn trắng. Khoảng sân nằm cuối ngọn đồi nhỏ, nhìn xuống phía dưới, nơi có freeway rộng, sáu làn xe, ngược, xuôi, như một dòng sông, xám đục, chảy mút tầm nhìn. Song song freeway, bên trái, là đường sắt. Một con tàu dài đang phun khói chạy về hướng Bắc. Xa hơn nữa, làm nền cho toàn cảnh là những ngọn núi chập chùng mờ, tỏ bao quanh. Bầu trời xám, không một gợn mây. Khác hẳn bầu trời trong trí nhớ ông, những ngày trai trẻ. Cũng trên ngọn đồi thấp, phía dưới là chân sóng lô xô tung bọt trắng xóa vào ghềnh đá trải dài bất tận. Trên cao, trời trong xanh, những dãi mây trắng cuồn cuộn, như bông, châm rãi thay đổi hình dạng. Đó là ngày cuối cùng ông còn nhìn thấy bầu trời quê nhà, trước khi ném mình vào cuộc đời. Một cuộc đời, cho đến hôm nay, trên chiếc xe lăn, ông già vẫn thường tự hỏi, phải chăng, kẻ đó, gã thiếu niên xưa kia, là ông, của hơn bảy mươi năm trước? ... Nắng đã dâng cao, tàng cây nghiêng bóng phủ lên nửa góc nhà. Dọc hàng rào những đóa cúc vàng ửng sáng trong nắng, rung nhẹ. Gió cuối thu se lạnh, ông già kéo chiếc chăn mỏng phủ kín hai vai. Một chiếc lá vàng rụng, chao nghiêng nhẹ đáp trên hai đùi ông già bất động trong lòng xe lăn. Ông cầm chiếc lá lên, nhìn. Một chiếc lá vàng...”* (tr. 13, 14). Hôm nay, một chiếc lá vàng sẽ đưa ông sống lùi lại thời quá vãng: chuyện “hắn” bỏ nhà đi hoang, nhập vào dòng đời cuốn hút, đẩy đưa, với những bài học và bản nháp đầu đời. Một cô gái trao thân cho hắn nhưng phải nhận lời cầu hôn của một trung sĩ Biệt động quân.

Phân đoạn 2 dẫn người đọc từ tờ *“Register News Daily thằng bé đưa báo vừa gài trên cửa sắt”* đưa tin cảnh sát địa phương vừ phá một ổ mại dâm người Á châu, “hắn” phiêu lưu đến Đà-Lạt, lọt vào “động của má Hai” - tức “chị Th.”, người đã cho cậu ngủ chung và *“lần đầu tiên hắn nếm mùi tình dục ở tuổi mười bốn, với một người đàn bà dạn dày hơn hắn một con giáp”*. “Chị Th.” bị bắt, ở tù nhưng sống lâu trong ký ức của “hắn” và sẽ trở lại trong các phân đoạn sau. Ở Đà-Lạt, “hắn” *“khởi đầu chuyện vẽ vời kiếm ăn, sau này thành nghiệp”* với “chú Ph.”, người thầy giáo cho tá túc trong nhà.

Phân đoạn tiếp theo, “ông già” nhìn đoàn xe lửa chở hàng vẫn chạy qua nơi ông ở, ông *“nhìn người nghĩ đến ta!”*, đến mảng đời đi lính *“ông đi lính tuyệt chẳng phải vì quê hương đất nước, chẳng phải vì chính nghĩa con khỉ con tiêu gì đó, như cái loa tuyên truyền của các vị cầm chịch hai miền. Chỉ giản dị, trần trụi: đói”*. “Hắn” vào Sài-Gòn, đăng lính, trở thành *“một tên lính tổng trừ bị, tác chiến thực thụ”*, và *“sau hai năm trận mạc hắn chả thấy gì ngoài đau thương, sợ hãi, chết tróc và khổ ải triền miên, của đồng đội, của bản thân, của dân đen những vùng đất hắn đã đi qua. Hắn biết mình không hợp với bộ quân phục, với chiến tranh và bạo lực. Hắn vẫn mơ trở thành họa sĩ. Nhưng hắn hiểu không bao giờ ước mơ trên trở thành hiện thực nếu khói lửa vẫn tồn tại. Nhiều đêm nằm co trên võng hay ôm súng dưới hố cá nhân trong khuya sâu, giữa núi rừng âm u, hắn buồn trào nước mắt. Những ước mơ càng ngày càng trở nên xa vời, hư ảo như như chuyện giả tưởng!"* (tr. 64).

Phần 4, nhân nhận cuốn sách qua bưu điện, tác giả là người đã từng báo sẽ kể chuyện tình của mình, khiến "ông già" tự hỏi *"Thời trẻ. Ông có mối tình nào đẹp không nhỉ?"* và tìm về quá khứ nhận diện một chuyện tình, của L và T. Thời chiến tranh, xã hội đổ nát mọi giá trị, gia cảnh tan hoang, đã đẩy đưa một số thanh thiếu niên vùng duyên hải miền Trung Việt – như "hắn", như L., H. vào con đường ly khai gia đình, đi hoang; đứa nhập băng đảng, đứa tự lập nhắm tới tuổi nhập ngũ báo thù đời. L. giúp "hắn" chân vẽ truyền thần trong bar lính Mỹ đầy dollar, và đóng cặp với "Liên sàng": *"Suốt cuộc truy hoan, L luôn làm chủ, nàng biết cách nương đẩy, nhanh chậm để đối tác kéo dài được lâu và viên mãn. Ngược lại nàng cũng không quên tự giúp mình tận hưởng khoái lạc. Khi sắp tới đỉnh nàng hối hả gia tăng động tác rồi bất ngờ đổ ập xuống, ôm cứng hắn, hổn hển,*

"Cưng ơi... cưng ơi... L tới...."

Những cơ vòng co thắt, khép mở liên hồi như mang cá lóc. Hắn không thể không so sánh, ngón nghề ân ái của L chị Th." (tr. 74-75).

G., "tình địch" của "hắn", gây sự muốn giành "L. Sàng", nên "hắn" phải đưa L. và băng đảng ra PR: *"Cách ly là an tâm nhất. Nó mê L sàng, muốn sở hữu độc quyền.*

Một thời gian dài, dễ chừng gần 20 năm, hắn không gặp L sàng nữa. Cuộc tình tuy ngắn nhưng đã hằn trong đầu hắn những kỷ niệm khó quên".

Phân đoạn 5, khởi từ cuốn hồi ký của một ông tướng miền Nam, "ông già" hồi tưởng đoạn đường chiến binh đánh

Việt cộng, có lúc đọc những *Nhật Ký* của Anne Frank, Ví dụ ta yêu nhau, Bản chúc thư trên ngọn đỉnh trời và những nhu cầu tâm sinh lý của những người lính như “hắn”.

Phần tiếp đưa “ông già” đến cuộc triển lãm tranh của một họa sĩ trẻ – như một cái cớ để nhà văn thả hồn về với đam mê cả đời của mình ngày cũ ở Sài Gòn: *“Để ổn định cuộc sống, hắn xin vào làm việc cho một công ty quảng cáo. Chuyên trách của hắn là thiết kế những mẫu quảng cáo cho các cơ sở kinh doanh, giải trí, phim ảnh...”*. Quen LTTT, một cô sinh viên đại học Văn khoa, cặp bồ và chuẩn bị một cuộc *“triển lãm đầu tiên, thành quả của gần một năm miệt mài”*.

Chuyện LTTT nối dài trong phân đoạn kế tiếp. Nàng làm người mẫu cho “hắn” đến hoàn thành một *“Bức tranh có màu xanh đen chủ đạo, những vũng sáng màu cam thay đổi sắc độ, tương phản sinh động. Khí hậu lãng đãng trùm phủ cả mặt tranh tạo cảm giác nửa thực nửa mộng. Tranh tuyệt không gợi cảm xúc dung tục, dù hai đồi vú cao, núm vú sưng mọng vênh vểnh”*. (tr. 113).

Phần 8, tin tức *“Máy bay không người lái bị bắn rơi bởi hệ thống tên lửa phòng không của Iran”* đưa hồi ức “ông già” trở lại một thời chiến tranh và bạo tàn ở quê nhà.

Đoạn 9, vẫn ngồi đó, *“giữa tàng lá rậm, đôi chim bồ câu tỉa lông cho nhau, ra chiều âu yêm, ông già nhìn, khẽ mỉm cười”*, chạnh nhớ LTTT, *“người vợ không cưới hỏi, không hôn thơ hôn thú”* và thời sống chung với mưu kế mang thai và quả lựu đạn dọa gia đình nàng.

Chiến sự vùng Trung đông đưa “ông già” trở về trận đánh Hạ Lào, sau đó, “hắn” được *“giải ngũ, hắn còn trẻ, chưa qua khỏi tuổi 25, bảy năm chinh chiến quá đủ để hắn hiểu thế nào là chiến tranh, cùng những hệ lụy tan thương. Thời gian rất dài phía trước, những ước mơ, hoài bão sẽ được thực hiện. Hắn vui"*. "Hắn" đến với thế giới văn chương và … "tuột quần" một bà chị khác - *"Một điều lạ, tất cả những đối tượng từng quan hệ tình cảm với hắn, đều thuộc đàn chị, hơn hắn, ít, vài ba tuổi, nhiều, có khi hai con số. Từ năm 14 với chị Th, rồi L sàng, và bây giờ…"*.

Phân đoạn 11, được con gái cho bánh Trung thu, *"Ông già nghĩ, thấm thoát đã bốn mươi bốn năm. Non nửa thế kỷ. Bao nhiêu biến thiên. Đứa con trai đầu chào đời năm Bảy lăm giờ đã là trung niên, vợ con đầm đìa. Ông già đã thành ông nội, ông ngoại từ lâu. Chúng nó, những đứa con của ông, đứa ở Pháp, đứa ở Canada, đứa ở Nhật… Công ăn việc làm đẩy chúng mỗi đứa một phương. Cũng may, tất cả đều ngoan, hiền, thành đạt. Ông nghĩ đến công lao của nàng…"*.

Lịch sử sang trang và cuộc sống sau ngày 30-4-1975, thất nghiệp rồi việc tạm, việc tưởng bền,... và hai cậu con trai (Tùng, cu B.) rồi thêm cô út, làm tăng dân số gia đình. Những việc làm bên lề hội họa (vẽ thiệp Tết, in lụa, khắc con dấu giả,...) cũng giúp sống qua ngày tháng, có lúc phải dọn vào nhà trong *"xóm Nghĩa Địa, nằm xen kẻ giữa những rặng tre gai, những lùm bụi um tùm và những mã hoang không ai cải táng"*. Bị công an bắt vì làm con dấu cho một tổ chức kháng chiến, bị 3 tháng tù.

Chuyển sang nghề vẽ chân dung người chết và sống, có tiền, *"hắn lại lao vào các trận tình ngoài luồng, để rồi lại đối diện với lương tri. Háo thắng, ích kỷ và lý trí luôn giằng co, Hắn như con chim sa bẫy, càng vùng vẫy càng bị vòng lưới siết chặt"*. Chỉ đến khi vợ và 3 con sang Pháp đoàn tụ gia đình bên vợ, "hắn" dù sống chung 10 năm nhưng nay mới nhận ra yêu vợ thực tình. Buồn, lang thang, gặp lại L., lại trải qua một đêm sôi nổi, nhưng nay đã có cô con gái 8 tuổi và có chồng công an.

Phân đoạn 15, "ông già" nghĩ đến cái chết tất nhiên và "sinh mệnh". "Hắn" gặp lại Tr., cô giáo nhưng nay "mất dạy"; đã quen ở một "tụ điểm bia", bèn chắp nối lại: *"Có Tr, đam mê sáng tạo trỗi dậy. Theo nghiên cứu, người ta cho rằng hóc môn tình dục liên quan mật thiết đến nhu cầu sáng tạo. Quả thực sau khi gối chăn, hắn ham vẽ hơn, ý tưởng đến dễ dàng hơn"* (tr. 263). Định mệnh vì Tr. có con với "hắn" đang chờ vợ bảo lãnh sang Pháp. Và D., người con gái của phân đoạn 1, đã có con với "hắn" 12 năm trước, nay tìm ra "hắn" và giao con gái tên D. nhờ chăm sóc.

Sắp bị bắt, L. báo cho "hắn" biết và khuyên nên đi chui. Đi trót lọt và được sang Mỹ, cùng đứa con Tr. sanh trên đất Mã Lai. Thời gian ở trại tị nạn, *"chỉ ngót ba tháng hắn hoàn tất 40 bức sơn dầu, chủ đề Quê hương yêu dấu (Beloved homeland). Sang trại chuyển tiếp ở Philippines hắn lại vẽ 40 bức nữa chủ đề Quên hương trong ký ức (Homeland in Memory) và cũng triển lãm. Tranh vừa tặng vừa bán hết cho nhân viên văn phòng, nhân viên cao ủy, thầy dạy Anh văn, khách tham quan... ở cả hai nơi"*.

Được một gia đình mục sư Tin Lành bảo lãnh, gia đình "hắn" làm lại cuộc đời ở tiểu bang California nắng ấm. "Hắn" hội nhập nhanh, làm đủ việc có được. Tình cờ gặp một nhà đang làm báo rủ về làm chung. Làm báo, nhậu nhẹt nhiều, *"Khó ai uống rượu qua mặt hắn. Nhiều tay trong giới cầm bút là những cao thủ nhậu, nhưng xem chừng "chưa biết mèo nào cắn miễu nào" khi đụng độ với hắn. Khổ thay, cái giá phải trả: 20 năm ngồi xe lăn! Nhưng ngày đó hắn nào có biết, mà dẫu biết cũng bất cần. Chưa thấy quan tài chưa đổ lệ. Làm báo, nhiều chuyện với độc giả tưởng nghiêm túc, nhưng với dân trong giới, như đùa"*. Lý do: *"Ngay những ngày đầu ở Mỹ, hắn đã làm báo. Đầu tiên là báo chợ, còn gọi là báo lá cải, không bán, free, nhưng thu nhập rất khá. Muốn thành công tờ báo phải "hay", nhiều người tìm đọc. Nhờ vậy, thân chủ quảng cáo sẽ tìm đến. Quảng cáo càng nhiều, lợi tức càng cao. Muốn tờ báo "hay" các chủ báo phải tìm ra một vài anh thợ viết giỏi. Hắn không giỏi nhưng thuộc loại... thập bát bang võ nghệ. Cái gì làm cũng được, layout, vẽ minh họa nhăng nhít, viết lách lẩm cẩm... nên được các chủ báo chiếu cố. Để giúp tờ báo "hay", Hắn thường chế ra nhiều mục vớ vẩn cốt mua vui cho độc giả"*. (tr. 317).

"Hắn" cứ thế đi tới trong nghề làm báo và xuất bản một tờ tạp chí khi cộng đồng khí thế chống Cộng đang lên cao điểm: *"Giữa khí thế đấu tranh hào hùng "thà chết chớ không hề lui" đó, hắn điếc không sợ súng, ra một tờ báo có chủ trương giao lưu với nội địa! Không ngày nào, tuần nào tên hắn không bị bêu rếu, bỉ thử, thậm chí vơ con cũng bị vạ lây, cũng trở thành quân đón gió trở cờ, "ăn cơm quốc gia thờ ma cộng sản"*. Bị chống đối, hết vốn, "hắn" xoay qua viết "dâm thư": *"Một tháng hắn viết ngày viết đêm cho xong món "nợ". Làm đầy 300 trang chữ và 40 phụ bản không khó, cái khó là trang nào cũng... mây mưa, thử tưởng tượng ba trăm lần cụp lạc, cứ trên dưới một kiểu, chán kể gì! Nhưng viết thế nào để đừng bị lặp lại. Hắn vật lộn khổ sở vì chuyện này. Hắn phải chế ra nhiều kiểu trên thực tế không cách gì thực hiện được. Một cậu làm thơ trẻ gặp hắn, nói, "anh xúi dại, em suýt gãy súng vì làm theo cách anh bày!" Nhưng cuối cùng cũng xong"*. Có tiền, tạp chí chủ trương hợp lưu sống mạnh làm gai mắt nhiều người và *"dù bị chửi, ném đá te tua, nhưng các nhà văn, nhà biên khảo tên tuổi trong ngoài đều tham gia, góp mặt và độc giả khắp nơi trên thế giới đặt mua dài hạn đông đảo. Tờ báo qua cơn bỉ cực, đều đều ra đúng hạn kỳ, mỗi ngày mỗi cải thiện, từ hình thức đến nội dung. Trong thư tòa soạn số ra mắt, và rải rác trong nhiều số báo, hắn vẫn lặp đi lặp lại mục đích của tờ báo: hãy "bước qua lời nguyền", hãy xóa bỏ lằn ranh "vĩ tuyến 17" trong lòng mỗi chúng ta, để cùng tiến về phía trước, bởi chưng mọi thể chế chính trị rồi sẽ qua đi, hay bị xóa sổ, nhưng văn học Việt Nam, nếu là văn học đích thực, sẽ mãi còn đó".* (tr. 326, 327).

Bé N., nay là cô cử nhân 22 tuổi, ra trường, sang châu Phi làm việc và trở về quê nhà thăm mẹ. Và lập gia đình với Kh., trở về Việt Nam. Cô chị N. sinh cho vợ chồng "hắn" đứa cháu ngoại, Nathan, trong khi Ng., cậu con trai, theo ngành luật, ra trường lấy vợ gốc Ý và có con. "Hắn" cháu nội ngoại có đầy đủ.

"Một đời người bảy tám mươi năm tưởng dài, đến cuối đời, nhìn lại, mới thấy chỉ thoáng chốc. Những đứa con ngày nào còn ôm vú mẹ, nay đã trưởng thành, có đứa đã chồng vợ, một thế hệ mới, và rồi một thế hệ nữa (...) Những chiếc lá xanh, những chiếc lá vàng, như đời người, trẻ thơ mơn mởn, thiếu niên xanh nõn, trung niên cứng cáp, và lão niên vàng úa để rồi mục rã, tan nhòa trong đất.

Từ chuyến tàu suốt khởi hành ở một thành phố nhỏ tinh mơ một ngày hè, đến vùng cao giá buốt, rồi miền Nam, trôi nổi, có lúc lên voi, có khi xuống chó, rồi vợ con, chia lìa, lưu lạc xứ lạ. Những cuộc tình, những người vợ, những đứa con khác mẹ, và bây giờ một thế hệ mới nữa. Dòng đời vẫn thản nhiên trôi, tre già măng mọc" (tr. 365). "Ông già" *"thường nhớ lại hành trình ông đã đi qua trong cõi đời này. Quả thực không ai có thể biết trước được những gì sẽ xảy ra trong tương lai (...) cuộc đời lại đẩy xô ông già về hướng khác, mãi mãi chia lìa người vợ thủy chung.*

Giờ đây, sau hơn nửa thế kỷ, ông già đã thực sự trở thành món hàng phế thải, có cũng được, không cũng chả sao. Chỉ mong những đứa con của ông sẽ có được một cuộc sống êm đềm, không lên ghềnh xuống thác". (tr. 377, 378).

"Ông già" nay an phận với cuộc sống vô thường "sinh, lão, bệnh, tử". Ông vẫn miệt mài với cọ sơn, có hẳn studio trong garage: *"Hắn đang thực hiện 40 bức sơn dầu như hoạch định. Đây là dự án hắn đã thai ngắn nhiều năm nay. Hắn muốn vẽ một loạt tranh theo phong cách tân cổ điển, đẩy hiện thực lên tầng cao, không dừng lại ở mức "giống như thật". Hắn có tham vọng, xuyên qua hiện thực, phả vào đấy những tư duy siêu hình nhưng có khả năng khơi mở những trầm tích đã chìm khuất trong tâm hồn mỗi chúng ta. Đây là một thách đó với chính hắn, khó song hào hứng. Cá tính của hắn, nói theo ngôn ngữ bình dân, là liều mạng"*. Riêng các con ông có lúc có những sóng gió bất ngờ, như N. ly dị Kh. vì ngoại tình khi cô về Việt Nam chăm lo mẹ và em. Ông cũng vậy, vợ ông mất vì tai nạn giao thông, còn ông khi nghe tin cũng bị tai biến *"Một mạch máu trên bán cầu não bị đứt. Kết quả: hắn bán thân bất toại"*, và phải về ở với con gái.

22 phần đời và ký ức của ông nay đã già, tất cả khởi từ nơi khoảnh vườn nhỏ, bên chú chó *"đầu xù, lông vàng óng, Léonberger, trông giống đầu sư tử thật"*, con xa lộ phía dưới, đường xe hỏa không xa tầm nhìn, và nhiều phần đời người với hoài niệm nặng nhẹ, mờ tỏ. Truyện được Khánh Trường "khép" lại: *"Nathan xong trung học, nhờ đậu cao, một Đại học y khoa ở New York nhận và cấp học bổng toàn phần, Nathan lên ở nội trú tại trường. Nhà chỉ còn hai cha con. N. đi làm, ông già một mình mỗi sáng lăn xe đến gốc cây vườn sau, nhìn xuống freeway, nhìn trời đất mênh mông và hồi tưởng quá khứ, từ lúc rạng đông đến khi tắt nắng. Tịch dương"* (tr. 415).

Khép lại *Tịch Dương*, người đọc có cảm tưởng vừa xem một tập hồi-ký được văn chương hóa - như Khánh Trường đã báo trước, tác phẩm được hình thành với phương tiện các sự-kiện và "một phần sự thật" qua "ngòi bút" của một họa-sĩ-đồng-thời (trong Mở, ông đã cho biết có ý tưởng viết khi *"nghĩ đến những bức tranh ghép từng xem, từng vẽ. Mỗi tấm ghép là một sáng tạo hoàn chỉnh từ màu sắc, phong cách, đường nét đến chủ đề. Người ta có thể treo các mảnh ghép này như những họa phẩm riêng lẽ. Nhưng khi gọp chung, theo trật tự đã định hướng, ta sẽ có được bức tranh lớn, với đủ mọi yếu tố làm thành một tổng thể thuần nhất").* Như vậy, đây là một *hồi-ký rời* tập hợp những mảnh ký-ức những sự-kiện từng xảy ra, tác giả chúng nay có tuổi nhưng có những hồi tưởng muốn chia sẻ và nhắn nhủ. Bạn đọc từng quen với những truyện ngắn Khánh Trường trên *Hợp Lưu* và qua các tập truyện đã xuất bản mà chúng tôi đã nhận định ở phần đầu bài viết, sẽ nhận ra có những chuyện kể và sự kiện của hồi ký đã được tác giả viết ra, văn chương hơn với kết cấu chặt chẽ hơn; khía cạnh tính dục **trong tác phẩm mới này** mang tính "ngôn tình" hơn là hiện thực, náo động.

Tịch Dương gần với những tiểu thuyết hậu-hiện-đại đang thịnh hành đối với văn giới hải ngoại, như một bức tranh khổ lớn về sinh-lão-bệnh-tử hay xuân-hạ-thu-đông. Khác với hội họa, văn viết dễ bao gồm liên-tưởng, hiện-thực-phóng-sự, v.v. Nhìn chung, *Tịch Dương* là một "tác phẩm" với những ý nghĩa, yếu tố và ngôn ngữ đặc thù, rất Khánh Trường!

Nguyễn Vy Khanh

Toronto, 31-1-2020.

NGUYỄN THÀNH:
Tịch Dương
Phía sau những câu chuyện

Tịch Dương là cuốn tiểu thuyết thiên về hồi ký theo lối mở, là trích đoạn những câu chuyện mà tác giả đã trải nghiệm qua các giai đoạn của thời cuộc, sự thay đổi của xã hội cùng những suy nghĩ chiêm nghiệm của nội tâm mang tính triết lý sâu sắc về những thực trạng sáng tối của những chủ thuyết, của cuộc sống đời thường về những miền đất hiện thực và thiên đường mà từng số phận con người vì nhiều lý do đã xuất hiện không đúng thời điểm hoặc may mắn như có sự sắp đặt của tạo hóa mà ta thường nói là "định mệnh an bài".

Nội dung sách bao gồm nhiều vấn đề, với lối viết táo bạo rất thật cho ta thấy nhiều góc cạnh phũ phàng của những gì đang diễn ra mà con người đã bưng bít vì những lý do tế nhị hoặc đồng lõa với những cái xấu…

Văn Khánh Trường thiên về lối tả chân thực không cảm tính, dù hư cấu nhưng là sự tích lũy một bề dày trải nghiệm nên đọc truyện độc giả có thể rơi vào trạng thái như đang chứng kiến những diễn biến của cuộc đời thật tác giả. Đã vậy, tác giả còn mở ra nhiều cánh cửa tư tưởng để độc giả thoải mái trong cách suy luận của mình, có thể là tiểu thuyết, có thể là hồi ký hay truyện dài... cũng được. Trong lời mở đầu có đoạn:

"Tuy cuốn sách hình thành từ một phần sự thật song chủ yếu vẫn là sản phẩm của tưởng tượng.

Mọi kinh qua của bản thân cũng như mọi cảm nhận do cuộc đời mang lại, chẳ khác gì vôi vữa trong các công trình xây cất, nó kết dính những viên gạch, dựng lên những vách tường, làm thành ngôi nhà, khiêm nhường hay hoành tráng. Sự kiện có thể thật, có thể hư cấu, không quan trọng, điều quan trọng theo tác giả là từ chất liệu đó, ta sử dụng chúng như thế nào? Để làm gì?

Sự kiện chỉ là phương tiện"

Với tôi, sao cũng được miễn là đọc được cuốn sách hay, chiêm nghiệm được nhiều vấn đề và mong hiểu được tường tận cái giá trị cốt lõi mà tác giả muốn chuyển tải...

Trong "Tịch dương" sự thật trần trụi được bóc tách từng lớp qua các câu chuyện một cách khách quan, không phải là những chuyện nóng hổi câu khách mà đằng sau mỗi câu chuyện là diễn biến tâm lý phức tạp giữa thiện và ác, giữa đúng và sai, giữa cái được và mất... khiến tôi đọc phải giật mình vì trong cuộc đời cũng đã có lúc trải qua như thế nhưng giấu không dám nói ra vì phạm trù đạo đức khiên cưỡng khiến mọi cái xấu tiềm ẩn mà nếu ta không nhận thức sớm được nó sẽ như ung nhọt trong tâm hồn ngày lớn dần đến ngày bể toang...

Cũng như trong khái niệm về chủ nghĩa, Khánh Trường không đánh tráo khái niệm để tô điểm cho một định kiến nào. Anh huych toẹt hết cái tốt, cái xấu, lột mặt những kẻ mượn danh nghĩa để cổ xúy cho một giai đoạn thời cuộc nhằm thực hiện một mưu đồ của một cá nhân hay của nhóm người nào đó nhằm trục lợi trên những cái đầu còn nóng kể cả dùng bạo lực đối với những người hiền lành, chí thú làm ăn... Chẳng phải để thay đổi điều gì, Khánh Trường chỉ muốn hãy để lịch sử tự diễn biến theo cách của nó và nhà văn có nhiệm vụ góp phần khai phá theo tinh thần nhân văn để cuộc sống ngày càng tốt đẹp hơn...

Cũng như khi anh viết về sex, cũng trần trụi như những chuyện khác. Sex đối với anh là tự nhiên như bản năng mà tạo hóa đã ban cho loài người và phải đạt đến tuyệt đỉnh của quằn quại đam mê để thăng hoa. Sex cân bằng tâm sinh lý, sex nảy mầm tinh túy của nghệ thuật để có những tác phẩm đạt ngưỡng hoặc xuất thần. Tuy nhiên, với Khánh Trường sau mỗi cuộc mây mưa là một diễn biến tâm lý phức tạp, mặc cảm tội lỗi và đôi khi mặc kệ cho số phận, như một mẩu trong phân đoạn 2: "để rồi lại đối diện với lương tri. Háo thắng, ích kỷ và lý trí luôn giằng co, Hắn như con chim sa bẫy, càng vùng vẫy càng bị vòng lưới siết chặt".

Nhưng từ những diễn biến này hình thành nên tính nhân văn của câu chuyện hướng đến chân thiện mỹ bởi những nỗi dằn vặt theo thời gian và trách nhiệm của bản thân khi người tình của 12 năm trước trong cảnh khốn cùng đã giao lại cho "hắn" đứa con gái mà "hắn" để rơi rớt mà không ngờ, điều này đã cứu vớt cho tâm hồn "hắn" được một phần thanh thản....

Mặt khác Tịch Dương gói gọn được toàn cảnh xã hội Việt Nam trải qua những giai đoạn thời cuộc và ở một đất nước đã từng một thời đối nghịch. Đâu đó ta có thể thấy thân phận mình đã từng trải qua dâu bể theo dòng truyện và thấm thía những bi kịch đời.

Và khi gần cuối truyện tôi còn nhận ra ý nghĩa của luật nhân quả mà Khánh Trường không muốn đào sâu, anh chỉ phớt qua để độc giả tự cảm nhận theo cách của mình....

Phải chăng Tịch Dương mang ý nghĩa tất cả những chuyện xảy ra trên dời đều có sự xắp đặt mà mỗi số phận đều đã được định phần, rồi mọi việc sẽ qua đi như nắng của một ngày dần tắt và sẽ bắt đầu vào một ngày nắng mới...

Tịch Dương được viết theo phong cách khá mới mẻ, lấy một câu chuyện hiện tại để liên tưởng một câu chuyện quá khứ, tự thân câu chuyện đã có một sự so sánh không có phản biện nên độc giả không bị sa đà vào một quan điểm nào đó nên không bị nhàm chán và dễ đồng cảm...

Tịch Dương một cuốn sách xứng đáng để mỗi độc giả sở hữu và nghiền ngẫm.

Sài Gòn, 01/04/2020

Nguyễn Thành

CÙNG MỘT TÁC GIẢ

- Nhà Văn & Tác Phẩm, thơ, truyện, cùng 7 tác giả khác, Thế Giới Lưu Vong 1987.
- Đoản Thi Khánh Trường, thơ, Sống Mới 1987.
- Có Yêu Em Không?, tập truyện, Tân Thư 1987. Tái bản 1989.
- Chỗ Tiếp Giáp Với Cánh Đồng, tập truyện, Tân Thư 1989.
- Chung Cuộc, tập truyện, Tân Thư 1992.
- Nude Oil Painting, 40 tranh khỏa thân đen trắng,Tân Thư 1992.
- 20 Năm Văn Học Việt Nam Hải Ngoại 1975- 1995, cùng Cao Xuân Huy, Trương Đình Luân, 2.000 trang, khổ 6x9 in., Đại Nam 1995.
- Truyện Ngắn Khánh Trường, Nhân Ảnh 2016.
- Khánh Trường Oil Painting, 150 tranh sơn dầu màu, Nhân Ảnh 2017.
- 44 Năm Văn Học Việt Nam Hải Ngoại 1975-2018, cùng Nguyễn Vy Khanh, Luân Hoán, 5.000 trang, khổ 6x9 in., Mở Nguồn 2018.
- Chuyện Bao Đồng, tạp bút, Mở Nguồn 2018.
- Tịch Dương, tiểu thuyết, Mở Nguồn 2019.
- Dấu Khói Tàn Tro, tiểu thuyết, Mở Nguồn 2020

Mục lục

MỞ NGUỒN

Liên lạc Tác giả
Khánh Trường
alexkhtruong@yahoo.com
or FB Messenger khanh truong

Liên lạc Nhà xuất bản
Mở Nguồn
han.le3359@gmail.com
(408) 722-5626

www.ingramcontent.com/pod-product-compliance
Lightning Source LLC
LaVergne TN
LVHW040047051026
849525LV00002B/603
* 9 7 8 1 9 8 9 7 0 5 9 7 1 *